Ujio wa Pili wa Yesu Kristo

Shannel S Silwimba

Published by Shannel Steven Silwimba, 2023.

UJIO WA PILI WA YESU KRISTO

First edition. February 12, 2023.

ISBN: 979-8215541319

Written by Shannel S Silwimba.

Also by Shannel S Silwimba

Chuo cha Tatu
Mwana-Adam ni Nani Naye ni Nini Mungu Amkomboe

Standalone
Historia & Maisha ya Yeshua Kristo
Jinsi ya Kusali & Kuongea na Yahweh
Mafundisho ya Utajiri
Utatu Mtakatifu
Mafundisho ya Ndoa
Ufufuo & Uchukuo
Ujio wa Pili wa Yesu Kristo
Yisrael

Sala ya Ukombozi

Baba yetu uliye Mbinguni; ninakiri kwa mdomo, na kuamini moyoni mwangu kwa dhati ya kwamba, Mwanao Yeshua Kristo ni Mungu. Alikuja katika mwili, na kufariki mauti ya msalaba kwa ajili ya dhambi zangu. Baba Mungu ulimfufua toka katika wafu, na sasa amekaa mkono wako wa kuume katika kiti cha enzi Mbinguni.

Naomba msamaha wa dhambi zangu zote nilizo tenda maishani. Nina-wasamehe wote walio nikosea katika maisha yangu. Namkataa shetani, na dhambi, na tamaa ovu zote.

Nakupenda YAHWEH Mungu wangu kwa roho yangu yote, kwa nafsi yangu yote, na kwa nguvu zangu zote. Niwezeshe niwapende jirani zangu kama ulivyo nipenda mimi.

Nampokea Roho wako Mtakatifu kama ulivyo ahidi. Nakabidhi maisha yangu yote kwake.

Baba Mungu; nina-shukuru kwa neema ya kunitakasa, kunihesabia haki, na kunikomboa kupitia kafara ya damu ya Adonai Yeshua Kristo, toka utumwa wa dhambi mara tu nisalipo sala hii.

Sifa na shukrani upewe YAHWEH kwa kunitimizia mimi mwanao mahitaji yangu yote ya kila siku: neema, afya, utajirisho, shalom, na ushindi katika yote ili nitimize kile ulicho niumbia.

Kwa imani nina-pokea ukombozi wa kiroho kwa maisha ya milele pamoja nawe, na ukombozi wa kimwili kwa siku za Mbinguni hapa duniani. Nina-amini na kukiri kupokea haya yote katika jina la Mwanao, na Mkombozi wetu Adonai Yeshua Kristo.

Amin! Amin! Amin!

Kitabu hiki kimepigwa chapa na
Shannel S Silwimba
P O Box 1699
shannel.silwimba@gmail.com
Dar es Salaam, Tanzania
Afrika Mashariki

Haki Miliki

Toleo la Kwanza

1.	Uandishi Kimapokezi	(Inspiration):	Mei 2007	–	Oktoba 2007
2.	Ujalizi wa Mapokezi	(Authorship):	Oktoba 2007	–	Augusti 2011
3.	Uhakiki wa Kitabu	(Review):	Augusti 2011	–	Oktoba 2014
4.	Uhariri Fasihi	(Literature):	Oktoba 2014	–	Disemba 2016
5.	Uhariri Fasaha	(Fluent[1]):	Disemba 2016	–	Septemba 2021
6.	Tafsiri ya Maandiko	(Translation):	Septemba 2021	–	Aprili 2022
7.	Usanifu & Kibali	(Ratification):	Aprili 2022	–	Novemba 2022

Tahariri

Yeshayah 50:4

Adonai YEHWIH amenipa mimi uwezo wa kuzungumza kama mtu msomi, ili kwamba mimi, kwa maneno yangu, nijue jinsi ya kumkidhi aliye choshwa. Kila asubuhi yeye huyahamsha masikio yangu kusikia kama yale ya msomi. [Tafsiri ya Complete Jewish Bible].

Wagalatia 1:12,16,20

Kwani mimi sikupokea hili toka kwa mtu, wala mimi sikufundishwa [hili], bali ni kwa ufunuo wa Yeshua Kristo ... Kumfunua Mwana wake ndani yangu, hata niweze mfundisha yeye kati ya Mataifa; saa hilo sikushauriana na wenye mwili na damu: ... Na sasa haya mimi ninayo andika kwenu, tazama, mbele za Mungu, mimi sisemi uongo.

Matendo 5:38-39

Na sasa mimi nasema kwenu, jizuieni toka watu hawa, na waacheni wenyewe: kwani kama huu ushauri au kazi hii ikiwa ni ya watu, haitaishia kuwa lolote lile: lakini kama ikiwa ni ya Mungu, nyie hamwezi ipindua; tena isije kutikana nyie mwapigana na Mungu.

Unabii – 30 Mei 2007

"Najimimina nafsi yangu ndani ya kitabu. Watu hawatasoma kitabu, watakuwa wakinila MIMI (kwani MIMI ndiyo kitabu). Watu watakula kitabu na hawata-kisoma (na watakihisi kile walacho ndani ya tumbo lao). Utukufu wangu utakuwa bayana ndani yao, watajua kuwa ni MIMI. MIMI, MIMI naongea kwao na wao watakubali na kukombolewa"...

Hili Tunasema Sisi

Pale Jenerali anapo mpa askari wa daraja la chini kabisa ujumbe kufikisha kwa makamanda vitani, amri hiyo hutangulia zote, na kwayo askari huyo hubadilika daraja mpaka aufikishe ujumbe. Na kwa ujumbe huo, mpangilio mzima, na mwenendo mzima wa jeshi vitani hubadilika.

Dibaji

Mpendwa, jina la kitabu chako hiki ni **MWANA-ADAM NI NANI NAYE NI NINI MUNGU AMKOMBOE** (MNNNMA). Kwa minajili ya kuufikia umma wote wa wanao zungumza Kiswahili tulio tumwa kwao, tuli-kichapisha pia katika vijitabu vidogo tokea baadhi ya masomo yake. Kwa uelewa huu basi, kama mpendwa unacho kimoja wapo ya hivi, tambua kwamba huo siyo ujumbe wote unao kustahili kuupokea.

Tunasema hivi sababu kitabu MNNNMA kimegawanyika katika vyuo vitatu vikupasavyo mpendwa kuhitimu: **CHUO CHA KWANZA** hufunza kuhusu **Mwanzo Mtakatifu & Kuingia Dhambi. CHUO CHA PILI** hufunza kuhusu **Fumbo La Ukombozi & Ufunuo wa Ukombozi. CHUO CHA TATU** hufunza kuhusu **Mwisho Mtakatifu & Kuondoka Dhambi.** Hivyo ni ushauri wetu umiliki kitabu chote cha (1) **MWANA-ADAM NI NANI NAYE NI NINI MUNGU AMKOMBOE.**

Lakini kama hivyo sivyo kwako, basi uanze na (2) **CHUO CHA KWANZA**, ndipo kifuatie (3) **CHUO CHA PILI**, na ndipo umalizie na (4) **CHUO CHA TATU**. Na kama hata hivi sivyo ilivyo kwako, basi acha tukuvutie kwa baadhi ya masomo ndani ya MNNNMA tuliyo yatoa kama vitabu huria ifuatavyo: -

5) Historia na Maisha ya Yeshua Kristo
6) Jinsi ya Kusali & Kuongea na YAHWEH
7) Utatu Mtakatifu
8) Mafundisho ya Utajiri
9) Mafundisho ya Ndoa
10) Ufufuo na Uchukuo
11) Yisrael
12) Ujio wa Pili wa Yeshua Kristo

Pamoja na hivi ni kile tunacho kisambaza bure katika masoko ya vitabu mitandaoni, kinachoitwa **Milenia ya Kristo**. Lengo la hiki ni kuwatambulisha kazi ya MNNNMA wale wote wanaoishi ughaibuni, lakini wanaongea Kiswahili. Kwa jinsi hii, hawa pia wapokee ujumbe wao, kupitia umiliki wa kitabu MNNNMA.

Kitabu hiki MNNNMA kinaleta habari njema kwa kanisa zima linalo zungumza Kiswahili. Kitabu chako hiki kinaifumbua hadithi ya fumbo la nyakati, na pamoja nalo hilo, kinategua kile kitendawili cha kale, pale malaika walipo muuliza Mungu: ... *Je mtu (anaye kufa) ni nini, ambaye wewe unamjali hivi? Na mwana wa adam, ambaye wewe humtembele? Kwani wewe umemfanya yeye chini kidogo ya elohim (malaika), na {bado} umemzinga na taji la utukufu na heshima. Wewe umemfanya yeye kutawala juu ya kazi za mikono yako; wewe umeweka vyote chini ya miguu yake:* ... [Zaburi 8:4-6].

Ni ndani ya fumbo hilo la nyakati, na uteguzi wa kitendawili hicho, ndimo historia yote ya mtu na ukombozi wake vilihifadhiwa kwa umahiri na umakini usio pimika. Kwayo haya mguso wake ulifika mapema, lakini ni uandishi kadri tunavyo pokea (Uandishi Kimapokezi - Inspiration) ulio anza rasmi katika mwezi wa Mei 2007 mpaka Oktoba 2007. Uandishi huo ulifanyikia katika meza ya chakula, tena ulikuwa wa tokea mwanzo wa kitabu mpaka mwisho wake, kwa kadri ya uono wetu hafifu wakati huo. Ujalizi wa Mapokezi (Authorship) ulianza Oktoba 2007 mpaka Augusti 2011, na ndiyo ulio tupatia mgawanyiko wa vyuo, masomo, na mada ambazo mpaka leo bado ziko ndani humu.

Uhakiki wa Kitabu (Review) ulianza tokea Agusti 2011 mpaka Oktoba 2014. Lengo lake hili lilikuwa kuhakikisha uchambuzi wa ndani kabisa wa yaliyo pokelewa, unalandana na maaandiko. Hakika hiyo kwisha kupatikana, ndipo tuliingia katika hatua ya Uhariri Fasihi (Editorial – Literature) kusahihisha majalizi yaendane na mapokezi, pamoja na maandiko. Hili lilifanyika tokea Oktoba 2014 mpaka Desemba 2016. Tukiwa sasa tunacho kitabu makini mbele zetu, ndipo Uhariri Fasaha (Editorial – Fluent) wa usomekaji ulifanyika tokea Desemba 2016 mpaka Septemba 2021. Kama biblia ilivyo, kitabu hiki nacho kimeandikwa ili kisomwe mbele za watu.

Katika juhudi za umakini wa kufikisha mapokezi, ilituwia vema kwamba, sasa wakati umefika wa uwepo wa Biblia Fasaha, na hivyo misingi yake ilianza kusimikwa kwa sisi kufanyia Tafsiri Maandiko (Translation) yote ambayo tayari yameshaingia kitabuni. Na hili lilituchukua sisi kipindi cha tokea Septemba 2021 mpaka Aprili 2022. Na kwisha hilo, ndipo hitimisho la kazi hii lilifika kwa Usanifu na Kibali (Ratification), ulio anza mara moja Aprili 2022 na kukamilika Novemba 2022. Ndipo sasa kikawa tayari kupigwa chapa, hata leo hii kiwe mkononi mwako mpendwa.

Juhudi zote hizi katika uandishi wake kitabu chako hiki, zilikuwa ujenzi juu ya msingi ule-ule wa awali, kwani yote yale ambayo tulipokea, yalibakia kama yalivyo na pale-pale yalipo wekwa kwa upokeo wa awali. Katika miaka yote hii 15 na miezi 6 tuliyo kuwa katika uandishi wa kitabu chako hiki, sisi kwa binafsi yetu tulipokea makuzi makubwa sana, ili kuinuka hadi kufikia upeo wa uelewa ambao YAHWEH anautaka katika Kanisa lake tukufu linalo zungumza Kiswahili. Hivyo tulijifunga kwa uadilifu kwayo mafunzo hayo, na kwa miaka 12 ya awali tulitumia takribani masaa 3 kila siku (part-time), na takribani masaa 10 (fulltime) kwa kipindi kilicho bakia mwishoni.

Sisi tunaamini: kipindi chote hiki tulicho chukua, ni kwa ajili ya sisi kuinuka katika uelewa uhitajikao kupokea kitabu kile kilichopo katika masijala za Mbinguni, hata kiwe pacha na hiki kilichopo mkononi mwako leo hii. Katika vyote na yote ndani humu, tafadhali sana mpe sifa na utukufu Mungu YAHWEH pekee.

Utangulizi

Watangulizi wetu wameshafanya kazi itakiwayo, kwamba sasa majani ni makavu, na kinacho hitajika ni kiberiti tu. Hiki kitabu cha MNNNMA ndicho kiberiti kwa ajili ya mapinduzi ya upendo, na uamsho mkuu ujao. Hivyo kwako wewe usiye mtu kati ya watu, YAHWEH ameiinua sauti yako isikike ndani ya Kanisa lake duniani. Tazama, mboni ya jicho lake amegeuka kukutizama akishang'aa, ni nini hicho Elohim wake afanyacho nyumbani mwako.

Ndani humu utakutana na tafsiri fasaha za maandiko matakatifu tulizo zifanya, tulikuwa hatuna budi, bali kufanya uchokozi huo wa hadharani kudhihirisha changamoto tulizoziona. Tunajua vema, hili limetonesha lile hitaji nyeti la sisi kuwa na tafsiri ya Kiswahili fasaha kitumikacho leo hii katika nyanja zote za maisha. Kuelewa hili, tafadhali tazama mfano kwa mstari Askofu Alpha Mohamed wa kanisa Anglikana (zamani hizo wa Dayosisi ya Mlima Kilimanjaro), alio utoa kwa familia ya mmoja wetu, alipo watembelea katika udogo wake: -

Na	TAFSIRI	YEREMIAH 33:3
1	**Bible Society – Tanzania na Kenya**	*Niite, nami nitakuitikia, nami nitakuonyesha mambo makubwa, magumu usiyo yajua.*
2	**Jewish Publication Society 1917 OT**	*Niite, na Mimi nitakujibu, na nitakueleza mambo makubwa, na yaliyo fichwa, ambayo wewe huyajui.*
3	**King James Version # 2**	*Niite, na Mimi nitakujibu, na nitakuonyesha mambo makubwa na makuu, ambayo wewe huyajui.*
4	**The Amplified Bible**	*Niite na Mimi nitakujibu na kukuonyesha wewe mambo makubwa na makuu, yaliyo ndani ya wigo na yamefichwa, ambayo wewe hujui (hutofautishi na kutambua, kuwa na maarifa nayo na uelewa).*

Hili andiko (na hususani kwa mapanuzi yake yote tokea tafsiri ya Amplified Bible juu), kwake lilikamilika ndani ya MNNNMA. Hili andiko siku ile lilipo somwa kwa tafsiri ya kwanza, na kutaja '*mambo makubwa, magumu usiyo yajua*' lilitisha sana. Lakini ni mpaka nyakati za kazi ya MNNNMA, ndipo alipo gundua nini haswa lilikuwa likifanyia unabii maishani mwake. Hii ni zaidi ya miaka thelathini (30) kupita ndipo baadaye kabisa aligundua ni '*mambo makubwa na makuu, yaliyo ndani ya wigo na yamefichwa, ambayo wewe hujui.*'

Mpendwa, maandiko matakatifu siyo jiwe lilokufa, kwani yako hai kama jamii yenyewe. Tokea humu utasikia yakinguruma tena kudai vazi jipya, ili kuzigusa tena nyoyo za walio wake. Neno ni lile lile, ila lugha imekuwa na kusonga mbele zaidi. Kila kizazi huifunua historia yake, hisia zao, utamaduni wao, kwa maana nzito zibebwazo ndani ya maneno watumiayo kila siku kuwasiliana.

Umakini wetu kwalo hili ni wa kugusa kitakatifu, hivyo juhudi za dhati zilitumika kurejelea asili ya andiko kwa Kiebrania, kukimbia itikadi na falsafa za watu, na urejesho wa majina asili ya wahusika. Katika kufanya haya, tulitumia lugha kwa sarufi fasaha kufanyia tafsiri. Kupitia unyambulisho tumebebesha nafsi halisi ihusikayo, wakati, na kwake nani hilo lasemwa. Tumetambua kijadiliwacho (contextual meaning) katika kuzingatia kwa makini maana halisi ya neno, na hivyo ujumlisho wa maneno yote yatumikayo katika mstari (sentensi) kuleta maana kamilifu ya andiko.

Ndani humu yako maeneo ambako mguso ulikuwa mkubwa, na hivyo uandishi kufuata mtiririko kadri ujavyo pasipo kujali lolote lile. Katika kuenenda huko, yako ambayo yametushtua sisi kama ambavyo yataitikisa roho yako pia. Katika yote humu, hakuna linalo tishia kujali kwetu, kama sisi kukosea kweli yake pasipo kujua, na kwa kufanya hivyo sisi kuishia kukukosesha wewe mtoto wake mpendwa.

Katika fikra hizi, sisi hutamani haya yote yangebaki na sisi pekee yetu, pasipo uhusisho wa kanisa lake hili lote. Kwa sababu hii, wito wa kazi hii sisi tuliuchukulia kwa kujali sana, ili baada ya yote yeye Mungu, na siyo mtu, afurahishwe sana na utendaji wetu. Milolongo ya uhakiki na uhariri ni kwa ajili ya hili zaidi, kuliko yote mengine.

Mpendwa, kazi hii pamoja na kuwa tendo la kiimani kwao walio amini pekee, lakini bado yabaki kuwa vyuo makini sana kwa kila mkufunzi na mwanafunzi wa neno lake. Kitabu kilikuja kiwe uwanja wa wasio amini katika kumpokea Adonai (Bwana) Yeshua[1] (Yesu) kama Kristo (Mfalme) na Mkombozi wao. Pia pasipo mapungufu yeyote, hiki ni waraka wa barazani katika malumbano na wasio amini kwa nini YAHWEH ndiye Mungu pekee, hata astahili kuabudiwa. Na kana kwamba hayo hayatoshi, kitabu hiki kimeandikwa kiwe msingi wa theolojia wa kanisa linalo zungumza Kiswahili, kwani chafaa kwa marejeo (referencing), na machambuzi ya kitaaluma, ili sote tuwe na maarifa na hekima.

Kitabu chako hiki hakifungamani na dhehebu lolote lile, au kuafiki uwepo wa njia nyingine ya kumfikia Mungu YAHWEH, zaidi ya Mwana wa Mungu Adonai Yeshua Kristo pekee. Tunakubali ni Wakristo na Yehudaizimu (Judaism) pekee, ndiyo wenye nafasi ya kuwa na mahusiano na Mungu YAHWEH. Adonai Yeshua Kristo hakuleta dini au dhehebu duniani, bali mahusiano kamili na Mungu YAHWEH. Na kwamba kweli iko moja, na ya pekee kwa wote ulimwenguni, wakati wote, na mahali pote, kwa vizazi vyote milele. Kitabu chako hiki, kimekuja ili kuifunua hiyo kweli moja na ya pekee.

Sasa kwako mpendwa usiye wa imani hii, njoo uchungue uone kati ya hilo lako na hili letu, lipi waona ndiyo kweli? Njoo wewe uliye jasiri wa dini nyingine ujipimishe uelewa wako na kweli hii. Usiogope njoo, kwani Yeshua wetu alituagiza tukupende kama tunavyo jipenda wenyewe. Tazama, tutakupokea kwa heshima na taadhima pasipo kukuudhi, au kuikera roho yako. Tutakukaribisha tukae kitako kujadili kwa urahisi maswali haya sugu, tokea historia ya mtu: -

1. Kwa nini wewe uliumbwa? Uliumbwa ili iwaje? Kwa nini aliumba mwanamme na mwanamke? Hivi ni kweli kwamba sisi tulikuwa manyani kabla ya kuwa watu?
2. Kwa nini ukombozi? Kwa nini Mungu asimteketeze satani mara moja, na wote tukarudia kuishi watakatifu raha mustarehe milele?
3. Na wapi katika dini yako pameandikwa kinaga ubaga pasipo kupinda, vipi wewe waweza kombolewa ili kwenda Mbinguni? Nisomee huo mstari ulipo kitabuni mwako nami niujue?
4. Je maisha ya milele ni kweli? Je gehena (jehanamu) na Mbinguni

ni mahali pa kweli? Mtu akifa ana kwenda wapi? Akiwa huko ana fanya nini? Wapendwa wangu walio tangulia katika mauti wako wapi, na wanafanya nini leo?

5. Hivi ufufuo na uchukuo wa wafu ni kweli utakuwepo?
6. Nani ameandika maandiko matakatifu? Kwa nini yaaminike? Je kupo ambako yanapingana?
7. Je ni sahihi kuwa na wake wengi au waume wengi? Ipi ni ndoa ya kwanza? Nini maana ya tunda la mti wa kati? Na je talaka ni sahihi?

Mpendwa, thubutu kufika mwishoni mwa kitabu chako hiki MNNNMA na uone ni finyu vipi maswali haya, kwa mlinganisho na maarifa na hekima utakayo hitimu.

Neno ukombozi ni neno la kisiasa, na ndiyo sababu sisi tulisonga mbele na kulitumia kwa ujumla wake katika maana nyingi zaidi, na zilizo sahihi zaidi katika nyakati hizi za mwisho. Tumelitumia kutafsiri maneno 'Salvation' na 'Redemption' kumaanisha ukombozi ulio tufikia kupitia kazi aliyo ifanya Adonai Yeshua Kristo, mpaka kuikamilisha hapa duniani.

Katika mila na desturi za Kiebrania, majina ya watu au mahali hubeba wasifu wa huyo au hapo. Hivyo jina lako hubeba asili yako (roots), tabia zako (prophetic behaviours), desturi zako (tribal, nation affiliations), visifa vyako (attributes), wasifu wako (personality) na hata imani yako (religion). Ni kwa sababu hizi, juhudi za dhati zinafanyika ndani humu kuhakikisha majina asili yote yanarudishwa mahali pake.

Katika kufanya hivi, tutajitenga pia na wasifu za wahusika wa biblia tokea simulizi nyingine zisizo za imani hii ndani ya lugha ya Kiswahili. Hili ni jambo muhimu sana kwetu katika kuchunga usafi wa wasifu zao kwa kadri ya biblia na siyo vinginevyo. Lahaja ya Kiebrania yalandana sana na ya Kiswahili, hata majina hayo kuandikwa kama yalivyo pasipo tatizo lolote kisarufi au kiisimu.

Sisi hujiuliza sana hili, hivi ipo shida gani kwa kanisa unaye zungumza Kiswahili kusali kwake katika jina ambalo yeye mwenyewe, alimsikia mama yake mzazi akimwitia hilo? Kwa lafudhi ya sauti ileile malaika aliyo agiza hivyo ndivyo wamwite? Jina ambalo hata Baba humwita leo akisubiria lile jipya! Ujadilifu huu hatari haumaanishi kwamba nguvu iko katika jina gani, la hasha! Wewe mwite lolote; Yeshua, Yesu, Yehoshua, Jesus, Yesus, Mungu anaijua dhamira yako nani huyo imwitaye. Maana ya jina Yeshua (Yehoshua) la Kiebrania ni 'Mkombozi.'

Kwa kuwa sasa wajua jina linawakilisha nini, sasa sikia haya. Lugha ya Kiswahili inalo chimbuko lake tokea lugha ya Kiarabu. Waarabu kama walivyo Waebrania, wote ni wana wa Shem (shemitic). Ni kwa sababu hii kila unaposikia katika katika vyombo vya habari vya kimagaribi wakitaja Waarabu ni 'anti-semitic,' yaani 'wanapinga uzao wa Shem,' basi tambua huo ni ujinga wa kukosa maarifa (oxymoron). Ni tokea mahusiano haya ya Kiswahili na Kiarabu (semitic), ndiyo matamshi yako Mkristo huonyesha ijumaa kuwa siku ya saba (7) kwa kadri ya dini yao, na siku ya Shabath (iliyo siku ya 7) kuitwa siku ya kwanza ya juma (yaani jumamosi).

Hivi kitu gani kinazuia hata kalenda za kanisa kuchapishwa zikionyesha Shabath yaani jumamosi, ndiyo siku ya mwisho ya wiki? Hauko ubishi katika Ukristo kuwa; Jumapili siyo siku ya kwanza ya wiki. Waumini wote tunajua, kuwa ni Elohim mwenyewe aliyeipa siku ya saba (7) jina la Shabath, na zote nyingine akizitaja kwa namba ya siku hiyo katika wiki ni ya ngapi. Hivyo ni siku hii pekee yenye jina!

Sasa sikia wewe kanisa unaye zungumza Kiswahili: Tengeneza kalenda yako ionyeshayo siku za wiki kwa kadri ya maandiko kuwa: Sikumosi (jumapili) - Sikupili (jumatatu) - Sikutatu (jumanne) - Sikunne (jumatano) - Sikutano (alhamisi) - Sikusita (ijumaa) na - Shabath (jumamosi). Hivi ndivyo yeye alivyo taja ilivyo, hivyo ndivyo pia sisi watoto wake tutaziita siku. Pia hivi ni makini zaidi, sababu usemapo 'juma' humaanisha 'wiki' ambalo ni siku 7, lakini usahihi ni 'siku' ambayo ni masaa 24 tu. Leo wewe umesikia, hivyo anza kuongea hivi, na hata sisi tutafanya hivyo humu, kudhihirisha kwamba inawezekana kabisa.

AUGUST 2019

Su	Mo	Tu	We	Th	Fr	Sa
				1	2	3
4	5	6	7	8	9	10
11	12	13	14	15	16	17
18	19	20	21	22	23	24
25	26	27	28	29	30	31

Tokea kina cha uelewa huu, ni ushawishi wetu kwako mpendwa kuwa, Mosheh (Moses) siyo Musa, Shelomoh (Solomon) siyo Selemani,

Yosef (Joseph) siyo Yusuf, Yahkob (Jacob) siyo Yakubu, Yitzhak (Isack) siyo Isaka, David (David) siyo Daudi, Iyob (Job) siyo Ayubu, Noakh (Noah) siyo Nuhu, Yeshua (Yesu) siyo Issa, na mengi mengine. Uwepo wa simulizi mbili tofauti juu ya jina moja kwenye mihadhara mitaani, huchanganya waumini. Nenda sasa na ukajitofautishe, hata wao wajue wewe ni wa Mungu YAHWEH katika Adonai Yeshua Kristo pekee.

Shuruti tuwafunze watoto wetu tokea udogo wao kabisa kwamba: **Mungu wa Abraham, Yitzhak na Yahkob, ndiye Baba wa Yeshua Kristo. Hivyo Yeshua Kristo ni Mwana wa Mungu aitwaye YAHWEH. Yeshua Kristo pia yeye ni nafsi Mwana katika Mungu huyo YAHWEH. Na tokea yeye huyu Mungu mmoja, ziko nafsi tatu maarufu kwetu; Mungu Baba (akiwa kichwa kati yao), Mungu Mwana (Adonai Yeshua Kristo), na Mungu Ruak HaKodeshi (Roho Mtakatifu). Mungu Mwana, yaani Adonai Yeshua Kristo, ndiye aliye kuja duniani katika mwili, na kufa mauti ya aibu ya msalaba kwa ajili ya ukombozi wetu. Siku ya tatu alifufuka, na siku ya arobaini (40) baadaye alipaa kurudi Mbinguni. Na huko amekalishwa mkono wa kuume wa kiti cha enzi cha Baba Mungu**. Kinyume na hivi ni uongo, siyo biblia, na wala siyo Ukristo.

Kitabu chako hiki kinawalenga wana-adam wote, tena zaidi-zaidi wale wote walio wana wa Mungu YAHWEH, yaani wale tu walio zaliwa mara pili, hata awaite watakatifu wake (saints). Hivyo shabaha kubwa ni kwao wahudumu wake, yaani maaskofu, mapadri, wachungaji, wainjilisti, watawa, watumishi, wahubiri, wazee wa sinagogi, walimu wa dini wa shule za msingi, shule za sekondari, vyuo na seminari. Pamoja nao hawa, ni wewe mwanafunzi na mkufunzi wa neno lake, na waumini wote wanayo itafuta kweli kujilisha kwa makuzi yao. Pia ni wewe usiye wa imani hii, lakini uko hapa kujua kweli ni ipi. Karibuni sana!

Kitabu hiki hakibaki kwenye nadharia pekee, la hasha, kwani kinaongoza na kuelekeza uponyaji kwa walio hospitalini, kinaleta faraja na uhuru kwa walio kifungoni magerezani, hupanua wigo wa uelewa na hivyo utajirisho na mafanikio kwao wakulima, wavuvi, wafanya biashara, na wafanyakazi. Pia kinasimama kama ushahidi na changamoto kwa wapinzani wa kweli hii, na wale wote wasio amini bali wapendao kujua nini sisi tunaamini. Na mwisho ni kwako msomi utafutaye maarifa bila kujali itikadi au imani, kama baadhi wafanyavyo hata sasa.

Tazama mpendwa, tukisha maliza kulumbana, kuchekana, na kukashifiana; bado suala hubaki lile-lile moja tu: Je nikifa leo, mimi nitakuwa mgeni wa nani huko niendako? Na kikubwa zaidi hapa; ni hakika ya jibu lako hilo kuwa ndiyo sahihi, na siyo ulaghai wa ibilisi satani. Tafakari ...

Kitabu chako hiki MNNNMA pamoja na mapokeo binafsi, ni mkusanyiko wa mafunuo waliyo pokea kaka na dada zetu wengi wengine katika Kristo Yeshua. Hao waliandika au kuzungumza, na Ruak kuleta kazi zake za awali katika usikivu wetu. Kutoa shukrani kwa kila mmoja wao humu, kunahatarisha dhana nzima ya umiliki wa kazi hii kuwa wa YAHWEH. Hayuko mshiriki pamoja naye katika hili, kwani sote tu vyombo tu alivyo tumia kukufikia wewe mpendwa wake. Pale mmoja wetu afunuliwapo kweli duniani, wote hupokea kweli hiyo moja kana kwamba sisi ni wao, na wao ni sisi.

Tokea uelewa huu, na upendo wetu sote kwa Adonai wetu Yeshua Kristo; hapa linatolewa ombi rasmi kwa pamoja kutumia michoro, picha, majedwali, takwimu, ramani, na vyote vingine vitakavyo tumika tokea vyanzo mbalimbali duniani. Hivi vyote vimesaidia kuifikisha kweli yake kwetu sisi tulio wa mwisho kati ya kaka na dada zetu. Kama tukisema maombi na shukrani zitolewe kwao wote hawa, itachukua kitambo, na pasipo utoshelezi. Hivyo basi: **Katika jina la Adonai wetu Yeshua Kristo, tunakuomba Baba Mungu, ukawajali hawa wote, na kuwajulia hali zao, kwa kadri ya kazi zao kwake Mwanao Yeshua Kristo**. Amin

Kitabu kinatumia mfumo wa nguzo za zizi katika kufikisha ujumbe wake, badala ya ujenzi wa ukuta uletao matengano kwa waumini. Mfumo huu wa zizi hakubali uwepo wa kile kinacho onekana kama mgongano wa maandiko katika biblia, tokea upungufu wa uelewa makini wa yote kanisani. Hivyo kama mjenzi wa zizi anaye pigilia nguzo huku na kule, ili kondoo wakae salama ndani mwake, ndicho sisi pia tufanyacho. Ujenzi wa ukuta katika maandiko hupelekea siasa kali, na migawanyiko kundini kama ile ya kimadhehebu.

Mpendwa, vidole vyako vitaendelea kufungua kurasa za kitabu ambacho sicho cha kizazi hiki, bali cha kile kijacho. Kila ufunguapo ndivyo ulavyo akili, nia, na hisia za Elohim wako. Kama waridi lijifunguavyo alfajiri na mapema, ndivyo kweli na utukufu utakavyo mwagwa na Ruak HaKodeshi ndani mwako kadri ulavyo. Hata sasa Ruak HaKodeshi anao moto uwakao ndani yako pasipo uteketezi.

Mungu Baba, katika jina la Adonai Yeshua Kristo, nakuomba, hekima, maarifa, uelewa na imani tokea haya uliyo yafikisha leo mbele za macho yangu mimi kusoma. Naomba unifungue macho yangu ya kiroho nione, na masikio yangu ya kiroho nisikie, na niamini kweli yako. Amin

Faharisi

Chuo cha Kwanza

Mwanzo Mtakatifu & Kuingia Dhambi

1. Mwanzo wa Yote
2. Mpango wa Ukombozi
3. Uasi na Kuingia Dhambi Duniani
4. Agano la Ukombozi

Chuo cha Pili

Fumbo la Ukombozi & Ufunuo wa Ukombozi

5. Toraha ya Yahweh na Ufunuo wa Dhambi
6. Umfano na Mlinganisho wa Yisrael na Kanisa
7. Jinsi ya Kupokea Ukombozi

Chuo cha Tatu

Mwisho Mtakatifu & Kuondoka Dhambi

8. Ukamilifu wa Upendo & Ukombozi
9. Ujio wa Pili wa Yeshua Kristo
10. Maisha ya Milele

9. Ujio wa Pili wa Yeshua Kristo

Tukio hili la ujio wa pili wa Adonai Yeshua Kristo, ndilo pia linalo julikana kama Siku YA YAHWEH katika andiko la Zekariyah 14:1-4 na mengi mengine. Tunasema ujio wa pili kwa sababu tayari alisha kuja mara ya kwanza, akiwa Mwanakondoo wa Mungu na kukatiliwa mbali katika wiki la 62. Na kalenda ya Daniel iliendelea mpaka Hekalu la II lilipo bomelewa katika wiki la 69. Ni hapo Yisrael alipo tapanywa tena Dunia nzima (Daniel 9:25-27).

Na kwisha hayo ndiyo kalenda ya Daniel ilisimama, hata uwepo uwazi ulio na malengo pasipo kipindi. Uwazi huu ndiyo humu tuliuita kipindi cha Neema ya Kanisa. Lakini mara tu malengo yake uwazi huo yanapo kamilika kama ilivyo jadiliwa awali, ndipo kalenda ya Daniel hurejelea ikiingia wiki la 70 lilo miaka 7 ya mwisho. Wiki hili la mwisho huanza kwa utio wa saini mkataba wa amani kati ya Yisrael na mpingaKristo, na kumalizika na ufiko wa Siku ya YAHWEH, iliyo urejeo wa pili wa Adonai Yeshua Kristo. Lakini safari hii akiwa Simba wa Yehudah Mfalme wa ulimwengu.

Atarudi katika jina la YAHWEH (Matityahu 23:39), tena katika utukufu mkuu na nguvu zisizo shindwa na lolote au chechote. Na akiwa ndiye jiwe lile la Daniel liloipiga sanamu ya falme zote katika mwisho huu, shuruti atasimika Ufalme wa Mungu duniani, na kutawala juu yake kwa miaka elfu (Milenia ya Kristo). Ni kwake Yokhana wa kitabu cha Ufunuo aliko fichua maono ya unabii wa Daniel kuwa, Adonai Yeshua Kristo ndiye Mwana wa Mtu, na yeye ndiye Mwanakondoo aliye Mashiah wa Yisrael, na ni yeye anaye kuja katika Siku ya YAHWEH (Marko 13:14, Yokhana 8:28, Matendo 7:56, na Ufunuo 1:13, 14:14, 21:14).

Tanakh ndiyo iliyo funua ujio za Mashiah wa Yisrael zitakuwa za aina hizi mbili, hata Yisrael afikiriye shuruti wawe wawili tofauti, yaani Mashiah ben Yosef (Mwanakondoo), na Mashiah ben David (Simba wa Yehudah).

Katika ujio wa kwanza alikuja mnyonge na dhaifu, toleo la Mungu YAHWEH kwa ajili ya kafara ya ukombozi wa wana wa adam. Lakini katika ujio wake huu wa pili, ni mtu wa vita na tena Mfalme wa wafalme, atawalaye miaka elfu kwa fimbo ya utawala (scepter) ya chuma (toraha). Ni tokea mahali tuliopo katika mstari wa wakati kihistoria na kimafunuo (hindsight), ndiyo inapelekea sisi kujua haya kiurahisi hivi.

Mpendwa huu ufumbio kwa unabii wa maono wa Daniel, ndiyo ulio fumbuliwa kwa unabii wa maono ya Yokhana. Hivyo kile agano la awali ilicho fumbia, hili letu jipya la mwisho ulikifumbua. Na kutokana na utambuzi huu, itafika wakati huko mbele, mbwa mwitu watavipiga vita vitabu vyote hivi viwili kwa nguvu zao zote. Ni kwa sababu hii hakika na umakini wa kitabu cha Daniel ulitajwa binafsi na maalumu kabisa na Yeshua Kristo mwenyewe katika Matityahu 24:15 na Marko 13:14. Nyakati hizo zitakapo fika, shuruti ubaki imara, usiyumbe hata chembe, na yote yatakuwa salama, kwani Mungu YAHWEH atasimama pamoja nawe katika nyakati hizo.

Juhudi za wazi zimesha fanyika humu kutofautisha ujio wa siri alio bakia mawinguni, na ujio huu rasmi wa pili hadharani kwa Dunia nzima kushuhudia akitokea mashariki. Hii Siku ya YAHWEH, ndiyo siku ya ukombozi wa Yisrael, na usimiko wa Ufalme wa Mungu duniani. Katika ujio huu wa pili rasmi, yeye Adonai atarudi pamoja na majeshi yake ya malaika, na sisi watakatifu wake wote. Hii pia ndiyo siku ya vita ile kuu ya Harmagedoni.

Tazama mpendwa, tena shuruti sasa wewe wajua hili vema; kwamba ujio wa uchukuo wa Kanisa mawinguni hauna chechote kisubiriwacho kwao kutokea, kwani hata leo nukta hii usomapo hapa waweza twaliwa. Ulifunzwa humu kwa msisitizo mkuu sana kwamba, haipo ishara yeyote itanguliayo ujio wa siri mawinguni. Lakini ujio wa pili (second coming), umesheheni ishara lukuki maandikoni zitanguliazo tukio hilo.

Hivyo leo, na tena hapa, tumekuja rasmi kukushirikisha wewe kanisa uzungumzaye Kiswahili, ishara zote hizo, ili nawe ujiandae vema. Kuwa mjanja na tambua, ukaribifu wa hizo, ndiyo pia hakika ya ukaribifu mkuu wa uchukuo wako. Kiini cha hizi ishara ni Yisrael, ule mtini alioutaja Yeshua kwa Matityahu 24:29-36. Ni huu mtini ndiyo ishara kuu, hata akutahadharishe wewe na sisi kuutizama kwa makini sana.

Tazama, sisi tunasema ishara za majira ya majilio, na siyo saa au siku au mwaka wa majilio hayo. Ukitizama majira, na hususani kama wewe wakumbuka bado mafunzo yale kuhusu sherehe za miadi, basi hakika waweza ufikiria msimu na hivyo mwezi, na hata tarehe, lakini kamwe siyo saa la ujio, au siku ya ujio, au mwaka wa ujio. Utaweza tu kujua mwaka, mara tu mkataba wa amaini ukitiwa saini. Kwa jinsi hii, na tokea hapa tusimamapo katika mstari wa wakati; sisi huwapinga kwa kila pumzi iliyo ndani mwetu wale wafanyao utabiri wa saa, au siku, au mwaka, sababu hao hukiuka maandiko.

Liko tatizo la aibu katika ukristo kutokana na wachache kati yetu ambao huenda mbele na kubuni siku ya ujio wa pili. Hadi sasa kila siku iliyo buniwa imesha thibitishwa na wapinzani wa imani kuwa siyo sahihi. Tunasema wapinzani wa imani sababu ndiyo kila mmoja kundini mwetu anapo telezea huko, wao humfanya huyo maarufu, na kusambaza utabiri wake huo kwa watu wote, sababu uzoefu unaonyesha siku yaja itakapo julikana alisema uongo. Kwa hili wao hupata wasaa wa kutuzomea Kanisa lote kwa kuendekeza ukale (Ukristo), na hivyo kuitwa wapinzani wa ubinadamu (humanism).

Hakika ya ujio huu wa pili rasmi tokea mashariki na utukufu wake kuonekana Dunia nzima, ni ukamilisho wa ishara hizi 10 maalumu. Ishara hizi hutegemea kalenda ya nyakati aliyo ipokea nabii Daniel, na manabii wengine mbalimbali, walio pewa siri ya ujio huo wa pili utakavyo kuwa. Hizi ndizo ishara hizo 10 kama ifuatavyo: -

1. Hekalu la Yerushalem lazima livunjiliwe mbali na Warumi, kukamilisha unabii wa Yeshua Kristo. Hili limesha timilishwa tokea mwaka 70 AD.
2. Yisrael watapanywe duniani kote (diaspora). Hili limeshafanyika kwa adhabu ya kwanza pale Asyria alipo yachukua makabila 10 ya kaskazini. Na Babiloni aliwachukua Yehudah na Binyamin walio bakia. Baada ya muda kupita na wao kurudi nyumbani, ndipo Warumi nao waliwachukua Yisrael duniani kote. Mpaka leo Yisrael kwa ukamilifu wake bado hajarudi nyumbani, ijapo kuwa Yehudah kwa kiasi amesharejea. Wale walioitwa makabila 10 yaliyo potea (10 lost tribes), nao wamesha patikana na urejeo wao unashamiri kila

kuchwapo. Maandiko yakiri utimilifu wa marejeo utakuwa katika Milenia ya Kristo.

3. Injili ihubiriwe Dunia nzima. Hiki ndicho kipindi cha Neema ya Kanisa kiendeleacho na kuishia siku ya ufufuo na uchukuo wao. Hata katika miaka 7 ya tabu na tabu kuu, uko ushahidi maandikoni wa injili kuhubiriwa na kufunzwa na marijali 144,000 wa Yisrael (Ufunuo 7:4, 14:1-5), na malaika wanatajwa kuhusika (Ufunuo 14:6-14). Ni hivi ili mpaka okotezo (gleaning) la mwisho tokea wale majina yao yaliyo andikwa katika kitabu cha Uzima cha Mwanakondoo, likusanywe ghalani (Mbinguni).
4. Uwepo wa teknolojia itakayo wezesha kila mtu popote alipo duniani kuuona ujio wa pili wa Adonai Yeshua Kristo (kama ilivyo katika kuona kifo na ufufuko wa mashahidi wawili Yerushalem mbele ya mpingaKristo). Hii teknolojia ndiyo matumizi ya satelaiti (satellite) katika matangazo ya moja kwa moja (mubashara) kadri tukio linavyo tokea (live coverage), aidha kwa televisheni, au intaneti (internet) au kupitia simu za mkononi.
5. Yisrael warudi nyumbani, na kuwa taifa kwa siku moja, na kuirejelea lugha yao ya kale ya Kiebrania iliyo potea. Haya yote yalikamilika tarehe 14.05.1948 saa 6 usiku.
6. Yisrael wajenge Hekalu la III. Hili bado kutendeka, na mada inayo fuatia mara, itachambua kwa kina chote yahusikayo na hili.
7. Mataifa 10 makuu ya zama za mwisho kusimama pale ilipo kuwa Rumi ya kale, na ndani yao ni himaya zote za kale kama alivyo oteshwa mfalme wa Babiloni Nebukadneza. Hili bado latengemaa.
8. Kanisa lichukuliwe kwenda Mbinguni kupitia ufufuo na uchukuo. Hili lasubiriwa wakati wowote tokea sasa kukamilika. Mara tu likitokea, kalenda ya Yisrael itaufunga uwazi na kuingia wiki la mwisho la 70. Ni hapa ndipo Yisrael atakapo ingia mkataba wa amani na mpingaKristo.
9. Ufichuo wa mpingaKristo, na kuanza kwa vipindi vya tabu na tabu kuu kwa miaka 7 mfululizo. Ni fikra za wanazuoni wengi sababu satani lucifer hajui lini Kanisa litatwaliwa toka duniani, basi yeye kwa kila kizazi huandaa mpingaKristo wake.
10. Ukusanyo wa mataifa yote kuja Yisrael katika eneo la Harmagedoni

ili kupigana vita itakayo maliza vita vyote. Hili bado kutendeka kwani lasubiri mwisho wa miaka 7 ya vipindi vya tabu na tabu kuu.

Sisi tunaiita kalenda ya nabii Daniel na zilizo maandikoni, kalenda ya Kiebrania. Ni hii pekee tunapo zungumzia mwisho wa nyakati sisi huirejelea. Tunasema hivi kwa sababu; Mataifa hatuna vipindi vya miadi maalumu katika mstari wa wakati, kama walivyo pokea Yisrael. Ni kwa sababu hii wao pekee walijua nyakati za majilio ya Mashiah wao (Matityahu 2:2-9). Pia ni kwa sababu hii, pale walipoona hekalu limebomolewa, basi wakajua tayari nyakati za mwisho zimefika, na wiki la 70 lina-anza.

Unabii wake Yeshua kuhusu hekalu ndiyo ulipelekea talmidimu (mitume) wake kufanya hima wamchague mtume wa 12, ili ahadi ya wao kukaa katika viti vya enzi 12 kuhukumu wana wa Yisrael, isije pata walakini (Matityahu 19:28, Matendo 1:14-26). Pia ni kwao uelewa huu, wewe unaona wakiandika (baada ya 70AD) ujio wa pili wa Yeshua kuchukua Kanisa lake kuwa mara tu (sababu tayari wiki la 70 limefika). Yako maandiko mengi ambayo huonyesha hili, lakini hili ni la kwako wewe kutafuta katika ufasaha wa biblia.

Pia nitokea utambuzi wa uelewa wao huo, sisi leo katika faida za pale tulipo katika mstari wa mduara wa wakati, tunajua uwepo wa uwazi. Ni uwazi huu Kanisa leo tulio upa jina la Kipindi cha Neema ya Kanisa (church age au grace period). Na ushahidi mmojawapo wa haya ni Waebrania 9:26 ... *Ama sivyo ingempasa yeye kuteseka mara kwa mara tokea kuwekwa kwa misingi ya ulimwengu: lakini sasa mara moja katika mwisho wa ulimwengu yeye amedhihirishwa kuiondoa {kuifuta} dhambi kwa kafara yake binafsi. ...*

Sasa basi, siku za mwisho, au mwisho wa ulimwengu, ulianza tokea pale hekalu la Yerushalem lilipo bomolewa. Kwa jinsi hii kila kizazi cha Kanisa hungojelea wakisubiria uchukuo na ufufuo wao. Kwa ujio huu wa siri wa mawinguni sasa, haipo tena ishara ihitajikayo bali utendekaji wake tu. Ujio wa pili ni shuruti ufuatilie takribani miaka 7 baada ya saini za mkataba wa amani na Yisrael. Itachukua muda gani tokea ufufuo na uchukuo kwa mkataba wa amani kutiwa saini? Mungu YAHWEH anajua.

Kama utaachana na fikra ya kuwepo kwa uwazi mwingine katika mstari wa wakati, basi kwa kalenda sisi hufikiri kwisha tu uchukuo na ufufuo, wiki la 70 la Daniel litarejea kwa Yisrael pale awekapo saini mkataba wa amani na mpingaKristo. Na hapo ndipo ulipo mwanzo wa kipindi cha miaka ya tabu iliyo miaka 3.6 na kufuatiwa mara tu na miaka 3.5 ya kipindi cha tabu kuu. Kwisha kwake hii ndiyo vita ya Harmagedoni, iliyo siku ya ujio wa pili tayari kwa Milenia ya Kristo kuanza siku iishapo tu.

Hizi fikra kwamba, Kanisa litazidi kushika hatamu kadri tuendavyo mbele hata kumkabidhi Yeshua Kristo ufalme wa Dunia, ni ndoto za alinacha pasipo mshiko wowote kimaandiko. Adonai Yeshua mwenyewe alirejelea siku hizo kwa Matityahu 24:37 kama siku za Noakh, na kwa Luka 17:28 kama siku za Lot. Je maongozi ya Mungu ndiyo yalikuwa vinara katika vipindi hivi viwili? La hasha! Uasi ndiyo ulikithiri na kuzidi hadi kupindukia, ili kukijaza kikombe cha hukumu ya Mungu mpaka kifurike. Pateni zaonyesha, ni pale kifurikapo, ndipo hukumu huja.

Hivi kanisa uzungumzaye Kiswahili, umeshawahi kudiriki kujiuliza nini lengo la ujio wa pili kwa kadri ya maandiko? Sisi tulipo chungua hili, tuliona haya manne (4): -

1. Usimiko wa Ufalme wa Mbinguni juu ya falme zote za duniani chini ya Mfalme wa wafalme Adonai Yeshua Kristo,
2. Ukombozi wa Yisrael,
3. Utimilifu wa ahadi zote za urithi wa ardhi kwa Abraham, Yitzhak na Yahkob,
4. Usimiko wa ufalme wa David juu ya Yisrael.

Sasa kuwa muelewa katika hili, ziko ahadi maalumu maandikoni kwa ajili ya Wayisrael wale walio mstari wa damu ya Abraham pasipo uhusika wa adopsheni. Hili lajitokeza vema katika vitabu vya Nehemia na Ezra. Pia uko uelewa makini kuwa, wale wote wa adopsheni, hao pia uhesabiwa na Yisrael, tokea muunganisho ule maalumu wa mazizi hayo mawili kuwa limoja (Yokhana 10:16). Hivyo sisi Wamataifa ndiyo kondoo wa zizi jingine, ambao tutaingia zizini/ urithini mwao humo kupitia lango la Yehudah. Tunasema hivi sababu Kristo Yeshua ni wa mbari hiyo, na hivyo ukombozi wetu uko nao hao Wayehudah (Yokhana 4:22).

Hilo ni kwa yale ya kimwili, lakini kwa yale ya kiroho; Yisrael aliye amini, na Mmataifa aliye amini, hawa wawili pekee ndiyo Kanisa. Sisi sote hufanyika wana wa Mungu, kama yeye Kristo alivyo Mwana wa Mungu.

Uana wetu huu wa Mungu, siyo ule wa kiungu (divine) kama wake Yeshua Kristo ulivyo, bali ni ule wa kuunganishwa na Mungu kupitia Roho wake milele. Hivyo kama yeye alivyo Mfalme, ndivyo nasi tutakavyo kuwa wafalme hata tutawale pamoja naye milele. Uhudumu huu wa ngazi ya kifalme, ndiyo ukuhani wetu wa kifalme kwake, sababu kama yeye ni wa mbari ya mfalme David, basi hata sisi tu wa mbari hiyo-hiyo ya kifalme (I Petros 2:9).

Hiki ndicho tunacho funza kwa juhudi kubwa sana humu; pasipo adopsheni yetu kwa Yisrael, basi ahadi na maagano yao kamwe hayatuhusu. Mungu YAHWEH aliwachagua wao tu kuwa watoto wake wa pekee, na Mataifa wengine wote ulimwenguni siyo watoto wake (ijapo kuwa ni viumbe wake). Adonai Yeshua ni Mashiah wao, siyo wa Mataifa. Ni katika kujiunga nao kupitia Kristo Yeshua, sisi Mataifa tulifunguliwa mlango huo wa neema na huruma katika uwazi wa kwenye kalenda yao, kama ulivyo soma juu. Tokea imani ya Kikristo sisi hufanyika Yisrael kiroho, kwani Mungu wao ni Mungu wetu, na ardhi ya taifa lao ndiyo pia sisi tutakapo ishi katika milenia na katika milele.

Hivyo siyo wao walio ondolewa sisi tuka-unganishwa katika mzabibu (Warumi 11:17-24), bali ni sisi tulio unganishwa katika mzabibu wao. Halipo taifa jingine zaidi ya hili lililo la Mungu. Mataifa yote yamepotea na wako pasipo Mungu, lakini kila anaye jiunganisha na Yisrael, huyo anaye Mungu, na tena jina la Mungu wake ni YAHWEH. Yeshua Kristo ni Mwana wa Mungu huyu. Ruak HaKodeshi naye ni nafsi ya Mungu YAHWEH. Katika Matiafa yote YAHWEH analo taifa moja tu, lenye kondoo wa aina mbili pekee: Yisrael (kondoo asili) na Mataifa (kondoo wa adopsheni kupitia Kristo Yeshua). Je upi ni msiamamo wako sasa kuhusu watu na ardhi ya taifa teule la Yisrael?

Kwa lengo la kufunza istahilivyo somo la UREJEO WA PILI WA YESHUA KRISTO, sisi huona maeneo 7 kamilifu na muhimu kwa ajili yako. Katika maandiko yako mambo muhimu ambayo shuruti yaende pamoja na ujio huo. Mfano, shuruti hekalu liwepo Yerushalem katika urejeo wake, ili kuendana na maandiko yasemacho. Hivyo itabidi tuanze na hilo, na kuendelea na yote mengine ya namna hii hadi mambo yote 7 muhimu na kamilifu hapa tume-yahitimisha kwako. Katika haya yako yaliyo tatanishi, magumu, na mengine hatuyaelewi vema. Hivyo utapewa maandiko husika, ili na wewe ufikie uamuzi wako, hata ijulikane nafsini mwako, upi ni msimamo wako.

Sasa basi, maeneo hayo 7 makini na kamilifu ni haya katika mtiririko wa mlolongo wao, uletao maana fasaha hususani katika mstari wa wakati kama ifuatavyo: -

9.1 Hekalu la III,
9.2 Vita vya Harmagedoni,
9.3 Wasifu wa satani lucifer & mpingaKristo,
9.4 Hukumu ya Watakatifu,
9.5 Utawala wa Miaka Elfu,
9.6 Vita ya II ya Gog na Magog,
9.7 Hukumu ya Wasio Amini.

Kwa wewe mwanazuoni na mkufunzi makini wa maandiko matakatifu, tokea mtiririko huu tayari umeona hakika tunalenga shabaha kuhitimisha takribani yote ya kipindi cha ujio wake huu wa pili, kwa kadri ya utajo wao katika biblia. Na kwamba pale haya 7 yakamilikapo (baada ya milenia kwisha), shuruti sasa ulimwengu utakuwa tayari kurudishwa katika milele (pale tulipo anzia kule mwanzoni mwa kitabu), na wakati kukomeshwa usiwepo tena.

Uelewa huu makini ndiyo hudhihirisha tafsiri zile za awali kuwa, kipindi hiki ndiyo siku za mwisho, hakika ndiyo mwisho wa ulimwengu (kama tuujuavyo). Tazama mpendwa, siku za mwisho au mwisho wa Dunia siyo tukio la siku moja kimaandiko, bali vipindi maalumu na mahususi kwa matukio yaliyo pangwa, na kujulikana tokea kuwekwa kwa misingi ya ulimwengu. Tafakari

9.1 Hekalu la III

Somo hili nyeti na tatanishi kwa kila mwanazuoni wa eskatoloji, na husasani yule afuataliaye siasa za mashariki ya kati, leo hii linaletwa kwako mpendwa uzungumzaye lugha ya Kiswahili pasipo kujali elimu yako, bali katika uwezesho wa Ruak HaKodeshi kwamba; wewe uelewe, uamini, na kufunza wenzi wako. Hivyo jizatiti katika kung'ang'ania uelewa, ili maarifa na hekima wawe nawe milele.

Katika kuhitimisha hayo ipasavyo, somo lina-gawanywa katika mtiririko ufuatao, ambao kwao ndiyo nuru ya uelewa wako huangaza: -

1. Historia.
2. Nabii za Hekalu la III.

3. Vita Zitakazo Pelekea Ujenzi wa Hekalu la III: -
   i. Vita ya Zaburi 83,
   ii. Vita ya Yehezkel 38-39.
4. Ujenzi wa Hekalu la III: -
   i. Tarehe na Siku ya Kuanza Ujenzi,
   ii. Muda wa Ujenzi,
   iii. Eneo la Ujenzi: -

✓ Eneo la Kimapokezi,
✓ Eneo la Kaskazini,
✓ Eneo la Kusini.

i. Vyombo vya Hekaluni.
ii. Uchaguzi wa Sanhedrin na Makuhani.
iii. Urejesho wa Walawi na Makuhani: -

✓ Mafuta Matakatifu,
✓ Rangi ya Bluu kwa Vazi la Kuhani Mkuu.

i. Sanduku la Agano.

Mpendwa, tamko hili la ujenzi wa Hekalu la III juu ya mlima Moriyah (Moriah) kati ya vilima vya Siyoni, siyo tu latisha kule mashariki ya kati, bali pia ni kweli bayana ndani ya maandiko matakatifu. Hata kulitaja hili hupelekea hofu itikisayo soko la mafuta duniani, na hivyo kuyumbisha uchumi wa Dunia. Tamko hili huzingwa na tetesi za vita ambazo hupelekea urundiko wa mafuta (panic stocking), au vita vitakavyo simamamisha uzalishaji wa mafuta, au mgomo wa nchi za Kiarabu.

Unyeti na utatanishi wa jambo hili ni kwamba, eneo la mlima wa hekalu (temple mount) ambapo ndipo Hekalu la III litajengwa, ndipo pia hapo-hapo leo kusimamapo 'mduara wa mwambani' (rock of the dome). Pia hapo juu ndipo ulipo msikiti (al aqsa) wa tatu kwa umaarufu ndani ya dini ya islamu (islam ni dini, na muslim ni muumini).

Pamoja na hili ipo sheria ambayo iliwekwa na kufuatwa na Waturuki (Turkey) kwa zaidi ya miaka 400 na kisha kuheshimiwa na Uingereza na leo hii Yisrael. Sheria hiyo ijulikanayo kwa jina lile maarufu 'kubaki kama kulivyo' (status quo). Humaanisha jambo moja sumbufu sana: kwamba si sheria kwa mtawala yeyote wa wakati wowote ndani ya Yisrael kubadilisha sehemu ya kumbukumbu ya dini moja kuwa ya dini nyingine tokea siku ya tamko hilo (tukiandika hapa, UNESCO wanaendelea kukiuka hili kule Gaza na Ukanda wa Magharibi). Hili ni husasani kwa Wayisrael, Wakristo, na Wamuslimu.

Hivyo basi, kutokana na haya ya siasa za mafuta duniani, na sheria hiyo ya kale, wanazuoni kadhaa (nje ya kutokea kwa muujiza) hujadili uwezekano wake hili la kujengwa Hekalu la III juu ya mlima wa hekalu wa Yerushalem, tokea nadharia 3 kama ifuatavyo: -

1. Kwamba, tetemeko kubwa la ardhi lita-sambaratisha mlima wa hekalu, na kila kilichopo juu hapo kuharibika hata matengenezo yasiwezekane. Utajiri wa mafuta wa Waarabu hupelekea wao kuwa na uwezo wa kulipia ujenzi mpya wa kama ilivyo kuwa awali pasipo usubirifu.

Tunafikiri Yisrael atakataa, kwa kigezo kwamba, sheria iliweka zuio kwa matendo ya mtu, au nchi, na siyo nguvu asili, hivyo pasipo zuio hilo tena, ardhi imerudi kwa mwenye nchi, naye atafanya hapo limpendezalo yeye mmiliki na siyo vinginevyo. Hapa ndipo Yisrael ataruhusu ujenzi wa Hekalu la III aidha katika vita au makubaliano.

1. Kwamba, magomvi kati ya madhehebu ya waangalizi wa hapo kati yao binafsi. Hivyo yafikirika aidha suni au shia ndiye atakaye lipua mabomu kuteketeza msikiti wa al aqsa na mduara wa mwambani.

Hata leo tayari historia inarekodi wao kufanyiana hivi maeneo yao mbalimbali duniani. Kutokea kwa hili kutapelekea Yisrael kurudisha umiliki wa ardhi kwake, kwani aliye kabidhiwa ameharibu kwa ridhaa yake mwenyewe. Hivyo kibali cha ujenzi wa Hekalu la III kitatolewa aidha kwa makubaliano au kwa vita.

1. Kwamba, chokochoko za wahamiaji haramu wa Kipalestina zitapelekea wana wote wa Yishmael (wafalme 12) kuivamia Yisrael. Hili litapelekea Yisrael kuteka nduguze wote hawa kwa babu yao Abraham, akichukua ardhi na nchi zao kuwa zake.

Hii ndiyo vita ya Zaburi 83 itakayo pelekea Yisrael kuu iliyo na utajiri wa mafuta hata Gog wa Magog aitamani. Hekalu la III litajengwa katika amani na utulivu wa ustawi wa Yisrael kuu isiyo hitaji hata kuta za ulinzi.

Aidha ni kwa jinsi hii au ile, sisi tunajua kweli moja tokea nabii kadhaa, Hekalu la III shuruti litakuwepo katika siku za mwisho. Mpendwa katika haya kuwa makini sana, kwani waandishi wa nabii za kale kuhusu nyakati hizi, waliwajua vema majirani zote hawa wa leo (inner circle). Ni kwa namna gani utajo wao haupo, na utajo wa majirani wa mbali (outer circle) kuwepo, yaashiria sana nadharia ya 3 kuwa sahihi. Kila ujadilifu wa zama hizo za mwisho ufanyikapo maandikoni, athari zao hazionekani kana kwamba hawapo tena (wiped out) katika ramani na historia ya Dunia.

Gazeti maarufu duniani la The New York Times (Marekani) kwa mwandishi wake Nazila Fathi tarehe 27.10.2005, lilimnukuu Raisi wa Iran Mahmoud Ahmadinejad (Muajemi siyo Muarabu) alipo kuwa akihutubia siku ya Jumatano mbele ya takribani wanafunzi 4,000 katika kipindi kiitwacho 'Ulimwengu Pasipo Wasiyoni' alitamka: Yisrael shuruti ifutwe toka ramani, na kwamba mashambulizi ya Wapelestina yataiteketeza. Kwa mdadisi wa nabii maandikoni, kauli hii ni kinyume kabisa na dhamira za Mungu YAHWEH Tzevaot[2].

Historia:

Katika utangulizi tulitaja wazi kuwa, jambo hili nyeti kwa waumini, na tata kwa walimwengu, lita-timizika katika wakati wake ulio pangwa hapa duniani. Inatuwia vema kwamba, wewe mpendwa ujue historia yote ya mahekalu na tabanako. Kwamba ujue kwa nini hili ni la tatu, na yapi yalilitangulia, na kwa nini inampasa Yisrael kulijenga hili pale wakati wake utakapo fika.

Mpendwa, hauwezi kutaja hekalu bila kwanza kulitazama tabanako la YAHWEH jangwani kwa ramani ile aliyo onyeshwa Mosheh. Ni kutoka hili ndiyo michoro aliyo pewa Shelomoh na baba yake mfalme David, yaweza eleweka vema. Sababu ni kwa misingi hii miwili, haya mawili ni ubunifu na haki miliki ya Mungu YAHWEH.

Katika miaka ile 40 jangwani, kila Yisrael walipo badili kambi, walihama na hili tabanako, na pale walipo piga kambi, tabanako la YAHWEH husimikwa kati ya kambi, akiwa kati ya watoto wake Yisrael. Kwa ajili ya ulinzi kuchunga watu dhidi ya utakatifu wake, lilizungukwa kwanza na Walawi kwa pande zote. Ndipo tena kuwazunguka wao, makambi ya viongozi wa wana wa Yahkob kwa makabila yao yote 12 yaliwazunguka pande zote.

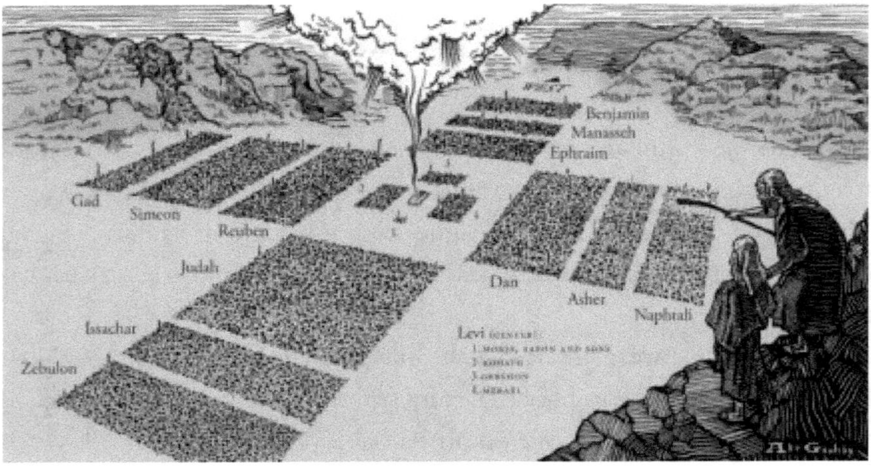

Upande wa mashariki ulio wa heshima na muhimu zaidi, walipewa kabila la Yehudah (Leah), Isakar (Leah) na Zebulun (Leah). Upande wa magharibi ulio wa pili kwa umuhimu walisimika hema zao wana wa Efrayim (Yosef-Rahel), Binyamin (Rahel), na Manase (Yosef-Rahel). Na kaskazini walikuwa wana wa Dan (Bilhah-Rahel), Asher (Zilpah-Leah), na Naphtali (Bilhah-Rahel). Kusini ni wana wa Reuben (Leah), Shimeon (Leah), na Gad (Zilpah-Leah).

Rekodi zadhihirisha mchana wingu liliwakinga jua la jangwani, na usiku mnara wa moto uliizinga kambi yote. Pia pale walipo kuwa wakihama kambi, mnara huu wa utukufu wa shekinah huwatangulia mbele kuwaongoza njia na kuziba nyuma. Kila kunapo kucha asubuhi huokota chakula cha maana isipo kuwa siku za Shabath tu.

Pale unapo geuka kulitizama hili tabanako kwa kila hali na namna, sisi huona vivuli vya utatu kila mahali. Kwanza kila walipo kuwepo; ilikuwa kambi nje, uwanja wa kusanyiko ndani ya wigo wa tabanako, na ndipo tabanako lenyewe. Tazama matumizi ya nuru; utaona nje ya tabanako ni jua na mwezi, mahali patakatifu ni nuru ya manora, na patakatifu pa patakatifu ni nuru ya utukufu wa shekinah. Hata katika watu; sisi huona Yisrael, kisha Walawi, na ndipo makuhani.

Tazama kafara maandikoni; ziko za mlangoni, pia ziko za madhabahuni ukumbini, na kisha zipo za madhabahu ya dhahabu ndani mahali patakatifu. Ndani ya mahali patakatifu vilikuwepo vitu 3; navyo ni meza ya mikate ya maonyesho, manora, na madhabahu ndogo ya dhahabu. Na ukiingia patakatifu pa patakatifu kama YAHWEH alivyo mmoja, napo lipo sanduku moja tu, lakini kama yeye alivyo na nafsi 3, basi ndani yake sanduku la agano vilikuwepo; maana, vibao vya maneno 10, na fimbo iliyomea ya kuhani mkuu Aharon.

Ujenzi wake hili tabanako ulitakiwa uwe kivuli kuligeza lile Mosheh alilo onyeshwa juu mlimani Sinai. Hii ndiyo nyumba ya mahusiano ya kwanza ambayo YAHWEH aliagiza ajengewe tokea mtu kuumbwa duniani, sababu maendeleo ya watu yalifika mahali toraha yake yaweza shushwa na kutekelezwa na mtu. Pia wakati wa kuanza rasmi mpango wa ukombozi ulikuwa umewadia. Hivyo kwa haya yote tabanako lilifanyika kivuli cha hekalu.

Liko hili jambo dogo lilo muhimu sana kutambua tokea mwanzo huu. Ujio wa hekalu haukukomesha uwepo wa tabanako, kwani uliongeza tokea hilo. Ndani ya hekalu (temple) ndimo tabanako (sanctuary) lilipo. Hili jambo utaliona katika tafsiri nyingi za agano jipya kuwatatiza wasomi wetu wa kimagharibi. Hiki ndicho awali tulikiita madhara ya kuiacha asili yetu ya Ukristo wa Kiyudea (Judeo-Christian).

Hekalu la I lilijengwa na mfalme Shelomoh wa Yisrael kuanzia mwaka 957/970BC na kumalizika mwaka 964BC. Utawala wa mfalme Shelomoh ulianzia mwaka 970BC mpaka 930BC. Hekalu hili lilijengwa kwa kadri ya maelekezo/ michoro fasaha (blueprint) aliyo pokea baba yake David toka kwa Mungu YAHWEH. Kimapokea husemekana kwamba, ujenzi wote ulikuwa kimya hekaluni, kwani kazi zote ziliandaliwa kabla ya kufikishwa hapo. Halikusikika shoka, au nyundo, au msumeno, au kifaa chechote cha chuma hekaluni. Mahali patakatifu na patakatifu pa patakatifu kulijengwa na makuhani.

Ufunguzi wake aliufanya mfalme Shelomoh kwa kafara ya mafahali 22,000 na kondoo 120,000. Kwa sababu wengi wao walikuwa ni kafara ya amani ambayo huruhusu kuliwa na hata asiye kuhani, basi ilikuwa sherehe ya taifa zima la Yisrael. Siku ya ufunguzi wake aliposali na kumsihi Mungu YAHWEH wa Yisrael kumkumbuka mpendwa wake David, ndipo moto mpya toka ule wa Mosheh ulishuka na kuiteketeza kafara iliyo kuwa madhabahuni. Huu ndiyo moto pekee kimapokezi utumikao hekaluni katika kipindi chote lilipo kuwa limesimama.

Inatajwa katika wakati wake, halikuwepo jengo la hadhi na taazima kama hili hekalu la mfalme Shelomoh. Hekalu lilijengwa kwa utajiri na ujuzi ambao bado kujulikana katika zama zake. Ndani ya hekalu hili mfalme David kwa maono, alipokea kila kitu kama Mosheh alivyo pokea kwa ramani yake ya tabanako. Dhana ya uwakilishi wa makabila 12 ndani humu, haikuwa kwa mikate pekee, bali sasa kwa meza za mikate, na hata kwa idadi ya manora ndani humo.

Tokea vyanzo vya Kiyehudah, yasadikiwa hekalu hili lilisimama kwa miaka 410. Ushahidi wa uwepo wake kwa sasa ni biblia na mapokeo ya Kiyehudah. Lakini zaidi ni makokomanga ya pembe za ndovu, na maandishi kumhusu mfalme wa mbari ya mfalme Davidi aitwaye Yehoash (II Wafalme 11:21). Pia yakubalika kuwa, uharibifu wake hekalu hili ulifanywa na mfalme Nebukadneza II wa Babiloni mwaka 586BC. Mpaka leo hii sanduku la agano bado kuonekana, au kuthibitishwa wapi lilipo. Ni kwa sababu hii Hekalu la II lilikuwa tupu ndani ya patakatifu pa patakatifu.

Uchunguzi wa kitaalumu wa kina ulibainisha tokea zamani kihistoria kwamba, hekalu hili alilojenga Shelomoh, halifanani na lolote kabla yake (ukitoa tabanako la Mosheh). Uchunguzi wa ujenzi na matumizi ya mahekalu ya Mesopotamia, na mengi ya Misri na ya Wafoneshia (Phoenician) ni tofauti kabisa na hili. Uko uwiano mdogo kisura na yale ya Misri, lakini vyumba vyake na kazi zake maalumu hazina mfanoe popote.

Kiebrania jengo hili alilojenga Shelomoh huitwa 'kodesh' yaani 'mahali patakatifu' kama inukuliwavyo toka I Wafalme 8:8-10. Pia hujulikana kama 'bayith' yaani 'nyumba kuu' kama isomekavyo toka II Kronikozi 3:5. Na sahihi zaidi ndiyo 'hekal' (temple) ilivyo kwenye I Wafalme 6:17, neno hili humaanisha pia 'kasri la kifalme.' Lugha yetu ya Kiswahili kwa usahihi kabisa ilijitwalia neno hili hekalu.

Kimapokezi, na kwa uelewa Yisrael huita hekalu alilojenga Shelomoh, ndilo Hekalu la I, na Hekalu la II ni lile la Nehemia na Ezra. Hivyo lile alilo-likuta Yeshua Kristo na kunukuliwa katika maandiko, wao huliita hilo hekalu la Herode, yaani likiwa mwendelezo wa lile la Nehemia na Ezra. Sisi tunajua kuhusu woga wao, kwamba mfalme-kiranja Herode asiye Myisrael, yawezekana akilibomoa lile la Ezra na Nehemiah lote, kisha asiweze kumalizia ujenzi au akaghairi kwa wingi wa gharama. Pia yafikirika mikono yake huyu ilikuwa na damu; kigezo ambacho YAHWEH alimzui David kujenga hekalu.

Kama woga huu ungekuwa kigezo cha haki, basi Adonai Yeshua Kristo wao kamwe asinge thubutu kuiita hiyo nyumba ya Baba yake: ... *Na alisema kwao ambao walikuwa wakiuza njiwa, Ondoeni hivi vitu pande zote; msiifanye nyumba ya Baba yangu nyumba ya maduka {maeneo ya wachuuzi}.* ... [Yokhana 2:16].

Pia wako wengi wafikiriao katika Luka 2:49 alituma neno hili 'oikos' ambalo hapo juu tumelitafsiri 'nyumba.' La hasha, neno alilo-tumia Luka ni 'pater.' Luka alikuwa msomi tabibu aliye jua Kigiriki vema kwa mlinganisho na kijana Yokhana kwa wakati huu aliye kuwa mvuvi. Wataalamu wa lugha hudai kitabu cha Yokhana chatumia wastani wa maneno kama 3000, wakati Luka anatumia endaikawa zaidi hata ya maneno 7000.

Kwa utundu wa kimaandiko hebu tuangalie hicho asemacho Luka kwa uwiano na Yeshua kuita hekalu nyumba ya Baba yake: Luka 2:43-49 ... *Na walipo kuwa tayari wamekamilisha siku {za sherehe za Matzah, Pesaka na Bikurimu}, pale walipo kuwa wakirejea, Mtoto Yeshua alibakia nyuma Yerushalem; na Yosef na mama yake {Miryam} hawakujua. Lakini wao, walifikiria yeye yuko katika msafara, wakatembea mwendo {safari} ya siku moja; na walimtafuta yeye kati ya ndugu na wanao juana. Na pale walipo shindwa kumpata, waligeuka kurudi tena Yerushalem, wakimtafuta yeye.*

Na ikaja kuwa, kwamba baada ya siku tatu walimpata yeye ndani hekaluni, amekaa kati ya marabai {walimu wasomi wa halakha na toraha}, kwa pamoja akiwasikiliza wao, na kuwauliza maswali. Na wote wale walio msikia yeye walishangazwa {na kushtushwa} na akili {marifa, uelewa} zake na majibu.

Na pale wao walipo mwona, walishangazwa sana: na mamake alisema kwake, Mwanangu, kwa nini wewe umetufanyia hivi sisi? Tizama, babako na mimi tumekutafuta wewe tukihuzunika. Na yeye alisema kwao, Hivi ni vipi hivyo kwamba nyie mnanitafuta Mimi? Je hamkujua ya kwamba inanipasa Mimi kufuatilia mambo[3] *ya Baba yangu?...*

Hivyo basi, toka vyanzo hivi ambavyo kwao Wayehudah bado ni tatanishi; sisi uhitimisha hata hekalu la Herode lilikubalika Mbinguni, na hivyo sisi kulifanya kuwa ndiyo Hekalu la II. Hekalu la marekebisho yaliyo fanywa toka lile la Shelomoh lililo la kwanza, sisi kwa usahihi huliita hekalu la Shelomoh lilofanyiwa marekebisho na Nehemiah na Ezra.

Hivyo hilo ndilo lile lilo la kwanza. Pia tunajua hekalu la Nehemia na Ezra halikupokea moto mpya, na wala wingu la utukufu halikushuka juu yake, au msingi mpya kujengwa kwa ajili yalo. Hivyo kwa haya linafanyika sawa na lile la Shelomoh, na kwa kuwa la Shelomoh ndilo la kwanza, basi hili la Herode lenye msingi mpya, na hata Yeshua kuhudumu ndani humo, ndiyo Hekalu la II.

Kwa kila jambo ipo sababu, na siyo sahihi kuhamisha umiliki kukidhi matakwa binafsi. Kwamba toka mfalme Shelomoh, ni huyu ndiye Waebrania wote wako chini ya ufalme mmoja hata kama chini ya ukoloni wa Kirumi. Chungua maandiko uone hata kwa Nehemia na Ezra, idhini na hata vifaa vya ujenzi na baadhi ya gharama zake, alilipia mfalme mkuu wa Uajemi-Midia (Midia-Persia). Je siyo kwa jinsi hii pia Hekalu la III yawezekana likajengwa?

Hekalu la I liliharibiwa na Wababiloni kwanza, na kwa uchukuo wa Yehudah, lilitelekezwa kwa takribani miaka 70 kabla ya Nehemia na Ezra kurejea na kuanza ujenzi wa marekebisho yake. Tunafundishwa walicho kikuta ni rundo la uharibifu huo. Na ni katika hali hiyo kafara ilianza na kazi ya marekebisho kushamiri. Kwisha kubomoa Wababiloni, walibeba kila chenye thamani na walivichukua kwao. Hata vile vitatakatifu walivitumia kwa kufuru. Na toka kufuru hiyo mwisho wa himaya ulitangazwa hadharani, kwa uandishi wa kiganja cha mkono ukutani pasipo mwandikaji.

Uchunguzi wa mapokezi hufunua kwamba, Nehemia na Ezra pamoja na kurudishia jiwe la msingi, lakini uharibifu huu haukuwa kama ule ujao wa Warumi kwalo Hekalu la II. Katika mwaka 70AD Kaisari wa Rumi aliagiza jeshi lake kuteka nyara zote toka hekalu la Yerushalem, lakini waliache limesimama kama kombe la ushindi (trophy).

Lakini kwa wingi wa dhahabu ukutani mwake, askari walirushia moto liungue. Hivyo dhahabu iliyeyuka na wao kuikangua hiyo toka makutano ya jiwe mpaka jiwe. Walifanya hivi hadi lisibakie jiwe lolote juu ya mwenzi wake, kama Adonai Yeshua alivyo sema kwa Matityahu 24:2, Marko 13:2, na Luka 19:41-45, 21:6 miaka takribani 37 kabla ya hili kutokea.

Kwa lile la Nehemia na Ezra, utaona walilikuta lile la Shelomoh bado lipo ijapo kuwa taabani kwa uharibifu na utelekevu wa takribani miaka 70 walipo kuwa uhamishoni Babiloni. Ni utawazo wa Koresh (Cyrus) Mkuu wa Uajemi (Persia) mwaka 538BC, ulio pelekea kuanza ujenzi wa marekebisho ya hekalu, ukuta, na mji wa Yerushalem. Kazi hii ilianza mwaka 521BC chini ya mfalme Dareyawesh (Darius) mkuu na kumalizika baada ya miaka 6 mwaka 516BC.

Yako mapokezi yasemayo; ruhusa ilitoka mara tu alipo kalia kiti cha ufalme kwa anguko la Babiloni kuu. Na kwamba hii ilikuwa hivyo sababu ni dini ya Kiyehudah kwa maandiko yake, iliyo mtambua hata kabla ya kuzaliwa kwake, na manabii wake kufanya yeye aelewe hilo. Hivyo hawa hudai ulianza mwaka huo-huo wa 538BC mpaka mwaka 515BC. Hivyo ulimalizika miaka 23 baadaye, katika siku ya 3 ya mwezi wa Dareyawesh mkuu (12 Machi 515BC), na kufunguliwa rasmi na gavana wa Uyahudi Zerubabel (huyu alikuwa Myehudah wa damu ya David aliyerudi).

Haya yalifanyika pale Wayehudah walipo ruhusiwa na mfalme Koresh kurejea Yisrael (Ezra 1:1-4, II Kronikozi 36:22-23). Ukisoma maandiko hayo, utaona mfalme Koresh akitoa andiko kwa ushawishi wa YAHWEH na ndani humo kumtaja yeye kwa jina lake binafsi kuwa Mungu, yaani YAHWEH ndiye Mungu aliye Yerushalem (wapagani waliamini miungu huishi katika maneo ya umiliki wao pekee).

Je wakumbuka hoja yetu kuhusu kwa nini Wayehudah hawampendi Herode awe kwenye historia ya mahekalu yao? Kwa andiko hili mfalme Koresh anataja hili hekalu la Nehemia na Ezra kuwa 'lake.' Kwani twajua rasilimali zake zilitumika, ukijumlisha wao Yisrael ni mateka kwa urithi wake tokea Babiloni. Hapo juu uliona ikitamkwa ushawishi wa andiko la tamko lake ulitoka kwa YAHWEH, na kwamba ni yeye huyo aliye muagiza kumjengea nyumba (siyo Yisrael?).

Kabla ya kuhamia Hekalu la II, vema tuka-kushirikisha uchunguzi wa historia ya nyakati hizo kuelewa nini kilikuwa chaendelea kisiasa hata kupelekea upendeleo kwa Yisrael. Hizi ni zama za Nehemia (Mlawi) zilizo takribani miaka 70 tokea tamko la marekebisho ya hekalu kutolewa. Hali ya mashariki ya kati ilikuwa tete kwa himaya ya Uajemi-Midia. Mataifa ya Misri kusini mwa Yisrael na Asyria kaskazini mwao, walikuwa katika harakati za hapa na pale, kujitoa toka ufalme wa himaya ya Midia-Uajemi.

Ni katika nyakati hizi ndiyo mzigo wa uzito wa pendo la YHWH kwa Yisrael alibebeshwa Nehemia (aliye kuwa msimamizi muaminifu wa chakula alacho mfalme). Hili lili-msononesha sana na kutenda yote aliyo tenda, hata achaguliwe gavana wa Yisrael. Mfalme alimpangia aende Yerushalem ili akafanye mageuzi na kurejesha maongozi ya toraha katika jamii hiyo (hili ni ajabu, lakini ni kweli ndicho alicho tumwa na mfalme wa Midia-Uajemi wa zama hizo).

Mfalme alijua Yisrael iliyo imara na kushikamana pamoja naye tokea mapendeleo anayo wafanyia, watakuwa ni ngome imara ya magharibi ya mbali, kuthibiti rabsha za majirani zao hao wawili. Pia kwa kufanya hivi, Yisrael hawataona umuhimu wa kuungana na waasi hao. Kwa jinsi hii YHWH alipelekea upendeleo kwao kidini, kiuchumi, na hata kisiasa, sababu aliruhusu kimsingi wajitawale wenyewe lakini wakiwa ndani ya ufalme wa Midia-Uajemi. Hivi ndivyo mkono wa YHWH utendavyo katika historia (mstari wa wakati) kufikia yale yaliyo pangwa tokea kuwekwa kwa misingi ya Dunia.

Mfalme kibaraka wa Rumi Herode, yeye pamoja na kutoamini (siyo Myisrael), historia yaonyesha haku-ruhusiwa kulivunja hili hekalu chakavu kwa marekebisho. Hivyo hakuwa na uwanja, bali alijenga kubwa zaidi kulizunguka hilo la awali. Walimwekea sharti hili kwa kuhofia asije ishia nusu au kushindwa, na wao kukosa hekalu. Hii pia yathibitisha hili lake ni jipya kabisa toka hilo la awali.

Tunajua hili ndilo Yeshua alilo sema kwa kulifumbia atalivunja na siku ya 3 ataliinua upya. Tazama majibu ya Wayehudah wajenzi walio kuwa bado wakiendelea pale kwa: Yokhana 2:20 ...*Ndipo Wayudea*[4] *walisema, Miaka arobaini na sita {46} hili hekalu lipo katika ujenzi {linajengwa}, na wewe utaliinua juu katika siku tatu {3}?* ...

Historia yaonyesha msingi wa lile la Shelomoh, na kwa marekebisho ya Nehemia ulibadilishwa, na kazi kubwa na ya zaidi kuzidi sana, na eneo kupanuliwa ilifanyika. Inasemekana katika zama za karne ya kwanza; kama haujaona hekalu la Yerushalem, basi wewe haujaona jengo zuri duniani.

Wachimbaji wa chini Yerushalem wanasema; bado kuona msingi wa lile la Shelomoh, bali huona hili la Herode, ni kwa sababu juu yake alilijenga hili. Ni kwenye umri wa mawe ya ujenzi wa mduara wa mwambani, ushahidi wa misingi ya yote mawili hupatikana; yaani lile la Shelomoh (pamoja na marekebisho yake kwa Nehemia) na hili la Herode.

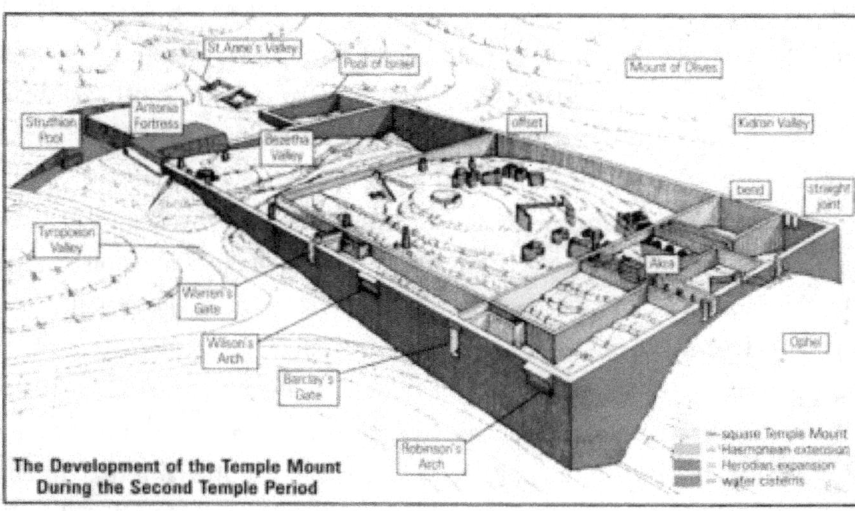

The Development of the Temple Mount During the Second Temple Period

Mwanahistoria wa Kiebrania Flavius Yosefus katika ajira ya Rumi aliandika kwamba, Herode mkuu alijenga tena hekalu lote mwaka 20BC-18BC. Ni huyu ndiye aliye sema Herode alibadili mpaka mawe ya msingi na kusawazisha eneo la juu la mlima wa hekalu. Kutokana na uasi wa miaka 4 wa Yisrael, mwaka 70AD Yerushalem na hekalu lake viliteketezwa kabisa na Warumi. Kwa hili ilitimiliza ule utabiri wa Nabii Mkuu Adonai Yeshua Kristo wa Yisrael kwamba, halitabaki jiwe juu ya jiwe.

Uteketezi huu wa Warumi ndiyo ushahidi makini kihistoria kwamba, mwaka 70AD katika mji wa Yerushalem ya Yisrael, lilikuwepo hekalu la Mungu YAHWEH. Mnara huu ulijengwa kama kumbukumbu kwa kamanda kiongozi wa uvamizi mtoto wa Kaisari Vespasiani (69AD-79AD) aitwaye Titus[5]. Huyu naye alikuwa Kaisari tokea 79AD – 81AD (alifuatiwa na kaka yake Dominitian 81AD-96AD). Ni kwake huyu ndiye Seneti ya Rumi iliagiza ujengwe mnara wa kronikozi ya ushajaa wake (81AD/82AD) kule via Sacra Rumi, kusini-mashariki mwa 'Circus maximus.'

Ni katika picha ya mgando huu wa historia, ndiyo kweli na hakika ya uwepo wa hekalu Yerushalem huthibitika pasipo shaka wala ubishi tena. Picha hii yaonyesha askari wa Rumi wamebeba menora ya Hekalu la II alilojenga Herode. Menora yafichuliwa hapa kama nyara ya thamani kuu, kwani ilichongwa toka pande moja la dhahabu safi. Ni utajiri wa nyara za dhahabu toka hekaluni kwa mlinganisho na madeni ya Rumi, ndiyo Seneti ya Rumi ilimuenzi kwa mnara Titus. Ni kwa wingi wa dhahabu hizi, mjenzi Rabirius alielekezwa kuujenga karibu na jengo la fahari yao kuu lijulikanalo kama Kolosiamu.

Ni mapokezi sahihi kwamba, ujenzi wa hekalu hili chini ya mfalme Herode ulianza kwa mapanuzi makubwa kutengeneza uwanja wa mlimani. Ni eneo la chini la ukuta wa magharibi lisimamalo leo kama ushahidi wa usawazisho huu alio ufanya Herode juu ya mlima wa hekalu. Katika kipindi chote cha ujenzi, ibada na kafara ziliendelea kama kawaida. Na juu yake huu msingi mpya, alijenga hekalu zuri na la kutamanisha macho kupindukia. Hili ndilo hekalu Warumi walilo libomolea mbali, hata pasibaki jiwe juu ya jiwe.

Ni mabaki ya hekalu hili yaliyo tumika kwa ujenzi wa kasri na hekalu la mungu jupita. Nao wa Byzantini walitumia mabaki hayo kujengea kanisa. Lakini ni mpaka mduara wa mwambani (dome of the rock) ulipo jengwa mwaka 687AD-691AD mabaki ya mwisho ya hekalu yalibomolewa. Mabaki ya hekalu la Herode leo hii ni ngazi zielekeazo kwenye mduara wa mwambani.

Uchunguzi umebainisha haya ni mawe maalumu ambayo yanavuka kipindi cha Herode, na yanafikirika yalikuwa sehemu ya ukuta wa mhimili wa mlima wa hekalu aidha zama za Shelomoh au Nehemia. Wasimamizi wa eneo hili wa sasa kwa hadithi hudai: ni juu yake nguzo zake ndipo roho za watu zitapimwa kwenye mizani siku ya hukumu [hii picha tumeipiga sisi wenyewe katika zama za uandishi].

Sisi tunajua bayana kwa maandiko matakatifu na vitabu vya historia ya Yisrael kwa Midoth 1:3, 2:4, Yoma 7:2, pamoja na Talmudi ni Yoma 68a na Zabahim 105b kuwa, eneo hili ni milki halali ya Yisrael. Tena ni hivi kwa shahidi za kale kuliko zote, hata kwa sayansi toka mafukuzi ya kale (archeology), kila kinacho chimbuliwa humo ni mabaki ya historia ya Yisrael. Wakristo wote huafiki umiliki wa Yisrael kihistoria, na kwa maandiko matakatifu, kuwa kweli na amin.

Kama hivi ndivyo, sasa vipi yeye Yishmael aliye pewa wafalme 12 na pasipo urithi wowote hapa, lakini kwa dini yake hii mpya, kudai kuwa eneo hili la mtoto wa mdogo wake Yitzhak (Yisrael-Yahkob) ni stahili yake? Kujibu hili upendoni twahitaji kufanya mapitio toka vitabu vya historia vilivyo andikwa na watu wanao kubalika na dini ya Islamu kuwa simulizi zao ni sahihi.

Kwa usahili wetu mfupi tuliweza kujulishwa kuwa, eneo hili ndipo Ismail alipo tolewa kafara na Ibrahimu, na pia hapa ndipo mtume wao alipo letwa na mnyama toka Mecca mpaka Yerushalem kukutana na Ibrahimu, Musa na Issa. Hadithi hii (El Burak) iliandikwa takribani miaka 200 kwa mara ya kwanza tokea afe mtume huyo. Tafsiri rasmi ya maandiko yao ilianza 650AD katika uongozi wa Uthman miaka takribani 18 tokea kifo cha kiongozi wao.

Historia ya uwepo wa jengo la al-aqsa juu ya mlima wa hekalu (temple mount) inaanzia takribani mwaka 621AD, wakati vitabu vyao vilipo andika kuhusu 'msikiti wa mbali' (al aqsa) ambao ni msemo ukitafsiriwa awali kama eneo Mbinguni. Na kama ilimaanisha Yerushalem ya Yisrael, basi pangeitwa kitabuni mwao (30:1) 'nchi ya karibu' (adna al-ard). Katika zama hizi Yisrael haukuwepo msikiti wowote. Pia katika zama hizi ilifikirika eneo hilo la mbali ni Medina au Ji'rana kama maili 10 hivi toka Mecca ambako kiongozi wao alikutembelea mwaka 630AD.

Kimsingi Yerushalem inatajwa mara baada ya kutekwa nao mwaka 638AD ukizingatia kwamba, mapokea ya maandiko yalishakoma kwa kifo cha kiongozi wao mwaka 632AD (alizaliwa 570AD). Muhammad ibn al-Hanafiya (636AD-700AD)[6] ambaye alikuwa rafiki wa karibu wa kiongozi huyo, amebaki kwenye historia akiwalaumu Umayads wa Syria wanaodai unyayo wa Mungu uko kwenye mwamba, wakati ni Abraham pekee na hata kiongozi wao hajawahi fika hapo.

Kati ya mwaka 709AD-715AD Umayads kuongeza ushawishi wao, walijenga msikiti Yerushalem, kwenye mlima wa hekalu na kuuita msikiti wa mbali zaidi (al masjid al aqsa). Inafikiriwa kuwa ni kalipha Walid, mwana wa Abd el-Malik ndiye aliye jenga al-aqsa na mduara wa mwambani.

Mwanahistoria wa Kipalestina A L Tibawi aliandika: inafanya hakika jina la msemo lilotumika kitabuni. Pia Yerushalem inakuwa sehemu muhimu kitabuni. Pamoja na hili ni tafsiri mpya za maandiko ya awali kuhusisha Yerushalem. Maandishi hayo pia hutaja Yerushalem, na hutumia hata neno mlima wa hekalu.

Tofauti na huu msikiti, mduara wa mwambani (dome of the rock) ulianza kujegwa mwaka 688AD na kumalizika 692AD. Uliona ujadilifu wa msingi wa mduara huu awali. Imerokodiwa pia kwamba, al-aqsa mara baada ya kukumbwa na tetemeko la ardhi 1034AD wajenzi waliupanua kuingiza watu 5000, na kufanya hivi walitumia nguzo na zege za kanisa la Kikristo la Byzantine walilo livunja. Ni kwa sababu hii maandishi ya ukuta wa nje wa mduara wa mwambani, hushambulia Ukristo zaidi na siyo Yehudahizimu.

Imani zote hizi 3 huafikiana kuhusu uwepo wa Mungu mmoja, na kutofautiana kabisa kuhusu yupi ndiye, jina lake nani, nafsi zake, wasifu wake, na hata kuhusu chaguzi zake. Bado wote hukubaliana kuhusu mwanzilishi wa imani kuwa Abraham, na mtu wa kwanza aliye umbwa ni Adam. Kimsingi wote hukubaliana kuwa; vitabu vya toraha, zaburi, na mitume ni sahihi. Uyahudi huipinga injili wengine huiafiki, na Wayehudah na Wakristo kwa pamoja huvipinga vitabu vyote vya uislamu. Ni itikadi makini sana ya kitabu chako hiki kuwa, wasifu na jina la Mungu anaye abudiwa na Yisrael na Wakristo ni Mungu YAHWEH, na huyu siye anaye abudiwa na dini yeyote nyingine duniani.

Tunajua wako ambao maelezo haya kwa namna moja au nyingine yalikuumiza roho na kuteseka sana nafsini. Tunajua nini kikupitacho moyoni mwako hata sasa mpendwa. Tazama ukakamavu wa sura yako ulipo kuwa ukisoma, na jazba ilivyo nguruma ndani yako. Kama inakuwa hivi kwako wewe usiye askari, je ikoje kwao walio zaliwa mashariki ya kati wakiandaliwa toka udogo wao katika chuki dhidi ya Yisrael, na wale wa Yisrael kijidhatiti imara dhidi ya mahasimu wao maishani mwao mwote?

Kati yetu tusomao hapa wako waaminio kweli, wako walinzi wa imani zao katika haki, wako watafutao heshima ya dini au dhehebu lao pasipo kujali lolote jingine, wako wanazuoni makini, wako wanazuoni uchwara, wako wakufunzi, wako wasio amini, wako watafutao malumbano, pia watafutao kweli, wako wanafunzi, na zaidi wako wachunguzi wa maarifa, na pamoja nao ni wewe mpendwa. Je sasa wasikiaje nafsini mwako kuhusu ujenzi wa Hekalu la III?

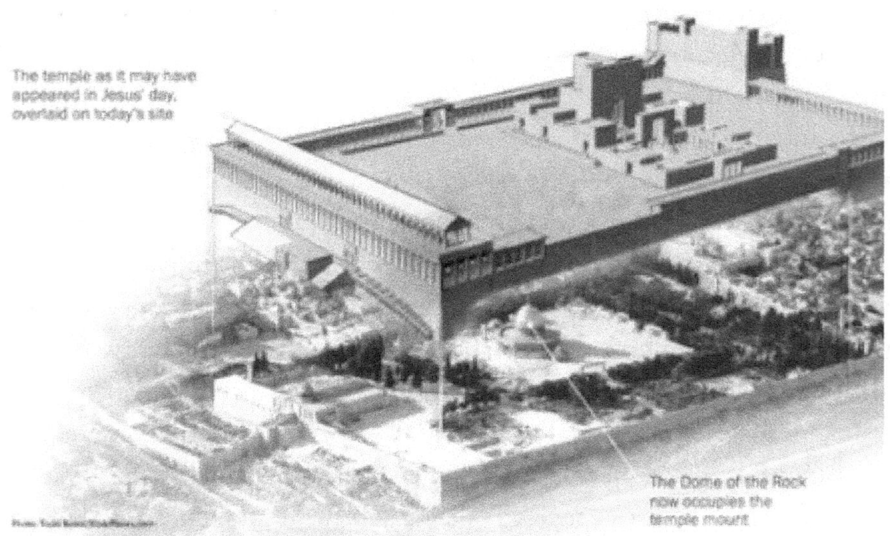

Mpendwa sisi tumevinjari kazi nyingi Ruak HaKodeshi alizo wapa askari wake wengi, ambao baadhi yao tayari wako medanini.

Mashujaa hawa watanguliao mbele yetu, pamoja na wengi wengine ni Dr. David Reagan (Christ in Prophecy/ Lamb & Lion Ministry), Perry Stone (Manna Fest), Tom Bradford (Torah Class), Grant Jeffrey (Bible Prophecy Revealed) na wengi wengine. **Heshima, ukuu, na enzi, na utukufu, vina wewe YAHWEH Mungu wetu pekee!**

Na hili sasa ndiyo kofili la wateule; kwamba, siyo kila asomaye hapa hustahili kufunuliwa kweli hii. Wako maalumu ambao YAHWEH aliwaandalia kweli hii tokea misingi ya ulimwengu. Wewe huyo, pale usomapo hapa, utaona uzito wake ndani yako. Kweli hii itakugusa tofauti na miguso yote ya awali maishani mwako. Hivyo sasa wajua ni yeye aliye kugusa, sababu leo tume-kushuhudia, na ushahidi wetu ni timamu. Je hakusema ataliandika agano lake ndani mwako wewe hekalu lake? Alisema[7].

Maarifa na chimbuko la uelewa wa hekalu ni tabanako la jangwani. Tofauti na hekalu libakialo mahali pamoja milele, tabanako kama wewe mtu walitangatanga pamoja huku na kule jangwani. Lakini ni Kanisa lilofanyika mtu, ambapo kivuli cha tabanako kilikamilika kama vile cha hekalu kilivyo kamilika. Mwili wa mtu hufanyika hekalu kupitia Kristo Yeshua aliye kichwa chake. Je haikuandikwa kwa I Wakorintho 2:16 tokea uelewa huu, kuwa sisi tunazo akili za Kristo?

Mpendwa, hivi wajua kuwa Yisrael kwisha pokonya utaifa wake mwaka 1948, na kushinda vita ya Yerushalem mwaka 1967, jumuiya ya Kiyehudah, magazeti, na hata baadhi ya Rabai maarufu walishawishi wakati umefika kwa Yisrael kufanya kile alicho fanya mfalme David pale alipo iteka Yerushalem? Hawa wote walidai: pale Yisrael atakapo rudi katika nchi ya ahadi, na kumiliki ardhi, na kuwa na uwezo kisiasa, kijeshi, kiuchumi na kiimani; ni lazima walijenge tena hekalu la Mungu YHWH pale-pale lilipo kuwa Hekalu la I.

Hata usomapo hapa, Yisrael anaendelea kulilia hekalu hili jipya kwa YAHWEH Elohim wake katika ukuta wa Magharibi akiapa: **kama inakupendeza Hashem** (YHWH) **basi katika kizazi hiki, na hekalu lako lijengwe.** Amin!

Je umesha wahi kujisomea II Shemuel 7:5-17, au Hagai 1:2-10? Vipi nyie mmesharudi na kuyajenga tena maghofu yenu, wakati uwanja wa nyumba yangu unabaki ukiwa, huku mkienda nyuma na mbele kuigiza kulia hapo ukutani. Ni nini hicho mnacho kifanya, na kwa faida ya nani, au kwa nini mwafanya hivyo? Hii picha juu inatuonyesha sisi tukiwa ukuta wa magharibi pamoja na kaka zetu Yisrael, hakika wao hutenda hayo yote wanayo tuhumiwa.

Nabii za Hekalu la III:

Ziko nabii zaidi ya 40 katika maandiko matakatifu, ambazo zashuhudia kweli hii moja kuwa: ni shuruti hekalu lijengwe na kusimama Yerushalem kabla ya ujio (wa pili) wa Mashiah (Yeshua). Bado kitambo kidogo kwa ukamilifu wake hili, kwani hii ni kauli ya Mungu YAHWEH, tokea ahadi zake zote hizo. Kwa kuwa hizi ni nyingi sana kuoredheshwa hapa, hivyo turuhusu sisi kuchagua 7 zilizo makini, na rahisi kueleweka kama zifuatavyo: -

1. Kwa Daniel 8:14 na 9:24, tunaona mahali patakatifu (kodesh) na patakatifu pa patakatifu (kodesh HaKodeshim) pakifanyiwa utakaso ndani ya mwendelezo wa wiki la 70 kumaanisha hekalu litasimama tena.
2. Tazama Daniel 12:11 ... *Na tokea wakati [kafara] ya kila siku itakapo ondolewa {simamishwa}, na sanamu {ya kufuru} ya kushangaza {kusikitisha na kushtua} itakapo simamishwa, [hapo zitakuwepo] siku elfu mia mbili na tisini {1,290}.* ... [Siku 1,290÷360 = miaka 3.583 - mwezi wa kalenda ya Kiebrania una siku 29 au 30, hivyo hiyo ni miaka 3 na miezi 5].
3. Amos 9:11 ... *Katika siku hiyo Mimi nitaliinua juu banda {suka} la David ambalo limeanguka, na kuliziba nyufa zake; na Mimi nitayainua magofu yake, na Mimi nitalijenga kama katika siku za zamani:* ... Andiko linazungumzia nyumba ya David (familia yake), kwa kadri ile-ile lizungumziavyo hekalu Mungu alilo muagiza mwana wa mfalme David kulijenga (tokea maandalizi ya baba yake David). Unabii huweza tokea hata mara mbili ndani ya mstari wa wakati (duality of reality).

Pia kumbuka Amos aliliona hekalu lilofanyiwa marekebisho na Nehemiah na Ezra ambalo ni la Shelomoh, lakini hapa YAHWEH analiita la David, sababu ndiye waliye ongea kuhusu ujenzi wake hata ampe ramani (blueprint).

1. Malaki 3:1-4 tunaona YAHWEH akitaja kwa Yisrael kwamba, Mashiah wao (Yeshua) anakuja hekaluni mwake. Picha ya kwanza hekalu lake ni Yisrael, nayo ni sahihi. Lakini ukiendelea kusoma chini utaona kwamba, hakika anakuja kuingia ndani ya Hekalu la III katika Siku ya YHWH. Tena ni Walawi wale-wale ndiyo wanao rudia ukuhani wao kuhudumu humo.
2. Ufunuo 11:1-2 ... *Na hapo nilipewa mimi fito {urefu labda mita 3.81} inayo fanana na nondo: na malaika alisimama, akisema, Inuka, na ulipime hekalu la Elohim, na madhabahu, na wale ambao wanaabudu ndani humo. Na uwazi {barazani} ambao uko nje ya hekalu uache nje, na huo usiupime; kwani huo umepewa kwa wapagani {mataifa}: na mji mtakatifu wao shuruti wataukanyaga miguuni miezi arobaini [na] mbili {42}.* ...

Hiki ndiyo nusu ya kwanza ya wiki la 70 litakavyo kuwa, yaani miaka 3.6 ya kipindi cha tabu (Daniel 12:11). Hata kwayo maandiko haya, hekalu lasimama Yerushalem katika siku zilizo mbele yetu.

1. Ufunuo 13:6 ... *Na yeye aliufungua mdomo wake katika kufuru dhidi ya Elohim, kulikufuru jina lake, na tabanako lake, na wale waishio Mbinguni.* ... Ukisoma andiko la 5 utaona miaka 3.5 ya mwisho (tabu kuu) ikitajwa, na kuhusu donda lake la kifo ni mstari wa 3, na hakika ya kufuru watendayo hapo hekaluni ni andiko la 4 kwamba, wanao abudiwa humo ni mpingaKristo na lucifer (II Wathesalonike 2:4).
2. Daniel 11:31 ... *Na majeshi shuruti yatasimama katika upande wake, na wao watapatia unajisi mahali patakatifu palipo zuiwa {na pazia la hekaluni}, na shuruti atasimamisha [kafara] za kila siku, na wao wataweka sanamu ya kufuru ambayo huleta fedheha {mshtuko na masikitiko}.* ... Haya yatatendeka ndani ya kipindi cha Tabu Kuu hekaluni.

Katika uhariri tumeondoa maandiko mengi sana ya tafakari hapa. Kwa lengo kwamba, wewe uongeze kasi katika usomaji wako. Tumefanya hivyo ili kupunguza matumizi ya muda wako katika mada hii ambayo siyo tegemezi (kwa kiasi kile) katika ukombozi wako.

Vita Zitakazo Pelekea Ujenzi wa Hekalu la III

Hii dhana ya kwamba, inakuja vita ambayo ukamilifu wake utapelekea ujenzi wa Hekalu la III, ilishatajwa kwa nadharia zile 3 awali, lakini hakuna ujadilifu wowote ulio tolewa kufanyia uhalalisho wake. Hivyo mada hii inalenga kuendeleza ujenzi juu ya nadharia zile, hata wewe uvutike na kujawa bashasha ya kujua zaidi.

Hivyo katika kuhitimisha lengo hili, tutachambua kwa makini vita ya Zaburi ya 83, na Vita ya Yehezkel 38-39. Kwetu sisi uwepo wake vita hizi mbili katika nyakati hizi za mwisho, huashiria ukamilifu wa nyakati kama tuzijuavyo.

Vita ya Zaburi 83

Nyimbo Zaburi ya Asaf.

Wewe usibaki kimya, Oh Elohim: usifanye amani yako, na usitulie, Oh Elohim.

Kwani, loh, **adui zako wanafanya ukelele wa vita:**

na wale ambao wanakuchukia wewe wamekiinua kichwa.

Wamefanya mashauriano ya hila dhidi ya watu wako, na kuulizia dhidi ya wafichwa wako.

Wao walisema, **Njoo, na acha sisi tuwakate toka [kuwa] taifa,**

kwamba jina la Yisrael lisiwepo tena katika kumbukumbu.

Kwani wao wameshauriana pamoja kwa kusudio moja:

Dhidi yako **wamefanya mkataba wa umoja:**

Hema za Edom, na za Yishmael; za Moab, na za Hagrii;

Gebali, na Amoni, na Amalek; za Peleshet pamoja na wakazi wa Tsore;

Ashshur naye amejiunga nao: wanaye Zeroah wana wa Lot. Tafakari

Tenda kwao kama kwa Midyan; kama Siserah, kama Yabin, pale katika kijito cha Kishon:

Waliangamizwa Endor: wakawa samadi ya ardhi.

Wafanye wakuu wao kama Oreb, na kama Zeheb: ndiyo, wafalme wao kama Zebah, na Salmunaa:

Ambao walisema, acha sisi **tuchukue makazi ya Elohim kuyamiliki.**

Oh Elohim wangu, wafanye wao kama mavumbi ya kisulisuli,

mithili ya mabua mbele ya upepo.

Kama moto uchomao kuni,

na kama cheche iwashavyo mlima wote;

Hivyo wakimbize kwa tufani yako, na wafanye wao waogope kwa dhoruba yako.

Jaza nyuso zao kwa aibu; kwamba walitafute jina lako, Oh YAHWEH.

Acha wao waaibike na kutaabika milele; **ndiyo, acha wao watiwe aibuni, na kuteketea:**

Kwamba iweze julikana kuwa wewe, jina lako pekee Eliyoni YAHWEH, juu ya Dunia yote.

[**msisitizo wa maneno yaonyeshayo lugha ya vita tumeweka sisi**]

Huu ndiyo uelewa wetu wa unabii huu: ni bayana kuwa adui za Yisrael pia ndiyo adui za YAHWEH. Hapa tunaona ombi likifanywa kiunabii kale kwa ajili ya kesho ya Yisrael, pale adui atakapo kiinua kichwa chake kumshambulia (hii ni lugha ya nyoka kwani ndiye adui). Yisrael iko chini ya ulinzi wa YAHWEH, na hivyo uficho mwake wadumu milele.

Mahmoud Ahmadinejad aliye kuwa raisi wa taifa la Iran kule Uajemi (Persia) mwaka 2005-2013, alitamka mara kwa mara na kunukuliwa na vyombo vya habari takribani vyote duniani, udhihirisho wa chuki zatiti dhidi ya Yisrael. Huyu ni mwanazuoni na siyo lumpeni-proletarieti[8] kidini, hivyo anajua atoapo maarifa hayo. Uhasama siyo na Yisrael, bali Mungu YAHWEH ambaye kwake Yahkob anasimama. Hivyo huyu ni domo kaya atumiwaye kwa kadri ya uelewa wa Waefeso 6:12.

Tarehe 30, Oktoba 2005 akitoa hotuba Tehran kwenye mkutano ulio julikana kama "Ulimwengu Pasipo Usiyoni' (The World Without Zionism)[9] alinukuliwa kutamka maneno ya chuki kuu na takribani vyombo vyote vya habari duniani akisema: "Mpendwa imam wetu (akimrejelea Ayatolla Khomeini) alisema kwamba himaya iliyo jishinikiza lazima ifutwe toka kwenye ramani na hii ilikuwa kauli ya busara sana. Hatuwezi kuafiki suala la Wapelestina." Mwisho wa kumnukuu.

Tuirudie Zaburi ya 83: Iko siku yaja tokea chuki hizi, majirani zake wote watakapo fanya ushauri na mkataba wa hila kumvamia kwa pamoja. Ndipo anawataja hao kwa utambuzi wa leo kuwa ni Wapelestina, Saudi Arabia, Misri, Hezbulah, Hamas, Syria, Iraq, na watakao kuja kuwepo Sinai ya Misri.

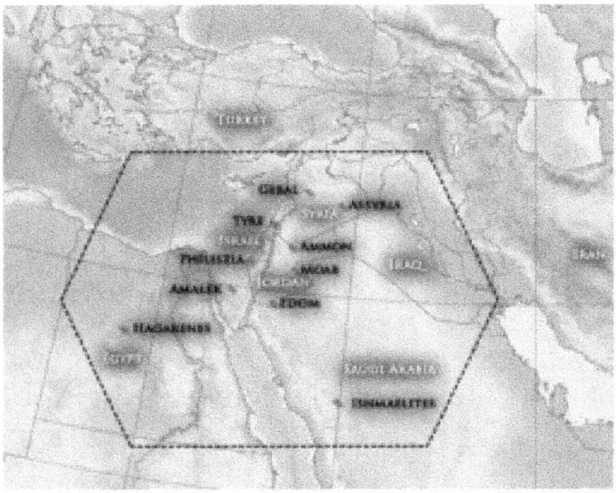

MATAIFA JIRANI YA YISRAEL TOKA ZABURI 83

JINA LA KALE	JINA MAHALI WAHUSIKA LEO
Edom	Wapelestina, Yordani Kusini
Yishmaeli	Saudi Arabia
Moab	Wapalestina, Yordani ya Kati
Hagrii	Misri
Gebali	Hezbulah, Kaskazini Lebanon
Amoni	Wapalestina, Kaskazini Yordani
Amalek	Eneo la Peninsula ya Sinai Misri
Peleshet	Filistia - Hamas, Gaza
Tsore - Tyre	Hezbulah, Kusini Lebanoni
Ashshur	Syria, na Iraq Kaskazini

Kisha unatolewa mfano wa walio tamani kuchukua ardhi miliki ya YAHWEH kale, na kukiona cha mtema kuni. Hivyo hawa wa leo inatajwa kushambuliwa kwa kimbunga cha upepo wa kisulisuli usio bakiza chechote katika maeneo yao. Na kwisha hilo ni moto utakao teketeza eneo lao kabisa. Na wale wa pwani tufani kama dhoruba ya tsunami itaangamiza maeneo yao hata yasiwepo. Hivyo toka matendo haya makuu 3 angani, ardhini, na majini, wata-tahayari na kumtafuta YAHWEH awasamehe. Hivyo hata katika mauti haya ya kufutwa kwao, wataaibika na kutaabika milele. Hivyo kwa gehena ya aibu, wata-teketezwa wasiwepo tena milele.

Hivi ndivyo YAHWEH atasimikwa ulimwenguni kama ndiye Mungu pekee aliye juu (eliyon), na mwingine kama yeye hayupo. Na tokea hili la kufutwa kwao duniani watu na mataifa haya hasimu, amani itafika Yisrael, na kubadilika ufikapo ujio wa vita ya kwanza ya Gog na Magog.

Sasa basi, kwa andiko la II Kronikozi 29:30, sisi tunajua mtunzi huyu Asaf wa Zaburi 83 alikuwa nabii. Asaf aliandika zaburi 12 maandikoni na hii Zaburi 83 ndiyo ya kinabii kuliko nyingine zote alizo andika. Pia tunajua zaidi ya kuwa sala ya maombolezo (imprecatory prayer) unabii huu una-mchanganuo wa mataifa jirani ambayo kwa jinsi ya umoja huu, bado kihistoria kupigana vita na taifa la Yisrael.

Tena wakati Asaf alipo kuwa akiandika, mpaka Hezekiah alipo kuwa mfalme wa Yisrael, himaya ya Ashshur (Assyria) haikuwa hata hasimu wake mpaka miongo mingi mbele. Katika orodha ya mataifa 10 aliyo yataja 2 hayakuwepo wakati wake (1000BC), kuthibitisha alikuwa akizungumzia siku za mbele zijazo.

Katika unabii huu, hema ya Waedom ndiyo wana wa Esau wajulikanao na wasomi makini leo kuwa, ndiyo walio changanyika na wakimbizi wajiitao Wapalestina. Asaf alikuwa akizungumzia tatizo la Wapalestina ukanda wa magharibi (ya mto Yordan), kwani hili ndilo kundi la watu linalo tajwa kama kabila au jamii, pasipo utaifa maalumu.

Makazi ya wakimbizi wa Kipalestina (hema la Edom) ndani ya Yisrael ilipo kuwa taifa mwaka 1948

Sisi tuna-kubaliana na mwanazuoni Bill Salus (kitabu Isralestina – Prephecy Depot Ministries) kuwa, vita hii ya Zaburi 83 haijali wapi uchukuo upo, kwani uchukuo hauhitaji ishara yeyote kutokea (imminent return). Uchukuo waweza fanyika hata leo usomapo hapa, au kabla ya vita hizi au hii, au mwishoni mwake nakadhalika. Ila ni sahihi kusema; vita hii shuruti itangulie ujio wa pili wa Adonai Yeshua Kristo.

Pia tunajua vita ya Yehzekel 38-39 ijulikanayo kama vita ya kwanza ya Gog na Magog, uhitaji Yisrael iliyo kaa kwa amani, lakini katika uwepo wa majirani hawa hasimu, hatuoni uwezekano wa amani hiyo. Hivyo sisi hujiridhisha kuwa, hii ndiyo vita ambayo itapelekea kufutiliwa mbali kwa majirani hawa hasimu kabla ya vita ya Gog na Magog. Na Kuthibitisha hili: majirani na mipaka ya Yisrael katika vita hii ya Yehzekel ni tofauti, kwani shuruti itanguliwe na hii ya Zaburi.

Vita hii ya aina yake hutaja majirani ambao hushirikiana nao mipaka na nchi takatifu leo. Majirani hao kama ulivyo ona awali ni Saudi Arabia, Lebanon, Yordani, Misri, na hata Syria wakiwakilisha maeneo yalio kaliwa awali na Ashshur, Tsore (Tyre), Edom, Moab, Amoni, Hagrii, na hata Yishmael. Pamoja nao hawa ni mahasimu wa Kipalestina watakao kuwa katika maeneo ya kale ya Gebali, Peleshet (Filistia), na Amalek.

Tazama kwa makini sana hiki kitendo cha kuorodhesha mataifa sambamba na makundi kwa kabila za kijamii (ancestral heritage), kwani kwacho amefichua hali halisi itakavyo kuwa katika nyakati za ukamilifu wake. Ziko jamii ambazo hazitahitaji taifa kuwepo hapo zilipo. Tunajua hii ni kweli leo kwa Hezbulah, Hamas na hata wakimbizi haramu wanao jiita Wapelestina.

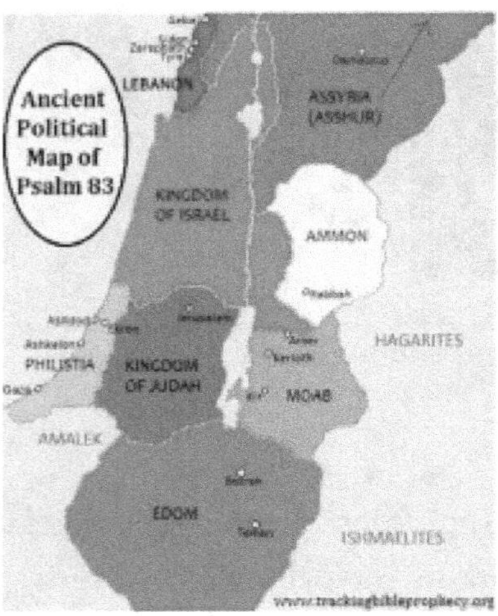

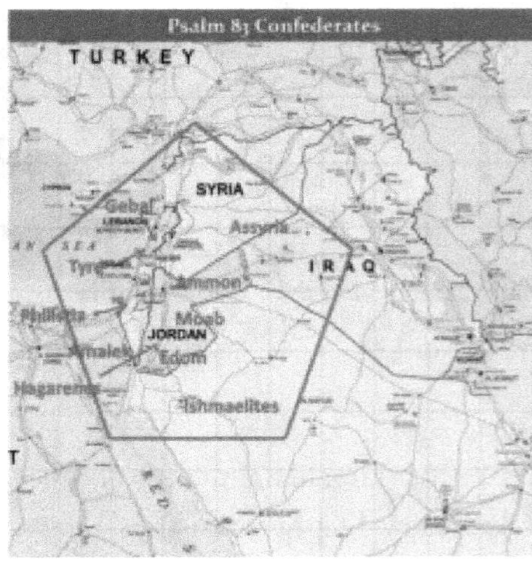

Hii vita yafikiriwa kuwa sehemu ya vita za mwisho wa nyakati, sababu ni toka matokeo ya hii ndiyo itafuata vita ya Gog na Magog ya kwanza. Kwa Zaburi 83 uliyo ona juu ni bayana kuwa, mataifa haya jirani na hasimu (inner ring), yatafutiliwa mbali hata yasiwepo tena. Yisrael atapachukua mahali pao katika mwelekeo wa ukamilifu wa umiliki wa ardhi yao, kwa kuwa Abraham aliahidiwa na Mungu YAHWEH.

Ni tokea hali hii ndiyo mataifa makubwa ya mashariki ya kati (outer ring) ambayo ni swahiba kidini na hawa walio angamizwa, watajikuta sasa kuwa majirani wapya wa Yisrael Kuu, iliyo sheheni katika ardhi yote ya urithi wake. Hapa kutakuwepo kipindi cha amani kabla ya wao kujiunganisha pamoja na Urusi kuja kuivamia Yisrael iliyotulia na katika amani, ili kufanya nyara kwake. Hii vita ya pili ndiyo Yehzekel 38-39 huitabiria maandikoni ikijulikana humu kama vita ya kwanza ya Gog na Magog.

Wataalamu wengi wa nabii za nyakati za mwisho, hukubaliana kushangazwa na ukimya wa kutotajwa kwa mataifa na maeneo haya jirani ya sasa (inner ring), wakati wa vita ya Gog na Magog itokeapo. Kwamba, hata athari zao katika vita ya Gog na Magog yaonekana kuvuka utambuzi wa uwepo wao. Hata kitabu cha Ufunuo chaendelea kana kwamba hawa hawapo tena. Tunaona hata nabii takribani zote za mpingaKristo, zikijushughulisha na majirani wa nje (outer ring), na siyo hawa wa leo (inner ring). Je katika hali hii kipo ambacho chazuia ujenzi wa Hekalu la III? Hakitakuwepo tena!

Ziko jinsi tofauti ambazo sisi tungeweza kufanya mapitio, na pia yako maandiko ambayo katika dimbwi la kina chake hayo, tunge-kuonyesha vipi vita hii yajificha na kujitofautisha na zote nyingine maandikoni. Lakini hatukufanya hivyo, bali tulikuletea hitimisho moja kwa moja. Tumefanya hivi kukufahamisha, na siyo kukufunza, ili tuweze jenga hoja na kusema hayo tuliyo sema kuhusu vita ya Gog na Magog.

Ni wewe YAHWEH Mungu wetu pekee ajuaye yote, hivyo sifa, enzi, na ukuu zina wewe pekee milele na milele. Amin

Vita ya Yehzekel 38-39

Hata mpaka sasa bado tunaendelea kuchimba msingi ambao tokea huo, wewe utaona Hekalu la III likichipua kama mmea na kushamiri tena katika anga za Yerushalem. Tokea uelewa huu, ndiyo wewe mpendwa utatambua mazingira ya ujenzi wa Hekalu la III: kwa nini itawezekana kujenga, vipi majirani zao wataafiki, na nani atagharamia ujenzi huo.

Katika kufanya mapitio ya unabii huu, ni matamanio yetu tutatafsiri Yehezkel 38-39 pasipo kuacha neno, kisha tufunge mada na kusonga mbele. Hivyo sisi ametupa Yehezkel 38:1-23 kujadiliana nawe, na wewe amekupa kujisomea Yehezkel 39:1-29. Tazama hiki kidokezo kwa Yehezkel 38:2 ... *Mwana-adam, weka uso wako dhidi ya Gog, nchi ya Magog, kiongozi mkuu*[10] *wa Meshek na Tubal, na fanya unabii dhidi yake, ...*

Kwa Mwanzo sura ya 10 tunaona utajo wa mataifa yaliyo sambaa kuijaza Dunia. Tunaona majina 70 ya uzao wa wana wa Noakh. Mapacha watatu (triplets) wa Noakh ni Shem, Ham, na Yehfeth. Magog ni mtoto wa pili kwa

Yehfeth. Watoto wa Yehfeth kwenye utajo huu ni Gomer, Magog, Madai, Javan, Tubal, Meshekh na Tiras.

Orodha hii inarejewa mwanzoni mwa I Kronikozi na kupanuliwa zaidi. Ni katika kitabu cha Yehezkel 38 na 39 ndiyo majina haya mawili Gog na Magog yanatokeza pamoja. Hapa Gog anatajwa kama mtu tena kiongozi wa nchi ya Magog (aidha kisiwa au iko pwani) ambako mtoto wa 6 na 5 (Meshekh na Tubal) wanatajwa kuwa chini yake huyu Gog ndani ya nchi hiyo ya Magog (Yehezkel 38:2-3, 39:1).

Hivyo basi, neno Gog ni cheo au jina la kiongozi wa sehemu hizo za Kaskazini (siyo sahihi kusema Urusi) ambako ni sawa kwa zama hizo kusema Farao. Hata karne za karibuni sultani wa Uturuki aliitwa kwa jina la cheo hiko. Neno 'maha' humaanisha nchi, na hivyo Magog ni nchi ya mtawala Gog (Ufunuo 20:8). Mwanzo 10:2, I Kronikozi 1:5, 5:4, Yehezkel 38:2,18 na 39:6,11.

Sasa wajua kuwa, huyu Magog ndiye mwana wa 'kiume' wa pili wa Yehfeth (mtoto wa Noakh) kama ioneshwavyo katika Mwanzo 10:2 na I Kronikozi 1:5. Pia neno hilo huwa sahihi katika zamani za kale kuelezea taifa ambalo ni mahiri kwa farasi na wataalamu wa kutumia upinde na mishale. Hii humaanisha taifa la kivita. Pia hujulikana kama watu wakali na walio wengi ambao walikuwa wakiishi Caucasus na ziwa Maeotis ambako pia ni karibi na bahari ya Caspian ya leo. Inafikirika hizi ni sehemu za kaskazini mwa Asia kama kulivyo itwa na Wagiriki 'Scythians' [Herodotus, 1.103-106].

Mataifa haya kama tukichungua kwa kutumia Jiographia na Historia za leo, tunaona kuwa yalikuja kuwa mataifa ya wafugaji ambao waliishi kaskazini mwa bahari Nyeusi, na bahari ya Caspian. Walitapakaa hawa mbali kuelekea mashariki hadi pande za India. Hivyo muakilishi wao wa leo ni Urusi ambayo kwa kiasi kikubwa maeneo yote hayo yalikuwa ndani yake. Hujulikana kuwa wana wa Yehfeth kama isomekavyo katika Mwanzo 9:27. Ni hawa ndiyo walipokea Ukristo mwanzoni ulipo ingia, kama tuonavyo toka Wakolosai 3:11.

Kwa kuwa kitabu cha Yehezkel kimeandikwa katika karne ya 6BC, inasadikika uko uwezekano hili ni eneo halisi ndani ya ufalme wa Anatolia (Uturuki). Kitabu cha Jubilee ambacho kiliandikwa takribani kipindi hiki-hiki, humtaja Magog kuwa mwana wa Yehfeth ambaye alipewa ardhi, na

Gog kuwa maeneo yapakanayo na nchi hiyo. Lakini pia ni jina la kiongozi wa nchi adui ambaye ametajwa katika sura za Yehezkel 38 na 39. Na kwamba mataifa hayo yako kaskazini mwa Yisrael ambako ndiko Magog iliko. Kama hivi ndivyo, je Gog ni jina la hao ambao watamfuata Magog kuivamia Yisrael?

Majina yao yote mahasimu hawa hutajwa na Yehezkel 38:5-6: nchi za kwanza kutajwa ni zile za Uajemi: Iran, Iraq, na afghanistan (ona Syria karukwa kama hayuko). Kush ni sehemu ya maeneo ya Ethiopia, Yemen, na Sudan za leo (ona Misri na Saudi Arabia nao wamerukwa hawatajwi kana kawamba hawako tena). Put ni Libya ya leo pamoja na Tunisia na hata Morocco (Misri karukwa tena). Goma (Gomer) ni Ulaya ya mashariki (ona Lebanon karukwa kama hayuko tena). Togarma ni kusini mashariki mwa bara Ulaya ambako ni Uturuki, Bulgaria, Romania na zote kati yao hizi (Syria na Lebanon wanarukwa tena kama hawako). Pia hutajwa watu wengi kuashiria mataifa ambayo wakati wa uandishi bado kuwepo.

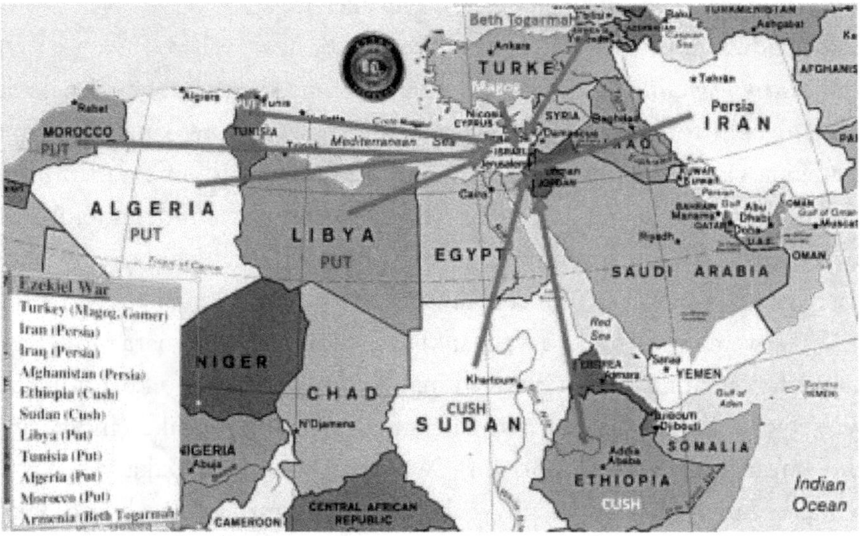

Pia tunajua kwa hakika ya kinabii (Yeshayah 17:1-11, 25:2) uwepo wa vita Syria, ambayo itageuza mji mkuu wao Damascus magofu. Hata mpaka leo hii, hili bado kutendeka na hivyo ujio wa vita vya Zaburi 83 (au nyingine ijayo) kuwa ndiyo itimizayo unabii huo. Pia tunajua Iraq iliyo Babylon[11] shuruti mfumo wake wa uchumi uibuke tena duniani (Yeshayah 14, Ufunuo

17, 18). Himaya yake na miji yake itabaki magofu kama ilivyo tabiriwa kwa Yirmeyah 50:13,45.

Inakubalika Yehezkel alichukua uelewa wa Jiografia ya wakati wake, kwani historia yazo ilifahamika vema na jamii ya wakati wake. Mipaka ya nchi hizi za kale ni tokea magharibi ya mto Euphrati katika miunuko ya Asia, mashariki mwa bahari nyeusi na mpaka kaskazini yote ya Yisrael ambao watajiunga nao katika vita ya unabii. Huku ndiko Yehezkel anaitwa kuelekeza uso wake tokea Babyloni alipo kuwepo mateka.

Huu unabii ni dhidi yao kwa mpango wao wa hila na ulaghai katika vikao na mikataba yao, ambayo kiini chake ni uhasama dhidi ya Yisrael. Tazama vile YAHWEH asemavyo kuhusu vipi atawaleta kuja pigana vita hii ijulikanayo kama vita ya kwanza ya Gog na Magog: ... *Na Mimi nita-kugeuza wewe urudi, na nita-weka ndoano katika mashavu yako, na nita-kutoa nje uje, na jeshi lako lote, farasi na wapanda farasi, wote wamevalishwa mavazi kamili {wamependeza, wanavutia} {ni} kundi kubwa [lenye] ngao ndogo*[12] *na ngao kubwa, wao wote wamebeba silaha: ...* [Yehezkel 38:4].

Mpendwa huu msemo (II Wafalme 19:28, Yeshayah 37:29) wa : "*Na Mimi nita-kugeuza wewe urudi.*" Ni tatanishi sana kwetu, sababu mpaka leo hii ndani ya historia haipo vita yeyote kati yao hawa (outer ring) na Yisrael. Ila tunajua vita ya Gog na Magog ina ufunuo miwili ili kufikia ukamilisho wake. Iko tena vita ya pili ya Gog na Magog ijayo mara tu milenia ya Adonai iishapo. Hivyo kwa mitizamo yetu, kauli hii ni kwa vita hiyo ijayo mwishoni mwa nyakati, inakuwa sahihi na makini.

Wako wenzi wetu ambao wanaafiki ufanyiko wa unabii mara mbili hapo, lakini wao wanaona kurudi huku ni matokeo ya pale walipo kuja mipakani mwao awali, wakati Yisrael akiwaangamiza mahasimu wake (inner ring) walio kuwa jirani zao (Zaburi 83). Walikuja kulinda mipaka yao Yisrael asiendelee kupanukia kwao. Hivyo hao hudai, watarudi tena humo, lakini safari hii kwa lengo la kuivamia Yisrael Kuu (Greater Yisrael).

Kama wao wako sahihi, basi utajo kwa jinsi hii waonyesha vita hii ya Yehzekel 38-39 haitasubiri kipindi kirefu toka kwisha kwa vita ya Zaburi 83. Hata hapa tunapenda kuweka tahadhari tena kwamba, aidha vita ya Zaburi, au hii ya Yehzekel, hazina mahusiano yeyote na uchukuo wa Kanisa. Ujio wa siri mawinguni kulichukua Kanisa hauna ishara yeyote inayo subiriwa.

Wako wanazuoni wanao fikiri kwamba, katika kipindi hiki cha neema ya kanisa, ufichuo wa YAHWEH kwa utendaji halisia duniani (katika ngazi ya kitaifa) kama atakavyo fanya katika vita hizi, utakuwa kinyume na desturi yake. Hivyo hawa huona, matendo yote kuhusu Yisrael shuruti yasubiri kuondolewa kwa kanisa na wakati wao Yisrael kwa wiki la 70 urejee. Hii fikra ni tatanishi, sababu inaleta uwezekano wa uwazi tena kati ya uchukuo, na uweko wa saini ya mkataba wa amani kati ya Yisrael na mpingaKristo. Ama sivyo hizi vita zifuatane katika mwanzo huo wa wiki la 70.

Yehezkel 38:9 ana mwambia Gog na genge lake kwamba, wao watapanda kuja Yisrael kama upepo wa kisulisuli, na kwa wingi wao wataijaza nchi. Na sababu ya wao kufanya hivi tunaiona katika Yehezkel 38:10-12 ... *Hivi asema Adonai YEHWIH; Shuruti itakuja kuwa pia, [kwamba] katika siku hiyo-hiyo neno litainuka katika akili yako, na wewe utasuka {panga} wazo ovu: Na wewe shuruti utasema, mimi nitakwea katika nchi ya vijiji visivyo zungukwa na ukuta; nitakuja kwao ambao wako pumzikoni, wale wanao kaa kwa salama {usalama na kujiamini pasipo hatari}, wao wote wanao kaa pasipo kuzungukwa na ukuta, na wakiwa pasipo komeo {ubao utakao mwanzo wa mlango au dirisha mpaka mwisho} au malango {miwili inayo sogea kufunga}, kuteka nyara, na kupora mali; kuugeuza mkono wako juu ya maeneo yaliyo telekezwa na watu {am – Wayisrael} [ambao] wamekusanywa toka mataifa, ambao wamejipatia mifugo na mali {utajiri}, wale wanao kaa kati ya nchi {ziko tafsiri zisemazo kati ya Dunia}. ...*

Hili suala la Yisrael iliyo katika kina cha amani, usalama, na hata pasipo uhitaji wa ulinzi, kwa leo hii ya magaidi wa Hamas na Hezbulah, tena wanao saidiwa na nchi jirani hizi (inner ring), pamoja na majirani wa mbali (outer ring), ni kama jambo lisilo wezekana. Kila taifa la Kiarabu na baadhi ya Uajemi kama siyo yote, huiangalia Yisrael kwa kijicho cha chuki na chiki. Hili ndilo jambo linalo pelekea wanazuoni wengi kuamini kuwa, shuruti upo unabii wa kubadili hali ya sasa, ili hili la unabii wa Gog na Magog likamilike.

Na hakika ya hili tusemalo ni andiko lilolitangulia kwa Yehezkel 38:8 ... *Baada ya siku nyingi wewe shuruti utatembelewa: katika miaka ya mwisho wewe shuruti utakuja katika nchi [ambayo] imerejeshwa kwa upanga, [na] watu {am – Wayisrael} walio kusanywa toka {watu} wengi, juu ya milima ya Yisrael, ambayo wakati wote ilikuwa mahame {iliyo telekezwa}: lakini imeletwa mbele toka*[13] *watu {Wayisrael}, na wao wote shuruti watakaa kwa salama. ...*

Kwa vita ya Zaburi 83 nchi ya ahadi itapanuka hata kuitwa nchi iliyo rudishwa kwa silaha, na hivyo iliyo kusanywa toka watu wengi (majirani zao wote). Huu ndiyo ukamilifu wa kazi ambayo Yehoshua alipo achiwa na Mosheh ilimshinda kumalizia. Hivyo ni hapa ndipo Zaburi 83 ilileta usuluhishi wa ajabu sana.

Unabii huo ulijificha kwa milenia zote hizi kama sala ya masononeko ya mzaburi Asaf, uliandikwa zamani hata kabla ya uhasama wowote kuwepo kati ya Yisrael na Assyria, au hata tatizo la wakimbizi wa Palestina (hema ya Edom) kuwepo. Ukiangalia maandiko kwa umakini, utaona akiwataja kwa usahihi kabisa, majirani wote wanayo izunguka Yisrael pande zote, kana kwamba mwandishi huyu wa miaka takribani 3000 iliyo pita, alikuwa akiitizama ramani ya Yisrael ya leo.

Tazama kwamba, msingi wa vita hii ya Gog (jina la raisi wa Urusi) na Magog (Urusi) siyo mahusiano yao na Yisrael, bali wazo ovu. Wazo ovu akilini mwa mtu ni utendaji wa nduli ibilisi. Na wazo ovu hilo ni la kuwavuta wao kuja mpaka Yisrael. Hivi ndivyo Mungu alivyo tenda kwa Farao wa Misri pia. Inaonekana Yisrael itakuwa katika mipaka hii mipya pasipo ukuta au uhitaji wa ngome yeyote tena.

Amani na usalama wake akisha kuwaangamiza jirani zake hawa hasimu, itawatia pumzikoni. Ni pumziko hili litakalo mnyima raha adui yao lucifer ibilisi hata amlaghai Gog, na ndoano atakayo mburuza nayo Gog ni tamaa ya rasilimali, silaha, na utajiri.

Yehezkel 38:14-15 Dunia itajua Yisrael wanataka amani. Lakini bado wewe utakuja na majeshi yako toka mwisho wa kaskazini, na wengi wengine pamoja nawe katika magari ya kivita hata muwe jeshi kuu sana. Kuhusu hili neno mwisho wa kaskazini ni la ajabu, kwani hivi miaka ya karibuni Urusi imejitangaza kama mmiliki wa ncha ya kaskazini ya Dunia, iliyo funikwa na barafu, na hata kutundika bendera yake hapo.

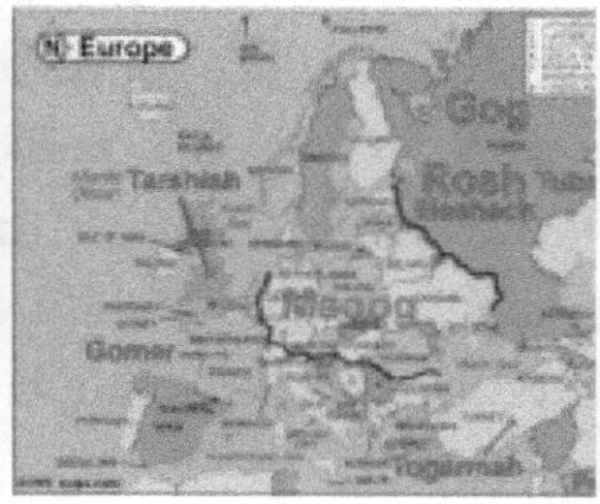

Yehezkel 38:16 ... *Na wewe shuruti utakwea dhidi ya watu wangu wa Yisrael, kama wingu kuifunika nchi; na shuruti itakuwa katika siku za mwisho, na Mimi nitakuleta wewe dhidi ya ardhi yangu, ili wamataifa {wapagani} waweze nijua Mimi, pale Mimi nitakapo takaswa katika wewe, Oh Gog, mbele za macho yao. ...*

Hapa tunaona YAHWEH akisema toka kwao, utakaso wa jina lake utarudi tena duniani. Utakaso huu ndiyo urudio tena wa uelewa katika kumtetemekea na kumwabudu yeye pekee kuwa ndiye Mungu. Ni kwalo hili maadui hasimu wote wa Yisrael watafyata mkia na kuiacha Yisrael kujenga Hekalu la III raha ben mustarehe, tena pasipo madhila yale yaliyo mkuta Nehemia wakati akijenga ukuta wa Yerushalem.

Yehezkel 38:19 ... *Kwani katika wivu*[14] *wangu [na] katika uwako wa ghazabu yangu Mimi nimetamka, Hakika katika siku hiyo shuruti liwepo tetemeko kuu katika ardhi {udongo} ya Yisrael; ...*

Anaendelea katika Yehezkel 38:20-23 kwamba, ni tikisiko sababu samaki wa baharini, ndege wa angani, na wanyama wa mwituni, na vyote vitambaavyo, na watu walio katika uso wa Dunia wata-tetemeka katika uwepo wangu, milima itadondoshwa chini, na palipo mteremko kuanguka, na kila ukuta utaanguka chini. Na ataita silaha dhidi yao katika milima yake, kila silaha ya mmoja wao hawa wajao, itakuwa dhidi ya mwenzi wake kwa kuchanganyikiwa kwao.

Kwa kuwa unabii huu unao utendeko miwili, basi yako ambayo atayatenda kwa vita ya kwanza, na yako ambayo atayahitimisha katika vita ya pili mwishoni mwa ulimwengu. Lakini kivuli chake kitakuwepo katika vita hii ya kwanza pia. Na kuhusu kipigo hicho kuwa utukufu tokea wapagani, sisi tunaafiki hilo ni kwa vita ya kwanza, sababu ya pili ni yeye mwenyewe anaye watekeza kwa moto, hata asibakie mdhambi yeyote duniani.

Tunafikiri umeona kwa vita ya pili katika Ufunuo ni yeye anaye wateketeza kwa moto (Ufunuo 20:7-9), na siyo kila mmoja wao kumwua mwenzi wake kama hii ya kwanza. Tunahisi hii ya kwanza zinaweza tumika silaha kuu duniani, au hata nyuklia, ili kufikia kiwango hicho cha uharibifu kilicho tajwa. Lakini tunatia shaka kama katika vita ya kwanza IDF (Israel Defence Forces) atashindwa hivyo, mpaka mji wao mkuu wa Yerushalem nao ushambuliwe. Tunajua vilima vya Siyoni vinavamiwa katika yile ya pili, hatuna uhakika na hii ya kwanza. Je ni vita hizi zitakazo pelekea mkataba wa amani na mpingaKristo? Aidha jibu ni ndiyo au hapana, Mungu YAHWEH anajua.

Ni kwa kiasi gani haya ya miujiza yatatimilika katika vita hii ya kwanza, ni Mungu YHWH ajuaye. Hivyo anaendelea kusema kwa Yehezkel 38:23 ... *Hivi Mimi nitajikweza mwenyewe {binafsi}, na kujitakasa mwenyewe {binafsi}; na Mimi nitajulikana katika macho ya mataifa {wapagani} mengi, na wao shuruti watajua kwamba Mimi YAHWEH. ...*

'Na kabla ya hilo kuu lipo hili dogo kama ishara kwa Kanisa mwaweza kuja, na Mimi nitawatunza wana wangu, nitaijali tena mboni ya jicho langu, utukufu wangu hautakuwa na sanamu au uongo wa kiimani kwa dini bali Mimi. Hili ni saa la jina langu kung'ara tena, ni mahali pa Mimi kuabudiwa tena, na leo ndiyo hiyo siku.

Tazama nafungua mlango kusini na mashariki, tazama naita walio mbali zaidi, leo Mimi nitaabudiwa, na wale walioshaka wataona na kuamini. Hii ni nafasi yako ya mwisho kuamini, na tena yaja kwa kasi na haraka.

Mimi nitasimama mahali pangu na kutimiza neno langu la kale kwa kizazi hiki. Toka angani, na tena juu kabisa nitaonyesha ishara kwa mapigo yangu ya ukombozi wao. Ni Mimi na siyo mwingine atakaye rudisha heshima na hofu ya Mungu kwa wao wasio imani ya kweli mahali pake.

Wamenisahau kwa kitambo, na mara tu nitajidhihirisha, ndiyo ni Mimi pekee niliye hai. Na wao wataona hilo, shuruti watakiri hilo, na kauli yangu itarejea kwangu kwa ukamilifu wote. Kwamba Yisrael ataabudu tena kwa agano lake nami la milele. Atarejea mahali pake pa kale, na toka juu ya mlima huu ataliita jina langu, nami toka makao yangu nitamsikia na kumsaidia katika siku ya uhitaji wake.

Je ni nani atasema MIMI NILIYEPO kwamba sipo? Nani huyo atathubutu nikisha kutenda hayo. Tazama nimefungua kinywa nawe shuruti ukifunge chako, na kama ukifungua, na unukuu neno langu. Huyu ni mpendwa wangu, na hawa ni wana wangu. Ninyi nyote ni wana wangu, na kwenu Kaka yenu Kristo afunuliwe.' Amin

Wale tunao fikiria tendo hili la uingilio wa YAHWEH katika mstari wa wakati wa mtu ndiyo sababu na chimbuko la ujenzi wa Hekalu la III, hutizama kwa undani maandiko haya matatu toka: -

1. Yehezkel 39:7 ... *Hivyo Mimi nita-pelekea jina langu takatifu kujulikana kati ya watu wangu Yisrael; na Mimi sita- [waacha wao] walitie unajisi jina langu takatifu tena: na wapagani {mataifa} shuruti watajua kwamba Mimi [ndiye] YAHWEH, Mtakatifu Aliye ndani ya Yisrael. ...*
2. Yehezkel 39:21 ... *Na Mimi nitaweka utukufu wangu kati ya wapagani {mataifa}, na wapagani {mataifa} wote shuruti wataiona hukumu {mishpat} yangu ambayo nimeitenda, na mkono wangu ambao niliuweka juu yao. ...*
3. Yehezkel 39:22 ... *Hivyo nyumba ya Yisrael shuruti itajua kwamba Mimi [ndiye] YAHWEH Mungu wao tokea siku hiyo na kuendelea.* ...

Pamoja na uthibitisho wa kwa nini hekalu litajengwa na vipi, lakini hapa kwa utundu sisi huona hakikisho jingine likiwa limejificha ndani humo. Kwamba, pamoja na uelewa vita za Magog ziko mbili, lakini Yehzekel 38-39 hakika huzungumzia hii ya kwanza, sababu ile ya pili Adonai Yeshua Kristo Mwana wa Mungu atakuwa nasi akitawala hapa duniani.

Na hivyo kwisha ujenzi wa Hekalu la III, Yisrael ana ahidiwa tokea hapo kuwa: ... *Wala Mimi sitauficha tena uso wangu toka wao: kwani Mimi nimewamwagia Roho {Ruak} wangu juu ya nyumba ya Yisrael, asema Adonai YEHWIH. ...* [Yehezkel 39:29].

Wako ambao katika historia huona kwamba vita vya kwanza vya Gog na Magog vilisha piganwa katika zama za Makabiis na Antiokas. Maelezo hayo huwa pungufu hata kama ukujimlisha Uturuki (Turkey).

Uko unabii wa kitambo kidogo kati ya makanisa ya Pentokoste ya Urusi kuhusu siku za mwisho, ambao ulitolewa na muumini mmoja (jina linajulikana). Tunasema kwa ujumlisho wake (paraphrasing) na sivyo jinsi alivyo sema baada ya Ruak kukaa ndani yake: Katika siku za mwisho atakuja kiongozi Urusi ambaye ataitwa Mikhael (Mikhael Gorbachev?), ambaye atakuwa na alama ya kuzaliwa kichwani. Atakapo kuwa kiongozi uhuru wa kuabudu utakuja, ambao utadumu kwa muda mfupi. Ndipo ukandamizaji utaanza tena.

Kimsingi mabadiliko ya kimapinduzi ya Glasnov na Perestroika hukamilisha unabii huo. Lakini kurejea kwa ukandamizaji ndiko tuonako hata leo kwa hila na mbinu za Putin[15]. Na huyu anahusika sana na tamaa ya kurejelea enzi za umaarufu wa vita baridi na uongozi wa Dunia kwa mahusiano yake ya karibu na mikataba mbalimbali ya kijeshi na nchi hasidi wa Yisrael kama Syria, Iran, Pakistani, Lebanoni n.k. Kiini cha mahusiano yao haya, ni biashara ya mafuta kwa silaha za kivita.

Katika mwaka 1800 alikuwepo mhubiri Hudson Taylor ambaye katika siku zote za maisha yake, aliitwa kusali kwa ajili ya China. Siku moja alichukuliwa ghafla na Ruak alipo kuwa akihubiri na kutoa unabii kuwa, uhamsho wenye nguvu utakuja Urusi ambao hauna mfanoe. Kisha ukandamizaji utarudi na kuisha katika siku ya ujio wa Kristo.

Kuhusu Gog na Magog tuhitimishe hivi: Yehezkel 38:18, 39:11,15, na Zekaryah 12:12-14 zataja vita hii ya Gog na Magog dhidi ya Yisrael, kuwa katika siku zijazo mbele kabisa. Lakini katika Ufunuo 20:8 yatajwa kuwa katika mwisho wa milenia. Katika vita zote mbili, YAHWEH itabidi aingilie kuwakomboa watu wake. Tofauti ni kwamba; kwa ile ya Yehezkel ni Yisrael (wa kimwili pekee) wanao vamiwa, lakini kwa Ufunuo ni Yisrael wa kimwili (watu[16] asili) na wa kiroho (Watakatifu - Wayisrael na Wamataifa walio rudi na Yeshua tokea miaka 7 ya Mbinguni na kutawala pamoja naye kwa miaka elfu) walio Yerushalem hekaluni, ndiyo watakao vamiwa. Kwa jinsi hii sisi huiita vita hii ya Gog na Magog tuliyo jadili vita ya kwanza, na ya pili bado yaja mbele mwishoni mwa ulimwengu huu.

Ujenzi wa Hekalu la III

Kwa kuwa haya yote ni zawadi kwa kanisa lake lizungumzalo Kiswahili, basi sisi na wewe tulio mbali na lifanyikapo hili, tumezawadia uelewa huu, ili kuwa mashahidi makini wa kesho litendakapo. Ni hivi ili pale litakapo tendeka, wewe uweze inua mkono wako juu na kusema; alitufunulia hili kinaga ubaga chake, na tena hata kabla ya kutendeka, kana kwamba lilikuwa latendeka wakati huo.

Hii mada ilihitaji muda mfupi tu, lakini imetuchukua kitambo sasa katika umakini wa kujenga mazingira ya vipi, na kwa nini shuruti Hekalu la III lisimame. Kwetu sisi umihimu wake hili Hekalu la III siyo urejesho wa kafara hekaluni, sababu hilo kwetu limeshakamilika, bali ni heshima[17] ya utimilifu wa ahadi za YAHWEH maandikoni.

Yisrael analijua hili la utekelezi wa neno la YHWH vema, kuliko hata sisi tuwezavyo tambua. Hivyo shuruti ajenge, sababu yeye ndiye alikabidhiwa maandiko. Hata hizi nabii zote mathubuti ni zake yeye alipewa kujua. Kila neno litokalo kinywani mwa YHWH halitarudi bure, bali litatimilisha lile alilo achia kwalo kutenda.

Tayari sasa wewe wajua vipi majirani zake watafyata mikia yao, na kunyamaa kimya huku wakishuhudia Yisrael akilijenga Hekalu la III. Kwa unabii wa Gog na Magog, hakika watakuwa wanatetemeka na kulinyenyekea jina la YHWH. Watu wote duniani watajua yeye pekee ndiyo Mungu astahiliye kuabudiwa. Kwa jinsi hii mpendwa, hili Hekalu la III litajengwa na kuzijaza tena anga za Yerushalem utukufu wa YAHWEH duniani.

Kwa minajili ya raha ya kweli ya Mungu ifike kwako mpendwa istahilivyo, inampendeza Roho wake kwamba, mada ndogo hii aigawanye katika nafasi 7 toshelevu kama ifuatavyo: -

1. Tarehe na Siku ya Kuanza Ujenzi.
2. Muda wa Ujenzi.
3. Eneo la Ujenzi: -
    - i. Eneo la Kimapokezi,
    - ii. Eneo la Kaskazini,
    - iii. Eneo la Kusini.

4. Vyombo vya Hekaluni.
5. Uchaguzi wa Sanhedrn na Kuhani Mkuu.
6. Urejesho wa Walawi na Makuhani: -
    i. Mafuta Matakatifu,
    ii. Rangi ya Bluu kwa Vazi la Kuhani Mkuu.
7. Sanduku la Agano.

Mpendwa, enenda sasa kwa walio wako, na kwa wale wa mji wako, enenda kwa upendo wa Yeshua Kristo, na washirikishe wote walio hiari kusikia kweli hii. Fanya hivi kwa kila ben-Adam ambaye yuko radhi kusikiliza, tena usibague umri wake, au jinsia yake, au dini yake, dhehebu lake, au tokea jinsi na namna yoyote ile, ambayo humtofautisha mmoja na mwingine. Wakati wa yaliyo fungiwa kufunguliwa, sasa umewadia.

Tarehe na Siku ya Kuanza Ujenzi

Ulishaona ikitajwa awali hoja ile tete kwamba, mambo ya Yisrael shuruti yatendeke ndani ya urudio wa kalenda yao iliyo wiki la 70. Sisi hatupingi wala kuafiki hili, bali huona uwezekano wake kuwa sahihi. Tunajua kalenda ya Yisrael kwa unabii wa Daniel ilisitishwa pale wiki la 69 lilipo kwisha, ili kupisha kipindi cha Neema ya Kanisa. Pale kipindi hiki kikamilikapo, ndiyo kalenda ya Yisrael itarejeshwe tena.

Hivyo urejeo wake huo mwendelezo wa kalenda ya Yisrael kwa unabii wa Daniel, na mafunuo yake kwa kitabu cha Ufunuo (Apokalypsis), ndiyo ufiko wa wiki lile maarufu la 70 ambalo ndiyo miaka 7 ya Tabu na Tabu Kuu duniani. Urejesho huu kwa itikadi yetu humu (ya uchukuo wa awali), hufanyika mara tu Kanisa likisha ondolewa duniani (pre-tribulation rapture).

Tarehe rasmi ya uanzisho wa wiki hili la 70 au miaka 7 ya mwisho, ni pale tu mpingaKristo anapo wekeana saini ya amani na Yisrael (Daniel 9:27). Aidha hili tukio lafuatia tu ufufuo na uchukuo wa Kanisa, au kipo kipindi kati yavyo, YAHWEH anajua. Ila kweli moja iko bayana, uwepo wa Kanisa duniani ndiyo unao zuia ufichuo wake huyu adui aliye mdhambi.

Tokea mahitimisho hayo juu, shuruti sasa iwe bayana kwako pia kuwa, sisi hatujui upande upi vita ya Zaburi, au ile ya Gog na Magog zasimama.

Aidha zitatokea katika kipindi cha Neema ya Kanisa, au ni katika wiki la 70, YAHWEH anajua! Na kama hivi ndivyo, basi ni sahihi pia kwako kusema, sisi hatujui hata ujenzi wa Hekalu la III wasimama upande gani.

Sasa kama hivi ndivyo ilivyo, lipi jingine zaidi limebakia la kujadili katika mada ndogo hii ya Tarehe na Siku ya Kuanza Ujenzi wa Hekalu la III? Kuhusu tarehe halipo! Lakini tunacho kijua kwa uhakika ni ushahidi wa Yeshua Kristo kwa Matityahu 24:15 na Ufunuo 11:1-2, na II Wathesalonike 2:3-4) pia kuwa, lazima Hekalu la III litakuwepo.

Katika andiko la Ufunuo 11:2 juu, inatajwa eneo la nje ya hekalu na Yerushalemu zitapewa kwa mataifa kwa miezi 42, yaani kipindi chote cha pili cha Tabu Kuu. Je hii inamaanisha miezi 42 ya awali (kipindi cha Tabu) iliyo kabla ya uficho wao Yisrael litakuwa kwao? Hivyo kumaanisha hekalu litajengwa katika zama za Neema ya Kanisa? YHWH anajua!

Liko hili jambo moja ambalo lavutia kwetu kujadili pamoja nawe, ili usije shang'aa pale litokeapo tena. Kila ujenzi wa hekalu au tabanako unapo tokea, sisi huona mfalme wa taifa kuu duniani kwa nyakati hizo kuhusika. Katika ujenzi wa tabanako la jangwani, aliye simamia ujenzi ni kiongozi mkuu Mosheh, lakini aliye gharimia ujenzi huo kwa dhahabu na vito vya thamani, ni Farao mfalme wa Misri. Kumbuka Yisrael waliondoka na dhahabu na vito vyao kama fidia ya utumwa.

Ni hivi-hivi hata kwa ujenzi wa mahekalu ya Yerushalem. Katika ujenzi wa Hekalu I, tunaona Yisrael akiwa mojawapo wa mataifa makubwa duniani. Na hivyo ni mfalme wake Shelomoh aliye husika kwa usimamizi na kulipia gharama. Marekebisho yake hili aliyo simamia Ezra, ni mfalme mkuu Koresh (Cyrus - 600BC-530BC) wa Uajemi-Midia aliye lipia gharama zake. Ujenzi wa Hekalu la II ni mfalme kibaraka wa Rumi, Herode na Sanhedrin walio simamia ujenzi, na himaya kuu ya wakati huo Rumi, ndiyo iliyo lipia gharama hizo kupitia kodi mbalimbali katika eneo hilo.

Je hili Hekalu la III historia itabadilika, au desturi itaendelea na hivyo mtawala wa Dunia hii (himaya ya Rumi ya kale) mpingaKristo ndiye atakaye lipia gharama zake? Ukisema ndiyo, desturi itaendelea, pia wewe utakuwa umechagua ujenzi kusimama ndani ya wiki la 70. Lakini kama Yisrael kuu itakuwa na uwezo kati ya mataifa makubwa duniani (baada ya vita ya Gog na Magog ya kwanza), basi hata kwao kiongozi wao kusimamia ujenzi, na dola kulipia gharama, itakuwa desturi imejirudia (kama zama za Shelomoh). Na kwa hili la pili uchaguzi wako waweza kuwa zama za Neema ya Kanisa au Wiki la 70.

Kwa wanao afiki kuwa biblia hujifunua vema katika pateni, pia hukiri desturi huleta jibu makini. Wao hudai hivi ndivyo, sababu hata Hekalu la IV litakalo simama katika milenia, mjenzi wake atakuwa Mfalme wa Dunia, Mfalme wa wafalme, Adonai Yeshua Kristo. Tafakari

Mpendwa, mojawapo ya hakika za uwepo wa Hekalu la III ni nabii kadhaa ambazo huonyesha katika nusu ya wiki la 70, kafara za hekaluni zitakomeshwa na mpingaKristo (Daniel 9:25-27, 12:11). Hivyo aidha ujenzi unaanza katika kipindi cha Neema ya Kanisa, au kuanza katika wiki la 70, haya hayabadili kitu, kwani katika nusu ya wiki la 70 kafara za hekaluni Yerushalem zitakomeshwa na mpingaKristo.

Hivi kama hekalu litakuwa likihudumu katika wiki 42 za kipindi cha Tabu, je hii haimaanishi ujenzi wake uko katika zama hizi zetu za Neema ya Kanisa? Na kama hivi ndivyo, je ina maanisha vita vya Zaburi 83 na ile ya Gog na Magog I nazo zitakuwa pia upande huu wetu? Kwa tafakari hizi mpaka hapa, ni hakika sisi hatujui Tarehe na Sikua ya Kuanza Ujenzi wa Hekalu la III.

Muda wa Ujenzi

Tunaona Hekalu la I la Shelomoh likirekodiwa kuchukua miaka 7 kulijenga (II Kronikozi 8:1, I Wafalme 6:38, 7:1). Na Hekalu la II la Herode kurekodiwa kwa Yokhana 2:20 kuchukua miaka 46 ya ujenzi, kwani hata wakati wa Adonai Yeshua Kristo, lilikuwa bado linaendelea kujengwa.

Je yupo anaye weza tabiri tokea maendeleo ya teknojia, mbinu mpya za ujenzi, vitendea kazi bora zaidi, na utajiri wa Yisrael leo, itawachukua muda gani kusimamisha Hekalu la III? Kigezo muhimu kwetu ni kipindi ambacho Yisrael wamesubiria hili, ni kwa sababu ya hamasa hiyo, ujenzi huo na ubora wake utakuwa wa kuvuka na kupindukia.

Kama wewe wafikiri litajengwa ndani ya wiki la 70, basi shuruti likamilike kabla ya ufiko wa nusu ya mkataba wa amani wa miaka 7. Hivyo pasipo shaka ujenzi wake utakuwa chini ya miaka 3, ukilifanya lilojengwa kwa kasi zaidi kuliko yote mengine.

Lakini kama utaweka aidha vita ya Zaburi 83, au utaweka zote pamoja na ile ya Gog na Magog katika kipindi cha Kanisa, basi utanuko wa kipindi cha muda wa ujenzi huweza ongezeka. Na hili lavutia kwetu zaidi kimaandiko, na hususani Ufunuo 11:2, kwani hapo sisi huona hekalu tayari lasimama katika nusu ya kwanza ya miaka 3 na miezi 6 ya kipindi cha Tabu.

Kama ilivyo semekana katika zama za Shelomoh kwamba, kama haujaona jengo la hekalu la Yerushalem, basi wewe haujaona jengo zuri. Hivyo ndivyo pia ilivyo kuwa kwa lile la Herode, kwamba, halikuwepo jengo zuri kama hilo katika zama zake. Hivi ndivyo itakavyo shuhudiwa kwa Hekalu la III pia, pale litakapo simama juu ya mlima wa hekalu.

Eneo la Ujenzi

Jambo la kwanza na muhimu lisilo ubishani ni ukweli kuwa, mahekalu yote yalijengwa juu ya mlima Moriyah. Ni hapa ndipo leo kilele chake hujulikana zaidi kama mlima wa hekalu (II Kronikozi 3:1-2). Malumbano yaliyopo leo ni kuhusu wapi haswa juu ya eneo hilo, ndiyo Hekalu la I na la II yalisimama.

Kama tukifanya ufupisho wa fikra mashuhuri kati ya wanao lumbana leo, sisi huona migawanyiko takribani 7 katika juhudi za kufikia uelewa, wa wapi ndipo panapo stahili kwa Hekalu la III kujengwa. Wako wanao fikiri ni hapo ulipo leo mduara wa mwambani; aidha ni nyuma kidogo, au kaskazini, au kusini pake. Wengine ushahidi wao huonyesha ni juu ya mwamba wa mlimani, kwani ndipo madhabahu ilipo simikwa na alama zake zonekana hata leo.

Pia wako wafikiriao pale kilipo kisima cha roho leo, hapo ndiyo shimo la kale la kumwagia mabaki ya kafara za hekaluni. Wengine huamua kutegemeana na lango la mashariki, au kutegemeana na mifereji ya kale. Vile-vile wako waonao asili na mwelekeo wa mawe ya ujenzi ya mlima wa hekalu leo, ndiyo njia sahihi kutambua. Na mwisho ni wale wanao fikiri ni pale nguzo za Yakin (Kulia) na Boaz (kushoto) zilipo simama (II Kronikozi 3:17).

Tokea nadharia hizi 7 kuhusu eneo rasmi, huzaliwa mitizamo (school of thought) 3 maalumu inayo elezea wapi katika mji wa Yerushalem, juu ya eneo la mlima wa hekalu (temple mount), ndipo sahihi kwa Hekalu la

III kujengwa. Eneo la mlima wa hekalu lina ukubwa wa takribani ekari 45. Katika historia ya hivi karibuni, eneo hili liko chini ya umiliki ya Yisrael tokea ushindi wao dhidi ya mataifa ya Kiarabu katika vita vya siku 6 mwezi wa 6 mwaka 1967.

Kuhusu historia halisi ya umiliki (right of occupancy) wa eneo hili kwa hati miliki (title deed) ni maandiko yafuatayo I Kronikozi 21:22-25: ... *Ndipo David alisema kwa Ornan, Nipe mimi eneo [hili] la uwanja wa kupigia-pigia*[18] *nafaka, ili mimi nijenge madhabahu hapo kwa YAHWEH: wewe uniuzie hilo mimi kwa bei {fedha} kamili: ili maafa yaweze sitishwa kwa watu {am – Wayisrael}.*

Na Ornan alisema kwa David, Lichukue [hilo] kwako, na acha adon wangu mfalme atende [kile ambacho] ni chema machoni pake: Tazama, mimi nakupa [wewe] fahali [pia] kwa {kafara ya} olah, na vifaa vya kupigia-pigia kwa ajili ya kuni, na ngano kwa ajili ya {kafara ya} minkah; mimi nakupa vyote.

Na mfalme David alisema kwa Ornan, Hapana; lakini kwa hakika mimi nitanunua hivyo kwa bei {fedha} kamili: kwani mimi siwezi inua [kile] ambacho [ni] chako kwake YAHWEH, wala kutoa olah pasipo gharama {bure}. Hivyo David alimpa Ornan {Arawna} kwa ajili ya eneo shekel mia sita {600[19]*} za dhahabu kwa uzito {II Shemuel 24:24}. ...*

Wachunguzi wa tafsiri ya biblia ya 'World English Bible' walitazama kima cha fedha hiyo kupitia malipo ya ujira wa kazi, ili kuweza vuka kigezo cha nyakati. Hivyo walitafsiri hivi Matityahu 17:24 ... *Pale walipo kuwa wamekuja Kapernaum, wale ambao hukusanya sarafu za didrachma {didrachma ni sarafu ya fedha ya Kigiriki yenye thamani sawa na drachmas mbili (2), ambazo ni karibu sawa na denarii mbili (2) za Kirumi, au sawa na ujira wa kazi siku mbili (2). Ilikuwa kawaida inatumika kulipia kodi ya hekalu ya nusu (½) shekel, sababu drachmas mbili (2) zilikuwa na thamani sawa na nusu (½) shekel za fedha.} walikuja kwa Kefa {Petros}, na walisema, "Je mwalimu wako halipi didrachma?"* ... [Tafsiri ya World English Bible].

Tazama tena uchanganifu wao kwa Matityahu 17:27 ...*Lakini, tusije tuka wakwaza wao, nenda baharini, tupa ndoano, na mwinue samaki wa kwanza atakaye kuja juu. Pale utakapo kuwa umefungua mdomo wake, utaona sarafu ya steta. {steta ni sarafu ya fedha iliyo sawa na attic nne (4) au Alexandrian drachmas mbili (2), au shekel ya Kiyehudah: kiasi cha kutosha kulipia kodi ya hekalu ya nusu (½) shekel kwa watu wawili.} Ichukue hiyo, na uwape wao kwa ajili yangu na wewe."* ... [Tafsiri ya World English Bible].

Pia twajua kwa maandiko mengine, shekel ya sarafu ya dhahabu ilikuwa sawa na 'paundi' 2 za fedha (money). Shekel 6 za dhahabu kadri ya mfumo uliokuja wa Kiyehudah ni sawa na shekel 50 za fedha (madini). Sasa tunavyo vielelezo hivi vitatu kupima kima cha bei ambacho David alilipa kwa Myebusi. Kutokana na tafisiri za maandiko ya Matityahu 17:24 na 17:27 sasa tunajua shekel moja ya Kiyehudah ni sawa na ujira wa kazi ya siku moja.

Kwa hesabu ya Yeshua na Petros, malipo ya nusu shekel ni sawa na malipo ya kazi ya kutwa. Pia tumeona shekel za fedha 50 ni sawa na shekel 6 za dhahabu. Hivyo shekel zile 600 za dhahabu za David ni sawa na shekel za fedha (600 x 50) 30,000. Hivyo shekel 1 ya fedha ikiwa sawa na ujira wa kazi ya siku 2, basi shekel 30,000 za fedha (x 2) ni sawa na siku za kazi 60,000. Siku 60,000 ukigawanya na siku za mwaka 360, unapata miaka 167 ya kazi (pasipo badiliko la kima).

Sasa turudishe hili katika mlinganisho wa siku za karibuni, ambazo thamani yake yaweza kuleta maana kwako. Kwa mlinganisho na kima cha chini cha mshahara wa shilingi 65,000 kwa mwezi ulio rasmi Tanzania katika mwaka 2010, sisi hupata jumla ya fedha za manunuzi kuwa ni zaidi ya (65,000 x 12 x 167) shilingi milioni 130.3 taslimu alizo mlipa Myebusi kununua eneo la ekari 45 tu.

Hesabu hii haipunguzi mapanuzi ya eneo aliyo yafanya mfalme Herode katika ujenzi wa Hekalu la II, au kutathmini athari za kushuka au kupanda thamani kwa dhahabu dhidi ya fedha, na vile vile hesabu hii imejali kima cha chini kabisa cha mshahara, badala ya kima cha wastani cha mishahara. Haya yote hufanya fedha tuliyo itaja kuwa kiasi cha chini sana kuliko kiasi halisi kilicho lipwa.

Kujua ni katika utambarare huu ndipo Hekalu la I lilipo jengwa, soma nasi II Kronikozi 3:1 ... *Ndipo Shelomoh alipo anza ujenzi wa nyumba ya YAHWEH Yerushalem katika mlima Moriyah, pale [YAHWEH] alipo mtokea David baba yake, katika eneo ambalo David aliliandaa kwenye uwanja wa kupigia-pigia nafaka wa Ornan Myebusi. ...*

Kutokana na mapokezi ya kirabai, mahekalu yote mawili ya awali, yalijengwa katika msingi mmoja (kwa hili humaanisha lile la Shelomoh na la

Ezra, kigezo tulicho tumia sisi kusema hili la pili kwao, kwetu ni marekebisho tu ya lile la kwanza). Na hivyo yote yalijengwa uwanjani (sakafuni) hapo. Tena kumbuka mfalme Herode hakuruhusiwa kulivunja hilo la Ezra mpaka ilipo hitajika.

Mapokezi hutaja pia, ndani ya patakatifu pa patakatifu, na pale sanduku la agano lisimamapo, hapo ndipo kitovu cha Dunia. Ni kati yake hapo, kati ya Makerubi, ndipo kiti cha huruma ya YAHWEH kilipo. Na kutokea hapo aliongea.

Kwa kuwa lengo letu ni kulitambua eneo la ujenzi wa Hekalu la III hapa juu ya uwanja wa mlima wa hekalu, basi ni vema sasa tuifanyie kazi ile mitizamo 3 tuliyo itaja awali kama ifuatavyo: -

1. Ni hapo ulipo mduara wa mwambani – eneo hili hujulikana kama la kimapokezi (tradional location).
2. Ni kaskazini mwa mduara wa mwambani – mwanafizikia (physicist) Asher Kaufman alipendekeza kama miaka 20 iliyopita.
3. Ni kusini mwa mduara wa mwambani – mbunifu wa majengo kule Tel Aviv ajulikanaye kama Tuvia Sagiv alipendekeza hapa kwa nyaraka nyingi na uchunguzi ndani ya miaka 5 iliyopita.

Hili eneo leo hii, laonekana kama picha hapa chini inavyo lionyesha. Ujadilifu wetu na kuonyesha wapi Hekalu la III litajengwa, utategemea sana uelewa wako wa ramani ya eno hili. Tunafikiri picha hii chini hapa itakusaidia sana kujua pande hizo zilivyo, kwa utofautisho na pale mduara wa mwambani ulipo.

Ukuta usio na rangi chini ya picha (upande wako) ni wa mashariki. Kulia kwako iliko rangi kijani ni wa kaskazini. Eneo jekundu ndipo mduara wa mwambani, na mstari wa bluu mkono wako wa kushoto ni kusini pia ulipo msikiti wa al aqsa.

Eneo la Kimapokezi:

Eneo hili hutajwa kuwa chini au karibu kabisa na hapo mduara wa mwambani ulipo. Hufikirika kwamba, jengo hili la sasa lilijengwa hapo kufunika hekalu la awali lilipo kuwepo. Mwana-akiolojia wa zamani wa wilaya ya Yerushalem Dr. Dan Bahat, ni mtetezi mashuhuri wa eneo hili, tokea uzoefu wake mwingi wa hapa, na kujifunza kwake historia ya mji wote.

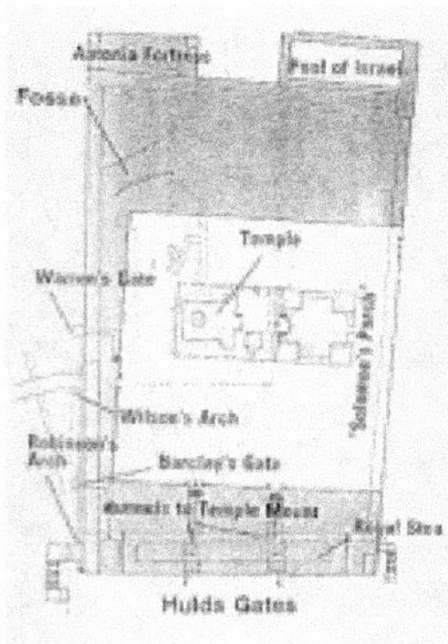

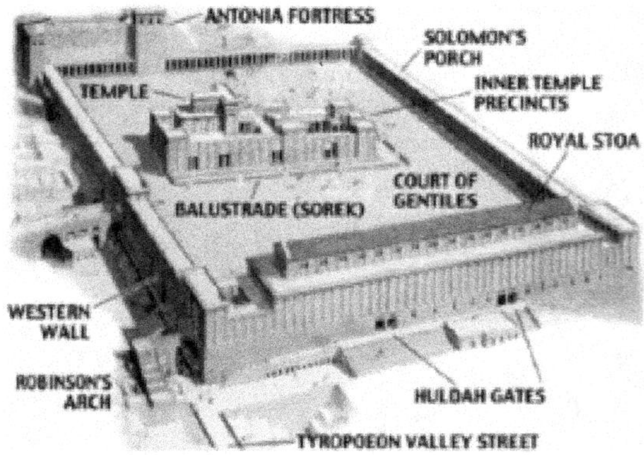

Eneo la Kaskazini:

Kutokana na mwonekano wa eneo (topological), na uzingativu wa ufukuaji na uvumbuzi wake (akiolojia), imepelekea eneo la kaskazini lenye takribani 330ft kukubalika zaidi. Matendo ya Gideon hayabadilishi fikra hizi, ukizingati hata ndani ya mahekalu kwa nyakati tofauti sanamu zilisha ingizwa eneo hili.

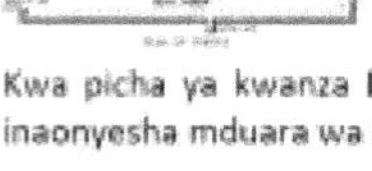

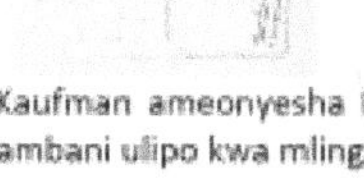

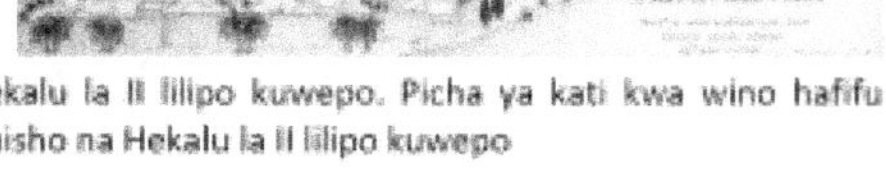

Kwa picha ya kwanza Dr. Kaufman ameonyesha Hekalu la II lilipo kuwepo. Picha ya kati kwa wino hafifu inaonyesha mduara wa mwambani ulipo kwa mlinganisho na Hekalu la II lilipo kuwepo

Mwamba huu ulio hapa juu mlima Moriyah tokea mduara wa mwambani kwenda kusini, hushuka ghafla kuelekea mji wa David. Lakini kwa upande wa kaskazini huendelea chini ya sakafu ionekanayo kwa zaidi ya 100m. Eneo ambalo hupanda juu tena, pako chini ya palipo jengwa kumbukumbu ya 'mduara wa vibao' (tablets) au 'mduara wa roho' (spirits) kurejelea yale waliyo pokea toka Wayehudah nini kilikuwepo patakatifu pa patakatifu.

Eneo la Kusini:

Kundi hili ni jipya na tena ni la hivi karibuni, kiasi wanataaluma wengi bado kusikia, au kutoa pingamizi lao kama siyo uungaji mkono. Katika ujadilifu wetu wa eneo la kimapokezi, tulitoa picha ambayo majina ya maeneo yake yatatumika sana hapa kihistoria, ili kujenga hoja ya hekalu kuwa upande wa kusini ya hapo ulipo mduara wa mwambani.

Tutatumia hoja 8 kufikisha fikra hii tatanishi kwako mpendwa, tokea ufupisho wa ujadilifu makini alio ufanya Suvia Sagiv: -

1. Je Ngome ya Antonia (Antonia Fortress) ilikuwa wapi – Yerushalem ilizingwa mashariki, magharibi, kusini na bonde, hivyo ngome ilibidi ijengwe upande wa kaskazini.

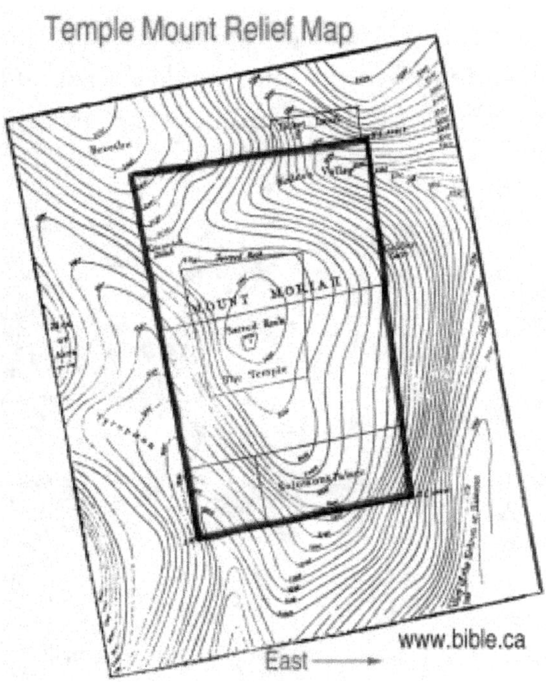

Kutokana na vyanzo vya kale, ngome hii ilikuwa mlimani takribani imeinuka 25m. Lakini hapa tuonyeshapo kuwepo leo pameinuka 5m tu. Ni fikra kwamba, ili kupata mwinuko huo, inabidi kuonyeshwa kuwa kusini zaidi na labda hapo ulipo mduara wa mwambani.

1. Mapokezi huonyesha uwepo wa handaki la maji (moat), lenye kina kirefu linalo zunguka kasri upande wa kaskazini mwa mlima wa hekalu, likiwa kusini mwa ngome kati yake na mlima wa hekalu. Pia kwa vyanzo vya kale ngome na mlima wa hekalu vilikuwa vinakaribiana. Kwa jinsi hii ngome ilikuwa mduara ulipo leo hii.
2. Vyanzo vyote huonyesha malango ya Hulda kusini mwa hekalu ndiyo yalikuwa njia kuu ya kuingilia hekaluni. Hutajwa kwamba, tofauti kiurefu kati ya malango na patakatifu pa patakatifu ni 10m. na utofautisho wa 39m kati ya malango na hekalu. Lakini mpaka hapo mduara ulipo leo, utofautisho ni 80m. Na urefu utahitajika kuwa 20m badala 10m.

Uwepo wa njia za chini (tunnels) hapa kwenye malango ya Hulda leo hii (hili halipo kwenye vyanzo vya kale), laonyesha hekalu kuwepo mwinuko wa chini zaidi upande wa kusini kabisa.

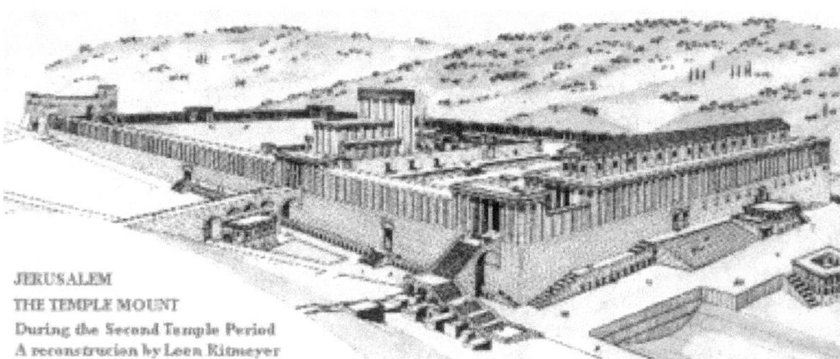

1. Uonekano toka kaskazini – mwana-historia Yosefus Flavius anajadili kilima cha Bizita (Golgota /Kalvari) kipo upande wa

kaskazini mwa mlima wa hekalu, na huziba uonekano wa hekalu tokea kaskazini. Hivyo kama hekalu lasimama ulipo mduara, lingeonekana hata mbali kama Ramallah ya leo hii. Ili kuziba lisionekane shuruti liwepo kwenye mwinuko wa chini kuelekea mji wa David ulio kusini mwa mlima wa hekalu.

2. Herode Agripa aliona kafara tokea magharibi – mwanahistoria yule-yule Yosefus (Jewish Wars) alielezea kwamba, mfalme Herode Agripa aliweza tazama tokea kasri lake la Hasmonean (karibu na lango la Jaffa) na kuona kafara katika Azarah ndani ya madhabahu ya Hekalu la II. Kutokana na hili Wayehudah walijenga ukuta ulioleta malumbano mpaka Kaisari Nero alipo afiki.

Kama hili hekalu lilikuwa hapa ulipo mduara, kasri la kifalme shuruti lingekuwa na urefu wa 75m kuona Azarah. Hakujawahi kuwa na jengo refu hivi Yerushalem, na hivyo hekalu shuruti lilikuwa pande za chini kusini.

1. Mfereji wa maji Yerushalem toka vilima vya Yudea – asili ya maji ya Yerushalem ni vilima vya Hebron, ambako hupita kisima cha Shelomoh karibu na Bethlehem kufika hapa. Inajulikana maji haya huingilia kambi ya Uyahudi (Jewish quarter) kwa daraja alilo vumbua Wilson (Wilson bridge).

Ndipo mabomba maalumu hufikisha maji hayo yatembeayo (living water) kwa kuhani mkuu (mikveh – kuoga kwa usafisho wa toraha) juu ya lango la maji. Pia huleta maji ya kusafisha damu ya kafara Azarah. Sehemu ya mfumo huu huonekana mpaka leo hii.

Tokea utambuzi huu isinge-wezekana kwa mifereji hii kuhudumu katika usafisho wa hekaluni kama lingekuwa hapo mduara ulipo leo hii, sababu maji hayo yangukuwa mita 20 chini. Ni kwa msingi huu basi hekalu shuruti lilikuwa mita 20 chini ya mduara ulipo leo hii.

1. Vipimo vya kielektronikali kutumia rada inayo penya, viliweza kuonyesha alama za nguzo upande wa kusini mwa mduara, wakati upande wa kaskazini wa mwamba ni mtupu.

Kwa kutumia miali ipimayo joto (thermal-infrared scanning) kutazama kuta na ujazo wa mlima wa hekalu. Wakati wa mchana jua huleta joto eneo lote kwa usawa kabisa, lakini upoaji wa usiku siyo sawa maeneo yote. Kwa njia hii misingi mikubwa sana (iliyo katika umbo la pentagoni) iliweza onekana chini ya sakafu ya mlima wa hekalu upande wa kusini na siyo kaskazini.

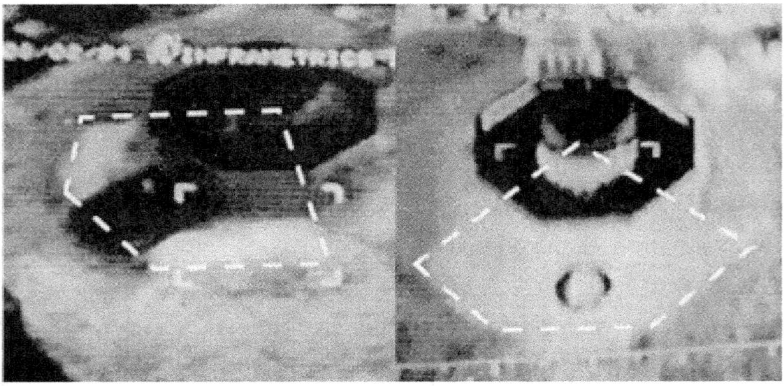

1. Uchunguzi katika mahekalu ya Kirumi zama za mwisho za utawala wao kihistoria ilijulikana kwamba, baada ya uasi wa Bar Kochba 132AD, Warumi walisawazisha mji wote wa Yerushalem, na kujenga mji wa Kirumi walio uita Aelia Capitolina. Na kuzuia Wayehudah mlima wa hekalu, walijenga hekalu la mungu wao sanamu jupiter hapo.

Kule Baalbek Lebanoni, limegunduliwa hekalu la mjenzi huyu-huyu, na pale ujenzi huo ukiwekwa juu ya mlima wa hekalu, huleta uwiano sahihi kati ya mduara na al-aqsa. Tazama hizi picha mbili chini:

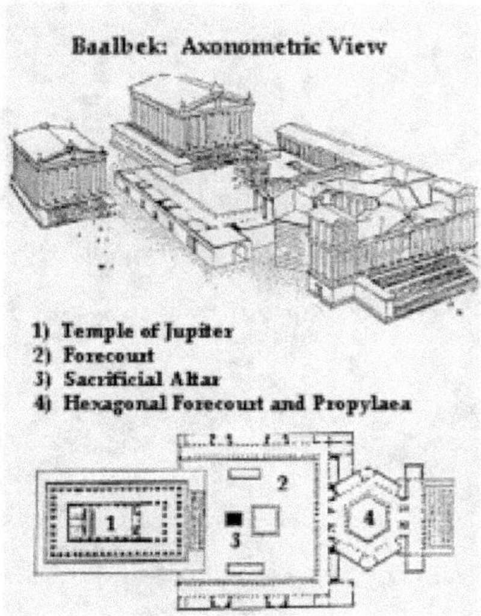

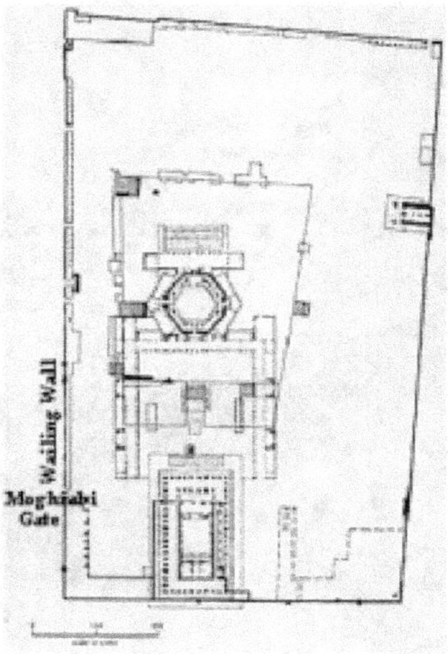

Katika pande zetu hizi tuzungumzao Kiswahili, tunawajua wana wa Ishamel kwa ubishi wao na wingi wa maneno waongeapo, lakini kule iliko asili yao hawa, kati yao yajulikana kwamba, pale walipo Wayisrael 2, basi shuruti ziwepo fikra 3 tofauti. Ubishi ni jadi yao wana wa Abraham, na hujitokeza zaidi katika ubishani wa bei (bargain).

Tuvia (Muyisrael) anachosema hapa ni; majengo yaliyoko sasa yapo juu ya miungu sanamu na ni unajisi mtupu hapo. Na kwamba siyo Wakirumi tu, bali hapa ndipo eneo la juu la ibada za Wakenaani na hivyo makaburi lazima yakutikane chini hapo. Na ndipo mnara wa Ashoreh ulipo kuwa kabla ya mabadiliko ya mfalme Yosiah.

Tuvia anadai Hekalu la II, lilisimama mashariki kidogo mwa ukuta wa magharibi, kati ya alqsa na mduara wa mwambani, hapo chini kwenye kichaka cha miti. Na patakatifu pa patakatifu endaikwa ndipo palipo kisima cha el-kas leo hii.

Ubishani huu utaendelea mpaka pale mjenzi wa Hekalu la III atakapo pata nafasi ya kuufukua mlima wa hekalu, ili kutambua wapi ndipo Hekalu la I na la II yalisimama. Juu yake hayo ndiyo Hekalu la III litasimama pia. Hili litawezekana mara tu baada ya vita vya Zaburi, au ile ya Gog na Magog.

Kwisha kusema haya rasmi, turuhusu tufanye lile ambalo kwalo umaarufu wetu upo; kuwanda kiujasiri mpaka kufunuliwa! Na kwa hili sisi tunatambua uwepo wa mtizamo wa nne (4), ambao hata sisi hubaki midomo wazi kwa yale mvumbuzi (archeologist) Ron Wyatt asimuliayo.

Kilicho muhimu zaidi ni kwamba, leo ndiyo siku ambayo Ruak na Aba wametaja kwetu kuhusu ujasiri na ushupavu wa kutamka kweli ambayo walio wake Yisrael wanaijua. Lakini amesema usemi wetu utaifanya bora na kueleweka zaidi kwao. Tunajua hili limesemwa kwetu, lakini hatujui nini maana yake, na wapi inastahili katika uhariri. Kwa kuwa ni ndani ya mada hii tulipokea haya, hivyo ndani ya mada hii tumetamka hivyo.

Tena miaka mingi kupita wakati ukifanyika uhariri wa kusoma kwa sauti, pasipo kujua haya ndiyo tujayo kuyasoma tena, aliongea hivi kwetu asubuhi ya Sikusita ya tarehe 06.05.2021. Ilikuwa ni katika sala za kawaida ambazo hutangulia kazi hizi. Alisema yako mambo ambayo mimi niliyasema awali, hayo wewe uyawache kama yalivyo, tena uwe jasiri hata uweze nitii mimi.

Yuko mtu aliyeitwa Ronald Eldon Wyatt (1933 – 4.8.1999), huyu alikuwa mvumbuzi na pia nesi (nurse) wa ganzi. Vumbuzi zake takribani zote zilipingwa na wanasayansi, wanahistoria, wasomi wa maandiko, na hata viongozi wa dhehebu lake mwenyewe la Wadventisti. Lakini kazi zake katika maeneo kadhaa zina wafuasi kati yao wajiitao wainjilisti (avangelical), na wafuasi mathubuti wenye itikadi kali ya Kikristo.

Je unakumbuka ramani ya mwonekano wa vilima vya Yerushalem (topography) uliyo pewa juu? Ni ndani ya ramani hiyo utaona kilele cha mlima Moriyah kipo juu zaidi kaskazini, na labda hapo ndipo Abraham alipo mtoa Yitzhak kafara. Ni mahali hapo pia ilipo bustani ya kaburi ambalo wengine hudai hapo pastahili zaidi kuliko pale pa kimapokezi. Na pasipo ujadilifu wa kuta za Yerushalem zilijengwa lini, hapo palikuwa nje ya mji.

Mwaka 1982 Ron Wyatt alidai amegundua wapi sanduku la agano lilipo. Rafiki zake humwelezea kama mtu aliye kwenda huko na huko pasipo yeye kutaka utukufu wowote bali Mungu. Kwamba alipo kuwa akitembea upande wa kaskazini mwa Yerushalem, ndipo mkono wake wa kushoto ukanyooka kuonyesha rundo la taka tokea kale na juu yake mlima.

Anasema ndipo mdomo wake ukaanza zungumza yale yasiyo yake, bali yatokayo kwake: hilo ni kaburi la Yirmeyah, sanduku la Agano lipo chini yake hapo. Ndipo rafiki yake Muebrania akasema tuchimbe, na yeye akasema ngoja tuchambue maandiko. Na kwa hilo aligundua kwa mara ya mwisho sanduku la agano lilitajwa kwa Yirmeyah, na wala hakuna utajo wa kuondoka Yerushalem maandikoni.

Nebukadneza wa Babiloni alikuja Yerushalem na kujenga ukuta kuuzinga ukuta wa Yerushalem, katika umbali ambao mashine za vita walizo tengeza hapo (II Kronikozi 26) za kurushia mawe ziliweza fika. Lengo lake lilikuwa kuwazinga ili wafe kwa njaa.

Yirmeyah alielewa mfalme hasikilizi neno la YAHWEH na nini kitamkuta; hapa ndipo aliona vema kuficha sanduku la agano na baadhi ya vifaa vya hekaluni. Alivichukua hivyo nje ya kuta zote mbili kwenye mojawapo ya mapango, na kujenga ukuta wa uongo mbele yake. Ndipo Uyahudi wakaenda katika umateka na kufa huko pasipo kumweleza yeyote wapi vilipo.

Hivyo kwa miaka 2600 hakuna aliye jua wapi lilipo. Alichimba hapo kwa takribani mwaka. Walipo kuwa wakisogea waliona maeneo 3 ambapo mojawapo lilikuwepo shimo la kama futi 2.5 kwenda ndani. Ndipo aligundua hili shimo ni yale ambayo huchimbwa ili kusimamisha msalaba pale asulubiwapo mtu. Na pembezoni aliona mlimani pale ambako vibao vya lugha 3 hubandikwa.

Walipo chimba chini zaidi, waliona mashimo 4 ya msalaba usimamapo. Mmoja kati na mingine kila upande na mbele sababu walikuwa wakisulubisha watu 4 kwa wakati mmoja na siyo zaidi. Na ghafla walikuta mawe ya aiana moja, na kisha mifupa ya vidole kila mahali (alifikiri hapa ndipo walipo weka watu wafe kwa njaa).

Na walipo endelea waligundua ufa mkubwa katika mwamba katikati kama nusu nchi kwa upana. Na waliona mapango mengi ambayo ni membamba sana ukiingia hauwezi pumua mpaka urudi tena nje. Wakiwa hapo ghafla mmoja wa wachimbaji wake Muarabu alisema anaacha kazi na kuondoka pasipo kusema lolote.

Hivyo Ron akajibana hapo na ikafungikia katika chumba kipana kidogo. Na alipo piga mwanga wa kurunzi ndani yake, akaona mwanga unaakisiwa kurudi kwake. Hivyo akaingia na kuondoa vumbi na ndipo aligundua ni meza ya dhahabu ya mikate ya maonyesho. Na alipoa angalia mwishoni mwa pango aliona kama boksi gumu limetengenzwa kwa pande moja la dhahabu.

Lakini hakuweza kufika hapo lakini aliona ufa wa mwamba, na alipo chungulia huo aliona umekwenda juu mpaka walipo uona awali, ambao nao ulikuwa umekwenda mpaka kule kwenye maeneo ya msalaba waliko kuona juu wakichimba kuja huku chini.

Ron alisema, biblia yasema Yeshua alipokata roho, miamba ilipasuka kwa kugawanyika (rent), na hivyo damu yake ilipo churuzika shuruti ilipenya mwambani hapo na kuchuruzika kudondoka juu ya sanduku la agano kwenye kiti cha huruma. Anasema kuna utando mweusi juu mwambani na kwenye kiti cha huruma kuashiria damu kavu. Alipo ichukua kuipima katika hospitali aliyo kuwa akifanya kazi, aliambiwa ni damu ya mtu, ni ya zamani sana na ni ya ajabu sababu ina kromosomi 23 tu.

Anaendelea kusimulia kwamba, alipo jibana hadi kulifikia, alisita kuligusa akikumbuka kile kilicho mkuta yule aliye ligusa maandikoni. Lakini kwa imani alijua dhambi zake kwa Adonai Yeshua zimefutwa, na zao Yisrael zilikuwa zimefunikwa zisionekane kwa damu ya wanyama. Hivyo alifungua na kuona bakuli la mana halipo, wala fimbo ya Mosheh. Hata hivyo hivi vilitajwa mara moja, na havikurudiwa tena. Vibao vya amri 10 aliviona.

Anasema hakulisogeza, bali alikwenda kumwambia kuhani mkuu Muebrania kwamba, amegundua sanduku la agano njooni nifuateni. Walikuja naye akawaonyesha sanduku la agano nao hawakulisogeza. Anasema hakutangaza sana hili sababu lingeweza kuleta vita ya 3 ya Dunia. Sababu Wayehudah wa kawaida wangeidai serikali yao inasubiri nini kubomoa mduara na al-aqsa, ili kujenga Hekalu la III ambalo wanasubiria kulijenga kwa hamu kuu.

Inasemekana ukimuuliza kuhani mkuu hata leo kuhusu kama wanalo sanduku la agano mara Hekalu la III lisimamapo, wao hucheka na kudai wakati ukifika litakuwepo. Ron alidai siku wakilihitaji ni kwenda tu hapo na kubomoa kwa mashine na ndani ya nusu saa litakuwa mabegani mwa makuhani. Je ni kwa sababu hii uongozi wa kaburi la bustani (garden Tomb) hutoa kanusho la dai la Ron?

Kwa kusema hivi anaweka madai 3 makubwa sana duniani: -

1. kwamba, amegundua wapi Adonai Yeshua alisulubiwa,
2. wapi sanduku la agano lilipo,
3. na wapi kaburi la Yirmeyah lilipo.

Ni kwa haya amekuwa zogo la malumbano kati ya wanazuoni duniani. Lakini ni uchambuzi wa Tavia Sagiv kuhusu kilele cha mlima Moriyah kuwa kaskazini na utamkaji huu wa Ron upondao vichwa vya wasomi. Kabla ya Tuvia uelewa wa fikra 2 ulikuwa toshelevu, lakini kwa hoja zake 8 mpya, je wewe msomi wetu hapa unahukumu vipi?

Na kama hili lawezekana, je hofu ya ayasemayo Ron yatoka wapi kwako, wakati hata asilimia 20% ya Yerushalem bado kuchimbuliwa? Yako mengi sayansi itakayo yaweka mahali pake kwa usahihi na wewe mpendwa utaafiki. Yako ambayo bado kuwekwa sawa, lakini mwisho wa yote kila kitu kipasacho kujulikana shuruti mtu atafunuliwa hicho. Kitabu chako tokea awali kilijifunga kuleta kwako jiografia, historia, sayansi, maandiko, na imani kama mtiririko wa kweli moja.

Hata sasa Yisrael bado yafanya majadiliano na Vatican kuhusu umiliki wa maeneo mengi, kwamba ni yao kimaandiko (ambayo Vatican wayakubali kuwa sahihi). Ni kwa kigezo hiki wachache wanajua kwamba, Vatican bado kuitambua Yisrael kama mmiliki wa ardhi yote ya Yisrael. Kama wewe unayo hati ya miaka 2000 iliyopita, je pale ajapo mwenye hati ya miaka 4000 iliyopita, inakuwaje kisheria: humpisha huyo aliye mrithi wa kweli, na madai yako yote hukoma.

Kikwazo hapa ni mafundisho ya baba wa kanisa la Roma, Augustine (354AD-430AD), ambaye hakuweza kuona vipi kwa unabii Yisrael wanaweza kuwa taifa kwa siku moja kama ilivyo tokea mwaka 1948AD. Ni toka kina hiki aliona Kanisa limechukua mahali pa Yisrael (nadharia ya ubadilisho). Hivyo hawa huamini kwamba, tokea msalaba wa Kristo Yeshua, Kanisa limeshaingia milenia. Na thivi sasa Kanisa limeshika hatamu na shetani amefungiwa kuzimu. Uelewa huu siyo tu wakingana na historia ya mtu ya miaka 2000 sasa, bali pia yafuta kwa kupuuza maandiko shahidi mengi sana, na kuendeleza ukoloni katika ardhi ya ahadi kwa Yisrael.

Shuruti Vatican iachie maeneo yote inayo shikilia ndani ya Yisrael. Iyarudishe yote kwa Yisrael, na tena pasipo masharti yeyote yale. Biblia iko bayana kuhusu tamko hili, na ni aibu kwa mfuasi wa Kristo Yeshua kutenda hivi kwa nduguze. Halipo andiko sembuse moja, linalo kabidhi urithi wa ardhi ya Yisrael kwa Kanisa, bali yako lukuki yapingayo umiliki wa Mmataifa yeyote kwayo hiyo. Je Vatican yapingana na utekelezi wa ahadi za kiagano za Mungu YHWH kwao Yisrael (ambao sasa wamerejea)?

Vyombo vya Hekaluni

Mosheh aliagizwa kwa mfano (model) na hata kwa usaidizi wa roho za hekima na maarifa (Kutoka 28:3) mafundi wake kujenga kwa ustadi tabanako la YAHWEH jangwani. David alipewa mahali na jinsi ya ujenzi (blueprint) na maandalizi, lakini ni mwanawe Shelomoh ndiye aliye ruhusiwa kujenga hilo tabanako (sanctuary) ndani ya hekalu (temple).

Kwa ramani ya awali, tabanako ndiyo nyumba Ruak aliyo geuza nyumbani mwake na kuishi humo. Lakini kwa ramani ya pili aliyo ipokea mfalme David, alifumbia fumbo kwamba, bado tabanako shuruti liwe ndani ya hekalu, pamoja na ukumbi kurudiwa, lakini kuliongezwa vyumba na maeneo mengi zaidi, na kwa ujumla wake haya 3 ndiyo huitwa hekalu la YAHWEH.

Sasa tuvitizame vyombo hivi vya hekaluni tukitokea nje ya wigo, kuendea patakatifu pa patakatifu ndani ya tabanako kama ifuatavyo: upo uwigo mmoja tu ulio ungana, na kwao huo upo mlango mmoja tu utizamao mashariki. Hekalu lina uwigo miwili; wa kwanza ni ule utenganishao wanaume na wanawake (walio safi kitoraha), na wa pili ni ule utenganishao mataifa na hekalu takatifu. Huu ndiyo uwanja wa mataifa ambao hauna chombo chochote cha ibada, bali utambuzi kwamba, nao wanaalikwa katika imani hii ya Abraham kwake Mungu YAHWEH.

Hivyo basi, kutoka huu uwigo ulio ishara kwamba, hakuteua watu wote kuwa wake, kifuatacho ni mlango mmoja, kwamba wote shuruti waingie kupitia huo, na kwamba yeyote asiye ingia kupitia huo ni mwivi na muaribifu ajaye kuiba, kuua na kuteketeza (Yokhana 10:1-16). Ni kupitia mlango huu ndiyo Kristo Yeshua alisema kwa Yisrael kuwa, yeye ndiye mchungaji mwema (Zaburi 23:1). Ndiye asimamaye hapo mlangoni na kuita, na kwamba kondoo wengine anao ambao siyo wa zizi hili (Yisrael). Kwamba, hao pia katika wakati wake, atawaleta ndani humu (katika milenia), ili liwepo zizi moja na Mchungaji mmoja.

Mara tu uingiapo mlango huu, ulikuwepo umbali mpaka kulifikia tabanako. Huu ndiyo ukumbi wa ndani ambako wanaume wa Yisrael pekee walio wasafi kwa misingi ya toraha huruhusiwa. Asiye Myisrael haruhusiwi kwa toraha kuingia aidha ya maeneo haya mawili. Zamani za Herode viongozi wa hekalu waliweka tangazo, lisemalo: kifo kwa anaye kiuka, na damu yake itakuwa juu yake mwenyewe.

Kwenye tabanako jangwani haukuwepo ugawanyo huu, ila wanaume Wayisrael wasafi kwa misingi ya toraha waliruhusiwa kuingia mlangoni, ili kwa kafara zao, wao na familia zao waendelee katika utakatifu (saints). Aliye mchafu siyo tu haruhusiwi kuingia langoni, bali pia aliwekwa nje ya kambi la Yisrael, kwenye eneo maalumu mpaka ajisafishe (Cleansed) kwa maji, au apone, au kipindi cha utengo kipite, ndipo aende malangoni hapa na kafara ya utakaso (sanctified) wake kupitia damu hiyo.

Kama ilivyo kuwa kale tabanakoni, ndivyo itakavyo kuwa hata kwa Hekalu la III lijalo, kwamba eneo hili la ukumbini lina vyombo vya aina mbili tu: madhabahu kubwa ya kafara za kuchomwa, na beseni la maji ya uosho kwa makuhani pekee kabla ya kuingia tabanakoni. Toka kivuli chake hili, ndiyo Adonai Yeshua Kristo aliwaosha mitume wake miguu kuashiria daraja lao hili jipya la ukuhani wa kifalme, usio katika uhudumu[20] humo, bali kwa kibali cha makazi ya kudumu humo. (I Petros 2:9).

Pamoja na beseni hili (zama za Shelomoh tokea ukubwa wake lilijulikana kama bahari), yapo mabakuli yenye mikono kwa ajili ya kuchotea maji hayo. Kama yalivyo mabakuli hayo, pia vipo vyombo mbalimbali madhabauni kwa ajili ya kuchochea moto, kutwalia sehemu ya chakula cha makuhani, na hata kubebea damu ndani kwenye madhabahu ndogo nje ya pazia.

Pale uingiapo ndani ya tabanako la hekalu, utaona kuwa limegawanyika sehemu 3 ifuatavyo: eneo la maandalizi ya makuhani kuhudumu, kisha mahali patakatifu, na mwisho nyuma ya pazia patakatifu pa patakatifu. Ndani humo vilikuwemo vyombo vingi sana lakini vilivyo vikuu zaidi ni 4: meza ya mikate 12 ya maonyesho, manora ya taa 7, madhababu ndogo ya dhahabu, na sanduku la agano linalo kaa patakatifu pa patakatifu. Ndani yake hili ndimo vilikuwemo vile vibao viwili vya mawe (tablets) vilivyo andikwa Maneno 10 ya YHWH.

Inakubalika ndani ya Talmud kwamba, viko takribani aina ya vyombo 80 vitumikavyo kuhudumu mbele za YAHWEH kila siku. Na maelekezo ya jinsi ya kuvitengeneza, na maono, na ufundi, na ujuzi, na hekima, na maarifa ni kitu ambacho hutushangaza wote. Iko siri ya ajabu kuu kuhusu hekalu lake ambayo sisi hutuchoki kuishang'alia. Biblia imejaa maelezo mengi kuhusu hekima hizo na maarifa yake. Ni ndani ya haya mawili ndiyo hekalu husimama duniani kama fumbo na kivuli cha lile la Mbinguni.

Kama haya finyu tujadiliyo hapa kwako wewe ni mapya, basi wewe shuruti ni mchanga, kwani yako lukuki ambayo nafasi na muda wa kupitia vyote hapa haupo. Hivyo yote tufanyayo ni kama kutaja vichwa vya habari vya hayo mengi makuu kwa hekima na maarifa hata akili ya mtu iduwae.

Yako mengi sana kuhusu vipi majengo, vyombo, vifaa, na vyote ndani ya tabanako na hekalu vilifanyika. Ipi ni nuru iliyo pelekea kufanyika kwao, ni wapi ramani yavyo ilipotoka, na ni nani, na kwa jinsi gani walipewa na kupokea, na nini matokeo ya hekima na maarifa hayo. Haya yote ni kwa mfano na ushahidi, ili mpendwa uwe mwerevu katika yote, na adui aone aibu, ashindwe, na kutetemeka mbele za Mungu wako.

Hakika ya ushahidi kwamba vyombo vya nyumba ya Mungu siyo kwa fikra au ridhaa ya mtu bali YAHWEH, ni andiko la Kutoka 25:9 ... *Kwa kadri ya vyote vile Mimi nilivyo kuonyesha wewe, [tokea] pateni*[21] *ya tabanako, na pateni ya {vyombo*[22] *na} samani*[23] *zake, hivyo hivyo shuruti wewe uvitengeneze.* ... Shuruti lazima sasa uanze kuona kwa nini Mosheh alipewa elimu ile bora (katika zama zake), kuliko labda Yisrael wote.

Kama mpendwa wasoma hapo na kufikiria hilo ni agizo kwa Yisrael, basi umepoteza muelekeo. Hili somo ni muhimu sana sababu liko changamoto kwetu kwa kauli ya YAHWEH kwamba; vile vitu vya kiroho tulivyo pewa tuvitie kazini. Na anataka tufanye hivyo, ili kuwa pale ambapo kiroho tunatakiwa tuwe. Vitu hivyo ni mwili wako ulio hekalu lake, na hivyo ndani mwako wewe (rohoni) ndiye tabanako lake, na vyombo vya uhudumu wako humo ni matunda 9 tokea roho yako aliyo kupatia kwa Wagalati 5:22-23. Pia unazo karama 9 unazo takiwa kuzitia kazini kwa kadri ya uhitaji wako kupitia Roho wa Mungu (I Wakorintho 12:1-11).

Ridhaa hii ya Mungu kuhusu ujenzi na utengenezaji wa vyombo, haukuishia kwa michoro na picha, bali hata kutoa Roho wake kuwaongoza katika ujuzi wa hekima na maarifa kama isomekavyo katika Kutoka 31:3 ... *Na Mimi nimemjaza yeye kwa Roho {Ruakh} wa Elohim, katika hekima {busara, ujuzi}, na katika uelewa {akili ya kujifunza, kuelewa na kufikiri sahihi, nguvu ya hoja}, na katika maarifa {werevu, ufahamu, utambuzi}, na katika kila aina ya kazi,* ... Ni hivi hata kwako mpendwa leo hii kwa kila ambalo yeye amekuagiza wewe kutenda maishani mwako. Tokea vyombo hivyo hapo juu, alivyo kupatia tayari ndani mwako, yeye atakuongoza wewe kuyafikia mafanikio makuu, ambayo haujawahi bado kuyatarajia. **Na iwe hivi YAHWEH kwangu pia!**

Tokea agizo hilo tunamwona Aholiab Ahisamachi wa kabila la Dani akipokea maarifa ili kufanya kazi ya ujenzi. Tunasoma Kutoka 35:26,31,35 jinsi hekima ilivyo tumika kuwasha bashasha ya ufundi stadi ndani ya wamama kufuma kwa ustadi mkuu, wanaume walio andika kwa kuchonga, ufumaji, usukaji, na fani zote nyingine. Kutoka 36:1-2, tunaona ujenzi wa tabanako. Haya ya tabanako pia yalionekana katika ujenzi wa hekalu. Tunaona ramani ya David akipewa mfalme Shelomoh aliye shuhudiwa kuwa mwenye roho wa hekima na maarifa zaidi ya wote kusimamia ujenzi huo (I Wafalme 3:28, 4:29-30, 4:34, II Kronikozi 1:11, 9:3,22 na Matityahu 12:42).

Na ushahidi wetu ni I Wafalme 3:12 ... *Tazama, Mimi nimetenda kwa kadri ya maneno yako: ona, Mimi nimekupatia wewe hekima na moyo wa utambuzi {uelewa}; kiasi kwamba hakuwepo aliye kama wewe kabla yako, wala baada yako hataibuka yeyote aliye kama wewe. ...*

Na katika vyombo vyote aidha tabanakoni au hekaluni, hakuna kilicho juu ya sanduku la agano, sababu ya kuwa hivi ni kile alicho fumbia pale alipo sema kwa Kutoka 25:22 ... *Na hapo Mimi nita-kutana na wewe, na Mimi nita-ongea maneno na wewe tokea juu ya kiti cha huruma {kilicho juu ya kaporet, yaani mfuniko wa sanduku la agano} tokea kati ya makerubi wawili ambao [wako] juu ya sanduku la agano {uthibitisho, ushahidi}, wa yote ambayo Mimi nita-kupatia wewe kuwaamuru wana wa Yisrael. ...*

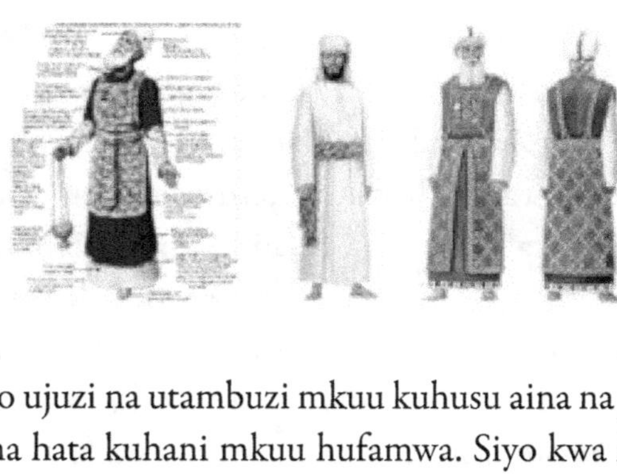

Pamoja na vyombo, pia uko ujuzi na utambuzi mkuu kuhusu aina na jinsi ya mavazi ya makuhani na hata kuhani mkuu hufamwa. Siyo kwa haya tu, bali kwa kila kitu, toka paa la tabanako, mpaka jinsi ya kuhamisha tabanako. Kwa haya yote tokea mwanzo hata mwisho huu sisi husikia limoja tu: njia zangu ni juu zaidi ya zako, na fikra zangu zaidi ya zako (Yeshayah 55:9).

Wamisri walitumia takribani miaka 400 kukusanya dhahabu kibiashara toka ulimwenguni mwote, kabla ya Yisrael kupewa na YAHWEH kwa siku moja tu, kama ujira na riba ya miaka 430 ya ustawisho wa Misrayim. Mfalme Shelomoh aliiongeza toka nchi nyingi kibiashara. Dhahabu hizi ndizo zibebwazo na kila mvamizi pale wahitajipo utajiri, kupanua jeshi, au kulipa madeni yao (Babiloni, Misri, Syria, Wagiriki, na hata Warumi). Leo hii Yisrael kupitia ugwiji[24] wake kibiashara katika umiliki wa soko la dhahabu duniani, tayari wanaikusanya tena, toka nchi zote za Dunia kama sehemu ya urithi wao.

Uchaguzi wa Sanhedrin na Kuhani Mkuu

Sanhedrin ni baraza kuu la Yisrael ambalo lina-mjumlisha kuhani mkuu kama kiongozi walo, waandishi (wasomi wa toraha), na wazee wa watu. Neno hili Sanhedrin latokana na maneno mawili ya Kigiriki 'san' (pamoja) na 'hedra' (kiti), hivyo kumaanisha wakuu waliokaa pamoja kuamua. Neno hili limetumika mara 22 ndani ya Agano Jipya. Tafsiri nyingine huwaita 'wazee' (Luka 22:66, Matendo 5:21).

Makusanyo ya maandishi ya Kiyehudah 'Mishnah,' huliita baraza hili: Baraza Kuu la Hukumu, au Sanhedrin Kuu. Iliyo kalia viti sasa hujulikana kama Sanhedrini ya Sabini na Mmoja. Sanhedrin kama utakavyo ona, inasadikiwa kuanza kuwa na nguvu za kiutawala toka zama za Mosheh. Pia wapo wanao dai ilianza katika majira ya 30AD, au katika zama za uwepo wa Yeshua Kristo. Na wengine hudai kuwa, ni tangu kurudi Babiloni katika mwaka 537BC. Pia wako wanao fikiri kwamba, uwepo wao ni tangu kuteketezwa kwa hekalu la Yerushalem katika mwaka 70AD.

Hakika ya uwepo wao ni Matityahu 26:57 ... *Na wale ambao walikuwa wamemkamata Yeshua walimwongoza kumpeleka kwa Kayafa {Kaiaphas} kuhani mkuu, ambako waandishi {wanasheria wa halakha na toraha} na wazee {hawa kwa pamoja hujulikana kama Sanhedrin – baraza kuu la Wayehudah} walikuwa wamekusanyika. ...*

Tunajua walikuwa hata na askari wa hekalu chini yao, ambao ndiyo walio mkamata Adonai Yeshua. Walikuwa na makazi yao ya kifahari ndani ya

Yerushalem, na mara nyingi pembezoni mwa hekalu. Hawa hawakufanya kazi, kwani ujira wao kama Walawi, ulipatikana toka makusanyo ya hekaluni. Tunaona katika Luka 3:2 kuwa, walikuwepo makuhani wakuu wawili. Anasi alikuwa baba mkwe wa Kaiaphasi ambaye ndiye kuhani mkuu wa pili.

Ni kwake huyu Anasi katika Yokhana 18:13, ndipo Yeshua alipelekwa kwanza ili kuhukumiwa kabla ya kupelekwa kwa Kaiaphasi. Ukuhani mkuu hufanyika kwa mzunguko kati ya Sanhedrin, na mwaka ule wa hukumu ya Yeshua, ndiyo ulikuwa mwaka wa kwanza wa Kaiaphasi. Inasomeka kwenye Mishnah tractate iv:2 kuwa; Sanhedrin hupatikana toka Kohanini (uzao wa Aharon), Walawi, na Wayehudah wa kawaida ambao ni toka makundi hayo mawili, ambao binti zao waliolewa na makuhani.

Baraza hili la Sanhedrin, ndiyo lilikuwa mahakama kuu ya nchi ya Yisrael. Baraza hili lilikuwa na wajumbe 71 kama utamwesabu na kuhani mkuu. Ndiyo wao hutawala na kuamua yote yahusiyo hekalu, toraha, na maisha ya kila siku ya wana wa Yahkob (Yisrael). Wao huthibiti katika kizazi cha wakati wao, utekelezaji wa kila kafara na hata tafsiri ya kila kipengele cha torah ya Mosheh. Hawakuwa mahakama kuu ya rufaa, kwani mara nyingi walikuwepo watawala wengine wa kisiasa juu yao.

Katika agano jipya, Sahedrin wanaonekana kama genge la wabinafsi (self-serving), na wasio mfuata siyo Yeshua tu, bali hata toraha ya Mosheh, ambayo kwayo hudai kuwa wasimamizi. Ni baraza hili ndilo lilotesa kanisa la kwanza hata kabla ya Rumi. Kwa vita vya msalaba vilivyo kuja baadaye, hata kanisa larekodiwa kuitesa Yisrael.

Maandiko ya Mishnah hudai kuwa, Sanhedrin ilianza na Mosheh pale alipo chagua wazee 70 kama wasaidizi wake. YAHWEH ndiye aliye wapa Yisrael hili na siyo kwa amri tu, bali wawe mfano. Wana walio toka katika mauno ya Yahkob aliyeitwa Yisrael ni makabila 12, ambayo kwayo wana wa kiume 70 walizaliwa: ... *Na nafsi zote ambazo zilitoka katika maungo ya Yakob zilikuwa nafsi sabini {70}: kwani Yosef alikuwa [tayari] Misrayim.* ... [Kutoka 1:5].

Kwa kuwa Yosef hakuhesabiwa nao, lakini ndiye mkuu kwao (kumbuka maono aliyo onyeshwa wote wakimsujudia) basi jumla yao ni 71. Tunaona tena kuhusu hii namba 70 pamoja na Mosheh katika Hesabu 11:16,24-25, Kutoka 24:1 ... *Na YAHWEH alisema kwa Mosheh, Wakusanye kwangu wanaume sabini wazee wa Yisrael, ambao wewe unawafahamu kuwa wazee wa watu {am – Wayisrael}, na waamuzi juu yao; na walete hao kwenye oheli {hema kubwa} la miadi, ili waweze simama hapo pamoja na wewe. ...*

Na Mosheh alitoka nje, na aliwaambia watu {am – Wayisrael} maneno ya YAHWEH, na kuwakusanya wanaume sabini {70} kati ya wazee wa watu {am – Wayisrael}, na kuwasimamisha kulizunguka oheli {hema kubwa}. Na YAHWEH alishuka chini katika wingu, na kuongea naye, na kumuunganisha[25] *{kumgawanya} Roho {wa Mungu} ambaye [alikuwa] juu yake, na kuwapa [huyo] wazee wakiume sabini: pale Roho alipo tua juu yao, wao walifanya unabii, lakini hawakuendelea. ...*

... Na yeye alisema kwa Mosheh, panda juu huku kwa YAHWEH, na Aharon, Nadab, na Abihu, na sabini {70} ya wazee wa Yisrael; na nyie msujudu {abudu} mbali. ...

Fikra nyingine ni kwamba, kusanyiko kama hili linaonekana katika I Wafalme 8:1, na kwamba hawakuendelea kama viongozi wa watu mara baada ya kusanyiko hilo alilolifanya mfalme Shelomoh kwa ajili ya kuleta sanduku la agano. Ijapo kuwa hili andiko halisemi 70, lakini ukiangalia madaraka yatajwayo hakika hawa watu ni viongozi wa watu juu ya maisha yao ya kila siku.

Hata wale wanao weka mwanzo wao tokea urejeo wa Babiloni na kutumia andiko la Nehemia 2:16, bado wanathibitisha uwepo wa mfumo wa kikabila juu yao Yisrael. Na tena siyo kwa utawala wa ardhi na mali tu, bali hata kwa masuala ya sheria na hukumu juu ya watu waliobaki na wale waliorudi. Upendeleo wa kujitawala hivi kama jimbo la ufalme wa Uajemi-Midia, ulitokana na kweli ya Ezra 1:1-3 ambako mfalme Koresh (Cyrus) alijua kuhusu unabii wake walio kuwa nao Yisrael.

Huu ni unabii wa karne ya 4 kabla hata ya yeye kuzaliwa, hivyo alikuwa na upendeleo juu yao lakini pasipo mfalme, na hivyo kufanya kipindi hiki kuwa na nguvu zaidi kwa Sanhedrin. Mpaka ujio wa Kristo Yeshua, tayari walikuwa wameshalewa madaraka na kupotea katika njia zao. Kwani hata kwa mfumo wa Rumi wa utawala wa majimbo kujitawala ila kuleta kodi Roma, uliruhusu mpanuko kama uonavyo mahusiano ya Kaiaphasi (kuhani mkuu), Herode (mfalme kikaragosi wa Uyahudi) na Pilato (gavana wa jimbo).

Tunajua kwa historia ya mashariki ya kati, vipindi vya umaarufu wa mifumo ya demokrasia ya Ugiriki na baadaye Roma ndani ya seneti, bado Yisrael ilibaki katika falme za kikoo, kwa makabila ndani ya maeneo aliyo yagawa Yehoshua. Ni kwa hivi Sanhedrin iliitwa na Wagiriki 'Gerousia'. Tunajua hili toka maandishi ya mwana historia jemedari Yosephus pale alipo nukuu tamko la Antiokusi wa III baada ya kuiteka Yerushalem.

Ni jambo la muhimu sana hapa kuoanisha historia na maandiko matakatifu. Ni Yehezkel 8:11 ndipo tuonapo yapi yaendeleayo juu ya Sanhedrin 70 waliobaki Yisrael, na ambao hawakuchukuliwa Babiloni. Tunaona katika mstari utanguliao huo wa Yehezkel 8:3, akichukuliwa na YAHWEH Elohim mawinguni katika maono toka Babiloni hadi Yerushalem, kuonyeshwa jinsi ambavyo Sanhedrin walivyo muasi kwa kuabudu miungu wageni wa uongo ndani mafichoni hekaluni humo.

Kutajwa huku na unabii wa Yehezkel ni muhimu sana katika kuvunja uti wa mgongo wa dhana kwamba, Sanhedrin walianza tokea kurudi kwa mateka wa Babiloni. Ni kwamba hata wao walipo kuwa Babiloni, bado viongozi wa watu waliendelea na hawakukoma kuwepo. Pamoja na mabadiliko haya yote, Sanhedrin walibaki imara. Tunajua kwa historia kuwa, Yehudah Maccabius alivunja urithi ule wa wazee wakizamani na kuweka wa familia za Hazmoniani, akibakiza Sanhedrin kama baraza la waheshimiwa.

Herode alipoanza madaraka aligombana sana na warithi wa koo za kifalme, na ndiyo ilisababisha kuua Sanhedrin wengi katika mwanzo wa utawala wake Yudea. Kiranja wa baraza hili huchaguliwa toka kabila la Lawi (lakini wale wa ukoo wa Aharon pekee), na pale achaguliwapo huitwa kuhani mkuu. Mara baada ya hekalu kuteketezwa, Sanhedrin walikusanyika Jamnia kujadili mambo ya kidini na wala Warumi hawakutilia maanani jambo hilo kama ilivyo hata leo hii.

Uchaguzi wa kujiunga na Sanhedrin haukuwa wa kidemokrasia, bali wa-kikabila kwa koo, na asili ya wazazi wako, na itikadi yako. Hivyo hata leo uchaguzi ni kati ya makuhani, wasomi mashuhuri wa toraha (wanasheria/ waandishi), au waheshimiwa katika jamii kwa sababu hii au ile. Lakini bado hata leo ni kwa kigezo kile YAHWEH alicho mwambia Mosheh, na kwa idadi ile kama YAHWEH alivyo ifumba katika uzazi wa wana wa Yahkob kabla ya uhamishio wa Misri. Ili kuhakikisha haya, ndiyo Mishnah huweka bayana vigezo vile vya Muyisrael aliye wa mbari ya Lawi, tena tokea ukoo wa Aharon.

Katika zama za Yeshua, makuhani wakuu walitokana na Tsadukim zaidi, ambao ndiyo walikuwa watu wenye nguvu sana ndani ya Sanhedrin. Ndani humo yasadikika walikua na baraza la juu la watu 10 kwa mtindo ule wa Rumi na Ugiriki. Kule Tiberia ya Galilaya ambako yasidikiwa ndiko walipo kutana kwa mara ya mwisho kabla ya utawanyo, Yosephus aliwataja hao kama watu 10 mashuhuri.

Kuhani mkuu wa Sanhedrini ndiye pia mkuu wa hekalu, ambaye husimamia shughuli na taratibu zote za hekalu, na pia huwa kamanda wa askari wa hekalu (matendo 5:24-26). Wengine walihudumu kama wanasheria (waandishi), na yote mengine kama waweka hazina, wakisimamia mishahara ya makuhani, na wafanyakazi wengine hekaluni. Walisimamia makusanyo ya mapato yote ya hekalu.

Tunajua kwa historia Anania kuhani mkuu wa Matendo 23:2, alitawala mara baada ya Kaiaphasi wa kipindi cha Yeshua. Lakini Anasi yule wa Luka 3:2 na Matendo 4:6 alitawala 15AD na hivyo jina la ukuhani mkuu ni la heshima kwa mahusiano yake na Kaiaphasi. Sababu halisi bado sisi kujua kihistoria.

Wazee huwakilisha makuhani na watawala matajiri kifedha wa kikoo. Ni wazee waheshimika katika jumuiya kama alivyo kuwa Yoseph wa Arimathea katika Marko 15:43. Wanashiriki fikra kali za Tsadukim, na kulipa baraza umfano wa mabunge ya leo kuwa na wapinzani.

Waandishi ambao ndiyo kundi jipya la Sanhedrin. Wengi wao walikuwa Prushim ambao ni wanasheria waliosoma theolojia ya dini, toraha na falsafa. Walikuwa wasomi walio bobea kwa nyakati zao. Hata leo bado wako, na hutumia muda wa maisha yao yote katika hili, hulipwa na serikali hata ya leo hii Yisrael. Hujiunga pamoja kama chama, na mara nyingi kama alivyo kuwa mtume Shauli (Shaul) humfuata Rabai mashuhuri. Gamalieli anasomeka katika Matendo 5:34 kama rabai msomi aliyemfunza Shauli katika Matendo 22:3.

Katika kipindi cha uwepo wa Yeshua Kristo ndani ya nchi takatifu, tunaona mkono wa ushawishi wa Sanhedrin ukiwa mkubwa hata nje ya Yudea mpaka Galilaya na mji kama Damascus (Matendo 22:5). Jukumu kubwa la baraza la kipindi hiki, lilikuwa kuhukumu mambo ya toraha ya

Mosheh pale kutokubaliana kutokeapo. Uamuzi wao hawa katika mambo ya dini kwao Wayehudah ulikuwa wa mwisho, walikuwa kama mahakama kuu ya rufaa. Mfano ni Yeshua amekufuru sheria ya Mosheh au lah, tuonavyo katika Matityahu 26:65 au Stefanos katika Matendo 6:12-14.

Ijapo kuwa mwanafalsafa Philo anaonyesha kuwa; katika utawala wa Rumi, wao Sanhedrin walikuwa na uwezo wa kutumia adhabu ya kifo, lakini hukumu ya Yeshua tunaona kwenda kinyume na hoja hii ya kihistoria. Kitabu cha Kiyehudah cha mapokeo 'Talmud' kama ilivyo injili, vinaona Sanhedrin hawakuwa na madaraka juu ya adhabu ya kifo, mpaka waombe ruhusa kwa gavana Mrumi kama usomavyo toka Yokhana 18:31.

Pamoja na ukiukwaji mkubwa wa taratibu ambazo zimo katika kitabu cha Kiyehudah Mishnah, bado mahakama za chini zilikuwa zikifanya kutunza haki kwa kadri ya torah ya Mosheh. Na hili ni jambo muhimu kwamba, Mishnah inaeleza kuhusu mabaraza madogo ya Sanhedrin katika masinagogi, na siyo hili kuu la hekaluni Yerushalem. Sanhedrin ndogo huwa na wajumbe 23.

Sanhedrin zote hukaa katika mduara, ili kila mjumbe aweze kuuona uso wa mwenzi wake. Makarani wawili hukaa katika pande mbili za mwisho kwa ajili ya kurekodi kesi. Mtuhumiwa husimama katikati kwa huruma akiwa amevikwa joho jeusi kama aliye msibani (si ajabu ndiyo maana wanao hukumu leo nao huvaa majoho meusi). Pia hutakiwa kuvuruga nywele zao pasipo kuzichana. Akisha hojiwa hutolewa nje na wajumbe kujadili hukumu faraghani.

Sanhedrin hutakiwa kusikiliza utetezi kwanza kabla ya mashtaka (leo ni kinyume, hivyo fikra za uhalifu hujengeka kwanza kabla ya fikra za haki).

Mzee aliye ongea kwa ajili ya utetezi hawezi kuongea tena kwa ajili ya mashtaka. Wanafunzi wa torati huruhusiwa kumtetea tu mtuhumiwa, na siyo kuthibitisha mashtaka. Wajumbe hupiga kura wakianza na mweye umri mdogo wakienda juu. Kuachiwa huru uhitaji idadi ya wajumbe wengi, lakini hatia uhitaji theluthi 2 ya Sanhedrin kuafiki.

Kesi ambazo siyo za kifo, husikilizwa mchana na hukumu yaweza tolewa usiku. Lakini zile za kifo mashtaka na hukumu vyote hufanyika mchana ili kuruhusu upekuzi wa jumuiya iliyo wasikilizaji. Kwa Yeshua Kristo ambaye kesi yake ilikuwa ya kifo kama zilivyo zote za kufuru, vyote viwili, kesi na hukumu vilifanyika usiku kinyume na kanuni walizo jiwekea wenyewe.

Hukumu ya kifo ambayo mara moja hufuatiliwa na utekelezaji wake, hutakiwa kusubiri siku moja kwani madhara yake haya-rekebishiki. Na pia Yeshua aliuawa mara moja pasipo kusubiri siku ipite, ili afanyike Pesaka mpya kwa agano jipya la mwisho. Hili pia lilikiuka taratibu walizo jiwekea wenyewe.

Kwa kuwa tuko hapa, ni vema tusema jambo kwa ajili ya wabunge na mahakimu katika nchi zetu hizi tunao zungumza Kiswahili: katika zama hizi haikuwepo adhabu ya kifungo cha gerezani. Kila mkosaji aidha wa kesi ya madai, au jinai, au uhujumu, au uhaini ilimpasa kwanza kulipa fidia ya uharibifu wake huo. Kifungo cha gerezani leo ni sawa na kuibebesha jumuiya isiyo hatia, mzigo wa kumlisha mdeni wao. Hicho kilikuwa kigezo cha jino kwa jino, na uhalifu ulithibitika.

Kama gereza ni shuruti, basi angalau makampuni yaruhusiwe kuwafanyisha kazi, kuwalipa mishahara na fedha hizo kutumika kwanza kununulia vyakula na mavazi yao, na kisha baki itumike kulipia uhalifu au uharibifu wao. Urefu wa kifungo utegemee urejesho huo ambao ni mara 4 ya kile alicho iba/dhuru. Uhakika wa kila auaye kwa kukusudia (murder) kwamba atahukumiwa kifo, huweka hofu ya Mungu ndani ya mtu, na hivyo kuwa jambo linalo ogopewa (deterrence).

Hili lisihitaji tena saini ya raisi wa nchi, bali kusubiri utaratibu wa rufaa kukamilika, hata kama haikatwi, ndipo muuaji auawe. Maandiko yanasema, kwa kufanya hivi ndiyo hatia ya damu (blood guilty) huitoka nchi. Hii hukumu ya Mungu, leo hupingwa vilivyo na waumini wa utu (humanism), hata uhalifu kuongezeka, na nchi zetu kujaa hatia ya damu, sababu viongozi wetu wameikiuka toraha ya Mungu YHWH.

Kama ulivyoona tangu mwanzo wa mada hii, kwamba ni uamuzi wa Mungu mwenyewe, na siyo mtu kuwepo Sanhedrin ya watu 70. Hivi ndivyo navyo Yeshua alivyo fanya katika utii wa kanuni hii kwa matokeo yale-yale ambayo Mosheh aliyaona, mara alipo waleta wazee wale 70 mbele ya YAHWEH kuzunguka tabanako.

Luka 10:1,17 ... *Na baada ya mambo haya Adonai aliwateua wengine sabini pia, na kuwatuma wawili-wawili mbele ya ujio wake katika kila mji na mahali, ambako yeye mwenyewe atakuja. ... Na sabini walirudi tena kwa furaha, wakisema, Adonai, hata ibilisi wanatutii {wako chini yetu} kupitia jina lako. ...*

Kama wale 70 wa Mosheh walivyo pokea karama ya unabii, ndivyo hawa 70 wa Yeshua nao walivyo pokea karama ya uponyaji, na madaraka ya kutoa pepo wachafu. Tena kama vile Yosef kwa nduguze alivyo kuwa wa 71, ndivyo navyo Mosheh alivyo kuwa wa 71 kwa wazee wa watu alio wateua (pasipo kura). Hivi ndivyo navyo Yeshua alivyo kwa vizazi vyote Kanisani. Pia kumbuka, kama vile Roho aliye kuwa na Mosheh alivyo pewa kwa wazee 70, hivyo ndivyo navyo katika pentekoste, Roho yule-yule aliye kuwa na Yeshua, alipewa kwa wafuasi wake wote. Hili ni fumbo la ajabu sana, na mwenye masikio shuruti amesikia.

Kwa kuwa sasa unayo maarifa ya uelewa wa jinsi Sanhedrin walivyo gawanyika, na wafanyavyo kazi katika mchanganyiko huo wao, sisi tunayo maswali 3 makuu kwako: -

1. Je nani alimwua Adonai Yeshua?
2. Nani anawajibika kwa kifo cha Adonai Yeshua?
3. Je nani astahiliye lawama, kufadhaishwa, na kuteswa kwa kumwua Adonai Yeshua?

Yanasomeka kama swali moja, lakini kamwe siyo moja, na madhara yake katika historia ya mtu ni kuu sana. Ukijibu swali la kwanza moja kwa moja pasipo kufikiri: utajibu ni askari wa Rumi walio muua Adonai Yeshua (Yokhana 19:16-18). Lakini ukifikiri kidogo utaona kwamba, mlolongo wa uwajibikaji endaikawa unawaondoa kosani, na kwalo hili ndiyo huja swali la pili.

Tunajua kwa maandiko askari wa Rumi walikuwa wakitekeleza amri ya agizo la hukumu ya gavana wao Pontius Pilato. Hivyo mpaka hapa ni Pontius Pilato aliye muua Adonai Yeshua, tena huku akijua ushahidi haukutosheleza (Luka 23:4,13-15, 22:23). Lakini kwa kunawa kwake mikono katika hukumu hiyo ya Sanhedrin aliyo pingana nayo, na kurekodiwa hivyo, kunahamisha uwajibikaji toka kwake hadi kwao baraza la Sanhedrin.

Pale gavana Pilato alipo tamka kuhusu damu yake Yeshua asiye hatia, wao kupitia kuhani mkuu walisema na iwe juu yao, na juu ya watoto wao (Matityahu 27:25, Matendo 2:22-23, 4:10). Pia kiongozi wa Sanhedrin akiwa kiongozi wa watu wa Yisrael alisema; ni vema kwa mtu mmoja kuangamia kuliko kwa taifa zima kuteketea. Tokea maana ya haya yote, sasa raia wote wa Yisrael kwa ukivuli wao kwetu Kanisa, waliwajibishwa katika kumkatilia mbali Mashiah ben Yosef.

Kama hivi ndivyo ilivyo kwa swali la kwanza na la pili, je kwa la tatu ni nani sasa astahiliye lawama, kufadhaishwa, na kuteswa kwa kumwua Adonai Yeshua? Ili kujibu hili je siyo vema kuangalia ujumlisho wa maandiko yote ili kuwa sahihi. Ni katika kufanya hivi sisi huona sababu ya kifo chake siyo tendo la Wayehudah tena, bali mpango wa ukombozi wa mtu alio usimika Mungu YAHWEH.

Je kwa uwepo wa unabii utabirio kifo hiki sisi tunamhukumu Mungu? La hasha, tena hilo lipitie mbali kwetu! Je tunawafutia hatia Wayisrael, Sanhedrin, Pilato, na askari wa Warumi kuwa ni mhanga wa mpango huo wa Mungu? Jibu ni ndiyo na hapana. Ni ndiyo kwa sababu mpango ulitangulia tendo (Matendo 2:23, Marko 14:35-36). Ni hapana sababu wao walikuwa na ridhaa ya uchaguzi wao, lakini walichagua hayo waliyo yatenda.

Kama hivi ndivyo, je nani hasa astahiliye lawama, hata sote iwe sahihi kumfedhehesha kwa kumbeza na kumtesa hata kumwua naye kwa malipizi? Hapa tulipo ni vema kurudi nyuma ya mpango wa ukombozi wa mtu, kuona nini kilipelekea huo kuwepo. Maandiko husema uingio wa dhambi duniani na hivyo wewe na sisi kuchagua dhambi, makosa, na kushindwa kwa ridhaa zetu, kulitustahilisha hukumu ya mauti ya pili, yaani gehena ya milele. Hivyo wewe na sisi ndiyo sababu iliyo pelekea mpango wa ukombozi duniani (I Yokhana 2:2, Warumi 3:23, 4:25, I Petros 3:18).

Kama hivi ndivyo, je sasa inakuwa sahihi na haki kuvusha lawama toka askari wa Rumi, Pilato, Sanhedrin, Wayisrael, Mungu (kwa mpango wake), na sasa kuwatisha lawama watu wote wenye dhambi ulimwenguni? Ndiyo, hivyo ni sahihi kabisa, na tena haki mbele za Mungu!

Yeye Adonai Yeshua asiye dhambi, kwa upendo alichagua kutishwa dhambi za watu wote ulimwenguni, sababu sote tumetenda dhambi, hivyo yeye aliuawa mahali petu. Tukiipokea kwa imani kafara hii yake ya ukombozi wetu iletwayo na injili yake ya neema, basi hatia ya dhambi, makosa, na kushindwa kwetu hufutiliwa mbali. Wewe na sisi uhesabiwa haki, kutangazwa watakatifu, na kupokea uana wa Mungu kwa maisha ya milele. Huu ndiyo upendo wa Mungu, kwamba alitupenda sisi upeo, hata akamtoa Mwanaye wake wa pekee Yeshua, ili afe mauti ya aibu ya msalaba kwa ajili yetu!

Terehe 28 Oktoba 1965, kanisa Katholiko lilitoa tamko la Mahusiano ya Kanisa na Dini Zisizokuwa za Kikristo – Nostra Aetate[26] lilitangazwa na Papa Paul VI. Tamko hili lilidai mateso ya Kristo ijapokuwa yalidaiwa na viongozi wa Kiyehudah, na wale wafuatao maongozi yao, lakini hatuwezi watuhumu Wayehudah wote pasipo utofautisho wa wale walio kuwa hai kutenda haya, na hawa wa leo. Pia walitaja Kristo alichagua mateso na kifo kwa ridhaa yake. Kwamba alichagua hivi kwa sababu ya dhambi za mtu na upendo usio mwisho ili wote wafikie ukombozi. Hivyo inakuwa jukumu la kanisa kufunza msalaba wa Kristo ishara ya upendo wa Mungu kwa wote, na kisima ambacho toka hicho neema yote hutiririka. Amin

Hivi unajua Hitler alidai yeye ni Mkristo, na kwamba kwa kuwaua Wayehudah alikuwa anatimiza wito wa daktari msomi Martin Luther (mwanzilishi wa dhehebu la Lutheran) wa 1543 toka uandishi wake (Von den Juden und Ihren Lugen – On the Jews and Their Lies) aliko watukana matusi mazito[27]? Wayehudah hudai malipizi ya Kanisa kwao tokea askari wa msalaba (crusaders), mpaka holokasti (holocaust) ya Hitler, ni matokeo ya itikadi pindishi za madhehebu ya Kikristo. Kiini cha chuki hii ni lawama na hatia ya kumwua Adonai Yeshua Kristo kutishwa juu yao na vizazi vyote vya Kanisa.

Mungu Baba, sisi kanisa lako tunao zungumza Kiswahili, katika jina la Adonai Yeshua Kristo: tunaomba msamaha wa dhambi, kushindwa, na makosa yote Kanisa lako tuliyo itendea mboni ya jicho lako Yisrael ndani ya vizazi vyetu vyote. Pia tunaomba Yerushalemu ibakie mji mmoja

mkuu na mtakatifu chini ya Yisrael, na tunawatakia heri na fanaka kaka na dada zetu Yisrael. Amin

Kadri tuendeleavyo kuandika hapa leo hii, baraza la Sanhedrin tayari lipo na linasimama kusubiria urejeo wa wiki la 70, au ujenzi wa hekalu warudi kilingeni tena. Sanhedrin ilikutana kwa mara ya kwanza Januari 2005, tokea lilipo kutana kwa mara ya mwisho Tiberiusi ya Galilaya (hekalu lilipo vunjwa). Jina la baraza hili jipya ni Sanhedrin wa Milenia ya Sita (The Sanhedrin of Six Millenium). Kumbuka hawa walipo ulizwa na Wakaldian (mamajusi/ wanajimu) na mfalme Herode majilio ya Mashiah waliyajua tokea Daniel (kukatiliwa mbali kwake), unafikiri hawajua lini ni Siku ya YHWH ambayo kesho yake itakuwa mwanzo wa milenia ya 7? Fikiri tena ...

Hili jina lao laashiria mwisho wa Sanhedrin hii ndiyo itakuja ile ya Milenia ya Saba ambayo itakuwa chini ya Mashiah wao akitawala Dunia tokea Yerushalem. Tazama, iliichukua Dunia miaka 4000 kuwa tayari kumpokea Kristo Yeshua. Na tokea ujio wake wa kwanza duniani imepita miaka 2000. Hivyo kwa usahihi kabisa, hawa ni Sanhedrin wa milenia ya sita (6), sababu mara wiki la 70 liingiapo itakuwa imebaki miaka 7 kabla ya milenia ya 7 ya Kristo ben David kuanza.

Kama kalenda ya Kiebrania ndiyo atumiayo Mungu YHWH, basi leo mwaka 2016 (kalenda ya Gregorian) kwa uhariri wetu kwalo hili ndiyo mwaka wa 5776 kwa kalenda ya Kiebrania. Tokea hizi namba, hesabu ya majira ya milenia hiyo ni 6,999 - 5,776 = 1,223. Hivyo majira ya mwisho wa milenia ya 6 itakuwa mwaka 2016 + 1,223 = Mwaka 3,239 AD. Kwa kalenda hii tutumiayo ya Gregorian kuwa sahihi, ingebidi namba hapo isome (6,999 - 4,000 =) 2,999 AD na siyo mwaka 3,239 AD. Hii kasoro ya miaka 240 inatokea kwenye kalenda ya Kiebrania iliyo sahihi zaidi. Sasa chukua hiyo namba (unayo fikiria kuwa sahihi) na ifanyia marekebisho kwa kalenda ya Mbinguni, na toa miaka 7 ya mwisho, ndipo utapata mwanzo wa wiki la 70 ni mwaka gani.

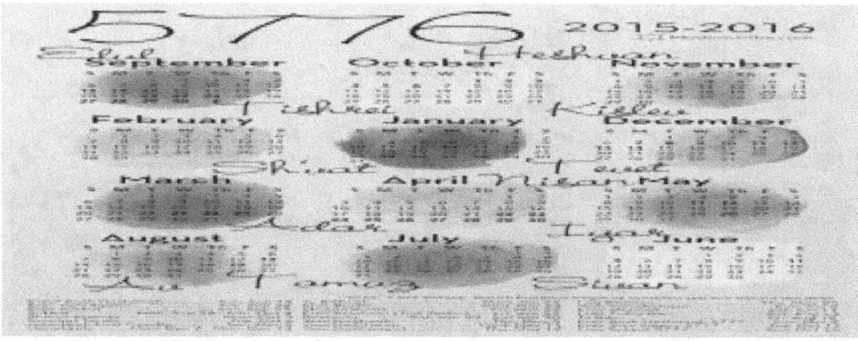

Ni itikadi yetu mtu anaweza kujua majira kwa kuuangalia mtini, lakini kamwe siyo siku au mwaka. Utundu wetu kwa uchokozi huu ni kukufanya wewe utafakari, lakini siyo kuweka tarehe. Pia kumbuka mwaka wetu huo bado hauja-fanyiwa marekebisho kwa kalenda ile sahihi ya Mbinguni. Uchukuo hauna tarehe, kwani hata leo nukta hii usomapo hapa unaweza kutwaliwa. Kwisha kutambua haya, sasa tumalizie ule utani: Je wafikiriaje sasa kuhusu suala la vita vya Zaburi na Yehzkel, je miaka 1,223 yatosha kwazo kuja na kupita? Ndiyo, yatosha kabisa na kubakia ...

Urejesho wa Walawi na Makuhani

Sanhedrin wa milenia hii ya mwisho ya 6, walikutana kwa mara ya kwanza kuazimisha pia makutano yao ya mwisho katika mji ule-ule wa Tiberius ya Galilaya mwezi Januari 2005. Redio na magazeti ya Yisrael na kwingineko walitangaza na kuwahoji sana wazee hawa. Sanhedrin hawa wa kizazi hiki, wanasimama uso kwa uso na bunge la nchi yao Knesset. Hivyo kama ilivyo kuwa katika mwanzo wao kule jangwani, leo pia katika mwisho wa mstari wa wakati, wamerudia tena pale-pale walipo anzia.

Mkutano huu ni wa kwanza baada ya miaka 1,500, na jambo hili na tarehe hii ni muhimu sana kwa wafuasi wa nabii za YAHWEH. Wajumbe 71 wamesha-chaguliwa na tukiandika hapa, tayari wako kazini. Tayari kwa amri yao, na maamuzi yao, vyombo na vifaa vya Hekalu la III zaidi ya 40, ambavyo ni karibu ya nusu vimekwisha tengenezwa. Vilivyo bakia vinaendelea kutengenezwa kwa ujuzi, ustadi, hekima, maarifa, na umakini mkuu.

Kwa anaye fikiria Hekalu la III ni hekaya za kuitukuza kale, na afikiri tena. Safari ya kutimiza nabii za nyakati za mwisho imeshaanza mpendwa. Hiki kilicho kwako maandishi ya biblia, kwao ni agizo mahususi kuhitimisha. Kadri wazee hawa waonavyo, wakati umeshakaribia sasa kwa kalenda ya nabii walizo pewa wazee wao.

Watiifu hawa wa Elohim, wao wana-wa-maandiko, wanacho subiri ili kutaja mahali na eneo la ujenzi kama ulivyoona uchambuzi humu, ni ishara-hakikisho tu toka kwa YAHWEH Tzevaot[28]. Mara ishara hiyo kama ulivyo ona ikifundishwa humu itatolewa, nao wataielewa, na kutoa agizo la kuanza ujenzi wa Hekalu la III mara moja. Bunge lao la Knesset litawaelewa, na Waziri Mkuu ataridhia, akiweka hilo chini ya dhamana yao. Tayari sasa mifupa mikavu ya Yehezkel 37:1-10 imeshapokea mwili, na kwa siku moja, ilifanyika taifa la Yeshayah 66:8.

Katika Yisrael leo iko jumuiya ambayo kila mwaka hupandisha jiwe la msingi hadi mlima Moriyah, na kama kawaida kila mwaka huzuiliwa na polisi wa nchi yao. Lakini sasa kundi hili siyo mzaha tena, kwa waliofika Yerushalem ni mashahidi wa michango ambayo tayari imeshaanza na inaendelea kila mahali duniani, aidha kwa siri au hadharani kukusanya fedha za ujenzi wa Hekalu la III.

Tayari kwa amri ya Sanhedrin wa Milenia 6 usajili wa kompyuta unaendelea Dunia nzima wa Walawi na makuhani kusajiliwa. Idadi ya walio jitokeza hadi sasa ni takribani 300,000 ambao kimsingi watosha kwa huduma hekaluni. Makuhani na Walawi ndiyo watu ambao majina yao yamechungwa sana na kuhifadhiwa kwa ajili ya Hekalu la III. Majina ya Cohen na Cohenin hukubalika kama wa mbari ya Lawi kwa Ahron.

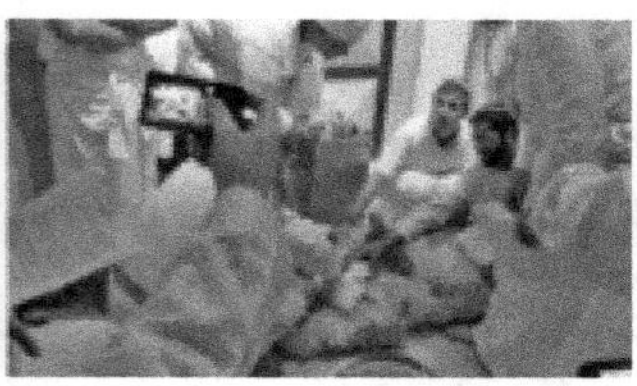

Tayari vitabu vinaandaliwa kwa ibada na kafara za wanyama. Tayari mafunzo na wanyama wanaandaliwa wasio na doa wala kilema kwa kazi hizi mara zitakapo anza. Wanajua ishara itakapo kuja, ndiyo wakati wa Sanhedrin kuanza ujenzi. Kamati husika zimeshaundwa na tayari inadaiwa zinazo ramani na kiasi cha gharama za ujenzi na matengenezo ya vyombo vyote. Tayari wanasali kwa hekima na maarifa. Na bado kilio cha ukutani kuita Hekalu la III chamfikia YAHWEH Elohim wao na wetu kila siku.

Nchi jirani zinajua hili, na ndiyo maana hupinga ufukuaji wa mabaki ya kale chini ya mlima wa hekalu (temple mount). Hata usomapo hapa, ni kitambo tangu wavumbuzi wao kujua wapi hekalu la Shelomoh lilisimama. Pia wanajua wapi la Herode lilisimama, lakini ni hili la kwanza, ndiyo Sanhedrin tayari wamesha vinjari chini ya mduara wa mwambani kuangalia kama ni hapo au lah.

Kwa masikio yetu twajua kuwa siyo hapo. Lakini kwa kitabu cha Ufunuo eneo lote na hili litakuwa kwa ajili ya mataifa. Vipi hili litawezekana, ndiyo sote pamoja nao tunasubiri ishara hiyo. Ni jambo lilo bayana kwa Sanhedrin wote kupitia Mishnah na Talmud na Toraha (vitabu 5 vya Mosheh) kwamba, kila kitu chawezekana isipo kuwa vitu hivi viwili tu, na hicho ndicho kikwazo kikubwa kwao: -

1. Mafuta matakatifu ya upako wa wakfu wa kuhani mkuu mara tu atakapo teuliwa,
2. Mnyama yule ambaye akipondwa ndiyo rangi ya bluu kwa ajili ya vazi la kuhani mkuu hupatikana.

Mafuta Matakatifu:

Wiki sabini {70} zimesha-amuliwa juu ya watu {am – Yisrael} wako na •••juu ya mji wako mtakatifu {Yerushalem}, kuthibiti {kuzuia} uasi {ukiukwaji wa toraha}, na kutimilisha usitishwaji wa hataati {kafara ya dhambi}, na kufanyia upatanisho uovu, na kuleta haki ya milele, na kuyafunga {kuwekea sili[29]} maono na unabii, na kupatia wakfu patakatifu pa patakatifu. Hivyo ujue na kuelewa, [kuwa] tokea kutolewa kwa neno la kuirekebisha na kuijenga Yerushalem mpaka Mashiah Mfalme [shuruti ziwe] wiki saba {7} na wiki sitini na mbili {62}: shuruti itajengwa tena, ikiwa na uwanja mpana na handaki[30], lakini katika majira ya matatizo. ... [Daniel 9:24-25].

Unabii huu waelezea kuwa, itakuja tolewa amri ya kuzijenga upya kuta za Yerushalem na kufanyia marekebisho hekalu lake. Hili lilihitimishwa na Nehemia pamoja na Ezra maandikoni. Sehemu ya awali ya unabii huo, ilikamilishwa na Adonai Yeshua Kristo kama ilivyo jadiliwa awali humu. Kristo huyu alikuja katika usahihi wa nabii za majira yake, na kuzaliwa pale-pale kuliko tajwa kwa unabii ndiko atakapo zaliwa.

Hivyo katika nyakati zilizo pangwa na kutabiriwa, alikatiliwa mbali. Leo tunajua huo ndiyo ujio wake wa kwanza. Hivyo pale Hekalu II lilipo bomolewa katika wiki hilo la 69, ndiyo Yisrael aligundua upo uwazi usio kipindi katika mstari wake wa wakati. Ni uwazi huu, ndiyo sisi wapendwa wako tulio upachika jina la kipindi cha Neema ya Kanisa. Pia sisi tunafikiri ni ukamilifu wa haya yote, yaliyo pangiwa uwazi huu, ndiyo urejeo wa wiki la 70 la Daniel utafika. Hivyo kwisha hayo yote, ndiyo mafuta matakatifu yatatumika tena kama katika zama za Mosheh kumtia wakfu kuhani mkuu, na yeye kupatia wakfu patakatifu pa patakatifu.

Haya mafuta matakatifu ni kwa ajili ya kumtia wakfu kuhani mkuu, ili naye asimike katika ofisi makuhani, hekalu, na vyombo vyote vya hekaluni. Mafuta matakatifu yalitengenezwa kwa ajili hii tu. Hivyo iliandikwa kwamba, mtu mwingine yeyote asiyatengeneze kama hayo, au kuyatumia, na kama mtu akikiuka haya, shuruti auawe.

Hili Iiliandikwa mara mbili katika Kutoka 30:33 na 38, ila hapa tutasoma wote Kutoka 30:32 ... *Juu ya mwili wa mwanadamu shuruti kamwe yasimiminiwe, wala nyie shuruti msitengeneze [yeyote mengine] kama hayo, kwa mchanganyiko wake haya: haya [ni] matakatifu, [na] shuruti yawe matakatifu kwenu. ...*

Tunaona jinsi mafuta matakatifu yatengenezwavyo katika Kutoka 30:34-37. Ni kwa sababu ya maandiko haya, ndiyo Rabai mashuhuri wa Uingereza alithubutu kuandika kwamba, haiwezekani tena kutengeneza mafuta hayo matakatifu, kwani chanzo kimojawapo cha vichanganywavyo hakiwezi patikana tena. Haya yalikuwa ni mafuta mazito, yalikuwa yakipatikana karibu na bahari iliyo kufa (dead sea). Zamani hizo vyanzo vilikuwa viwili; kile cha Yeriko na hiki cha karibu na bahari mfu.

Tunajua mara baada ya kuteketeza hekalu la Yerushalem, mashujaa wadai uhuru wa Yisrael, au walinzi wa hekalu, kwa utii wa toraha ya Mosheh, waliviharibu vyanzo hivi. Walivitekeza ili mtu awaye yeyote asijeweza tena yatengeneza mafuta matakatifu, ambayo alifunzwa Mosheh na sisi kuonyeshwa ndani ya maandiko tuliyo kushirikisha. Kwa umahiri wao wa upepelezi na ujasusi, na upendeleo wa YAHWEH, kama Yisrael wakisema hayapatikani mahali popote duniani, basi ni sahihi na hivyo ndivyo ilivyo. Hivyo mafuta ya mwisho matakatifu kutengenezwa ni yale kabla ya vita vya Rumi na Yisrael vya mwaka 70AD.

Tunajua uwepo wake katika eneo la bahari iliyo kufa, sababu kamanda wa Kirumi Mark Anthony alimpenda Cleopatra wa Misri, na kumpa chanzo cha bahari iliyo kufa pamoja na bahari yenyewe ili atengeneza marashi ya manukato mazuri. Tunajua kwa historia wakati Mark Anthony anafika kwenye chanzo hicho, alikuta moto umeshamaliza kila kilicho kuwepo.

Ni kwa sababu hizi ndiyo Rabai kiongozi wa Uingereza aliandika kwamba, haipo sababu ya hekalu kujengwa, kwani mafuta haya matakatifu hayapatikani. Hiki kilikuwa kikwazo kwa miaka mingi sana. Lakini ni miaka ya karibuni ndipo katika maeneo ya bahari iliyo kufa kule Qumran, kuligunduliwa katika mojawapo ya mapango kitabu cha ankra cha madini ya fedha (silver), kilicho orodhesha mali za hekalu zilizo fichwa. Hivyo kiliandikwa kwa nakshi ya kudidimiza chini (engrave) ili kudumu mpaka zama hizi za Hekalu la III.

Ni ndani ya kitabu cha ankra hii, ndipo mafuta matakatifu yaliorodheshwa kama mojawapo ya vitu vitakatifu vilivyo fichwa katika maeneo karibu 64 ndani ya Yisrael. Ni katika pango namba 13 ndipo mafuta haya matakatifu yaligunduliwa. Mara kupatikana katika ukuu wa siri yalifanyiwa majaribio na 'carbon 14' na kuthibitika kuwa yana miaka zaidi ya 2000, na hivyo kuashiria kuwa ni sahihi yalifichwa na Esenisi (Essenes). Hiki ni kipindi cha vita kati ya Rumi na siasa kali (zealots).

Katika maandiko ya Talmud ilisemekana kwamba, kama ukichukua tone dogo la mafuta hayo na kuyadondosha katika maji, basi maji yote hugeuka kuwa kama maziwa. Ni kweli, na hakika kwamba walipo jaribu hili pia, maji yaligeuka kuwa kama maziwa. Hivyo kwa mara ya kwanza tangu Hekalu la II kuteketezwa, Sanhedrin mikononi mwao wanayo mafuta matakatifu kwa ajili ya ibada ya utio wa wakfu kama ilivyo tabiriwa katika Daniel 9:24-26. Haleluyah!

Rangi ya Bluu kwa Vazi la Kuhani Mkuu:

Hili ni eneo ambalo pia lilitajwa kwamba, ni kwa ajili yake ndiyo itashindikana kutengeneza kwa njia za kale mavazi ya kuhani mkuu. Rangi ya bluu zamani zile waliipata toka kwa mnyama/ samaki ambaye alikuwa akiishi baharini na kupatikana kwa wingi. Kiumbe huyo hupondwa na ndipo hupatikana rangi hii ya bluu kali. Ilisadikiwa kwamba, kiumbe huyo hapatikani tena.

Lakini ni miaka michache iliyopita wapiga mbizi wa Yisrael, waliwagundua tena baada ya miaka yote hii 2000 kupita. Ni kweli kwa usimamizi sasa wanazalishwa kwa wingi sana na hata utengenezaji wa mavazi uko hatua za mbele sana kama siyo tayari yamekamilika wakati wewe usomapo hapa. Hata sisi na wengi wengine kwa neema ya Mungu, tumeshajaliwa kuona mojawapo ya mifano ya vitambaa vya rangi hiyo ambavyo tayari vimeshafumwa kwa ushonaji wa vazi hili tu la kuhani mkuu na makuhani: Kutoka 39:1-2,22, na Hesabu 4:6, 15:38.

Liko jingine lihusulo ng'ombe mwekundu (red heifer)[31] ambalo kila mara azaliwapo mmoja, huzua kizaazaa takribani ulimwenguni mzima kwa wale wafuatiliao ujenzi wa Hekalu la III kwa ukaribu. Tunajua ng'ombe wekundu (parah adumah) hawa, kuna kipindi walipotea kabisa, lakini ghafla sasa wanazaliwa kwa maelfu Dunia nzima.

Yisrael tayari wanawatunza wao kwa kadri ya maelekezo ya torah (Hesabu 19:2). Inatajwa kwao kuwa, huyu ndiye Kristo pale ajapo atamchoma. Pia ziko fununu hatarishi kwamba, majivu ya kale ya tendo hili tayari yamesha-patikana. Hawa wasemao hivi hutumia maandiko ya kale kudai kwamba, pasipo haya hili tendo la huyu mpya haliwezekani. Wanazuoni wa Yisrael wanapinga hili, na maandishi hayo na kudai maandiko na mapokezi rasmi ndiyo kiongozi wao.

Taasisi ya The Temple Institute[32] kupitia kampeni ya tunza ng'ombe mwekundu Yisrael, walifanikiwa kukusanya dola za Kimarekani laki moja, ambazo zitatumika kwa ajili ya michoro ya ramani za Hekalu la III. Ngo'mbe huyu mwekundu kamili asiye doa wala waa, kwa mapokezi ya Kiyehudah ni jike asiye zaa, mwenye umri wa miaka mitatu. Pua na masikio yake uhitajika pia kuwa mekundu.

Haitakiwi kuwepo hata nywele mbili zisizo kuwa nyekundu. Hatakiwa kufanya kazi yeyote maishani mwake. Yako mengi kuhusu hili lakini tunajua hili siyo kikwazo, na pale hekalu litakapo simama tu, kila pembe ya Yisrael wataanza tena kuzaliwa kama mchanga wa pwani!

Sanduku la Agano

Yako maneno mengi sana kuhusu historia ya hili, toka habari za uchimbaji, taarifa zile za kuwepo kwenye kaburi la Yirmeyah, orodha hii iliyo patikana Qumran, na habari zipatikanazo toka Ethiopia kwa Wayehudah wenye asili ya Falashash. Falashas hukubalika kuwa raia wa Yisrael, na wengi siku hizi hupendelea kujiunga na jeshi la ulinzi (IDF) la Yisrael. Kwa sura na rangi hawa ni sawa na sisi tuzungumzao Kiswahili, lakini wao siyo uzao wa Ham, bali wa Shem.

Inadaiwa na wale walio jitwisha jukumu la kutengeneza vyombo vyote sahihi kwa ajili ya Hekalu la III (Temple Institute), na ambao huandaa

Kohenin kwa ajili ya uhudumu ndani ya hekalu, kwamba mfano huo juu wa sanduku la agano, huwakilisha lile ambalo kwa sasa liko chini ya mlima wa hekalu (temple mount). Hilo linasubiri ukamilisho wa Hekalu la III, ndipo nalo kutolewa humo.

Ndani ya kitabu hiki, upo ujadilifu kuhusu wapi na vipi sanduku hili la agano laweza kuwepo kwa sasa. Zote hizo ni nadharia (theories) kwa lengo la kustaajabia ajabu hii ya wakati wetu. Ila hata kwa tamko hilo, na kwa picha hiyo, kauli ni ile-ile isiyo shaka itokayo Yerushalem kwamba, sanduku tunalo, tunacho subiri ni ukamilisho wa ujenzi wa Hekalu la III tu.

Aidha Adonai atasubiri zaidi kuja, hata sisi Kanisa tuwepo kushuhudia hili, au hatuta-kuwepo kuiona siku hiyo, lakini liwalo na liwe, tutayaona yote kutokea veranda ya Mbinguni. Na kama hilo la veranda lahitaji kibali maalumu; basi hili na liwe ombi letu kwako Baba; katika jina la Kaka yetu Mpendwa, na Mkombozi wetu Adonai Yeshua Kristo. Amin

Mpendwa, tunafikiri uligundua kwamba, hatuku-orodhesha sanduku la agano kati ya mambo ambayo bado kupatikana, au pungufu kwa uhitaji wa Hekalu la III. Tusingependa tukuache bila kweli kwamba, juu Mbinguni liko sanduku la agano (Ufunuo 11:19). Ni fikra zetu kwamba, hilo la Mbinguni ndilo la kweli, na lile la duniani lilikuwa kivuli chake. Uwepo wa sanduku halisi la agano Mbinguni huashiria kwamba; maagano yote kati ya Mungu YAHWEH na Yisrael ni hakika na amin!

Kwa kuwa ilimpendeza Mungu YAHWEH kwamba, wewe mpendwa kati ya watoto wake wengi ujue kweli hizi, sasa enenda na ongea haya yote kwa fahari na hakika ya ushindi. Na katika mienendo yako huko uendako, tetea kweli hii dhidi ya taarifa za habari laghai kwenye redio, magazeti, intaneti, na televisheni, au yeyote asambazaye uongo huo. Sali sana katika yale yahusiyo Mungu wao (YAHWEH), Mashiah wao (Yeshua), utaifa wao (utakatifu), dola yao (Yisrael), na ardhi yao (aliyah); basi simama uhesabiwe pamoja nao. Tazama, sisi tumekimbia mbio zetu mpaka hapa, na leo tumekabidhi kijiti hiki kwako. Ushahidi huu sasa uko na wewe.

"Kwa sababu ya dhambi zetu tuliondolewa toka nchi yetu na kuzuiliwa. Sisi hatuwezi kukwea kama wanahija kukuabudu Wewe, kutimiza majukumu yetu katika nyumba Yako uliyo ichagua, Hekalu kuu na takatifu ambalo liliitwa kwa jina Lako, kwa sababu ya mkono ambao uliachiwa huru juu ya mahali Pako patakatifu.

Je yawezekana hii iwe nia yako, YHWH Elohim wetu na Elohim wa mababa zetu, Mfalme wa huruma, katika wingi wa pendo Lako tena uwe na huruma kwetu na kwenye mahali Pako patakatifu; lijenge tena kwa uharaka na dhidisha utukufu wake." [Kitabu cha Sala cha Kiyehudah].

Katika jina la Adonai wetu Mashiah Yeshua wa Yisrael, Baba Mungu tunakuomba pokea sala hiyo, kila pale kaka au dada yetu Myisrael anapo isali popote alipo duniani. Amin

9.2 Vita vya Harmagedoni:

Na yeye aliwakusanya wao pamoja katika eneo linaloitwa kwa lugha ya • • • *Kiebrania Harmagedon {mlima Megido).* ... [Ufunuo 16:16].

Kimsingi somo hili ni rahisi sana, sababu haipo vita ya Harmagedoni, bali siku ya ushindi wa Yisrael hapo Harmegedon. Katika siku hii ya urejeo wa pili wa Mashiah wao Yeshua ben David, atatamka neno tu, na maadui zao wote wataangamia. Ushindi umeahidiwa pasipo kupigana, na urejesho wa himaya yao kwa utawala wa mfalme Davidi utarejea. Na mzao wake David, aliye mbegu ya mwanamke bikira Miryam, atatawala Dunia yote tokea Yerushalem. Amin

Tutakufunulia vipi hili litakamilika baadaye, lakini kwanza hebu tuanze na yote yalihusiyo na kulizunguka hili, ili hakika ya kweli yetu isimikwe vema ndani yako milele. Neno hili Harmagedoni limetejwa rasmi mara moja tu katika agano la mwisho (jipya). Hata hapo lilipo tajwa, lilirejelea eneo hilo ndani ya agano la awali (kale). Katika agano la awali limetajwa takribani mara 10 na mara 2 ya hizo lilirejelea uwanda huu wa Yizre'el.

Neno hili la Kiebrania 'Harmagedon' au kwa Kilatini 'Armageddon' hutajwa likimaanisha kwa Kiebrania 'Har' yaani 'mlima,' na 'Megido' ndilo jina la mlima huo, hivyo kuitwa mlima wa Megido. Wako pia wanaotafsiri neno 'Megido' kuwa na mzizi wake toka neno 'kusanyiko' (assembly) na hivyo kwao kumaanisha 'mlima wa kusanyiko.' Ijapo kuwa Yokhana aliandika Kigiriki, lakini alitumia neno la Kiebrania.

Umaarufu wa neno hili duniani watokana na andiko hilo linalo elezea vita kuu ijayo katika siku za mwisho, na hususani siku ile kuu ya kutisha ya ujio wa pili wa Adonai Yeshua Kristo (Yeshayah 13:9, Yirmeyah 46:10, Yoel 1:15, Tsefanyah 1:14, Malaki 4:5, II Petros 3:10, Ufunuo 6:17). Ni katika siku hii kuu ndiyo majeshi yote ya uovu kwa ujumla wao kimwili na kiroho, watakusanywa hapa ili kuadhibiwa na kushindwa kabisa (Ufunuo 19:19-21).

Inatajwa pia kuwa, hii ndiyo siku ambayo adui wetu yule nyoka wa kale ibilisi lucifer, atakamatwa na kutiwa katika minyororo ya kifungo cha miaka elfu chini kuzimu (Ufunuo 20:1-2). Maandiko huitambulisha siku hii pia kama ndiyo siku ya mwisho ya wiki la 70 la Daniel, lililo kuwa miaka 7 tuliyo igawanya katikati, kuwa vipindi vya Tabu na Tabu Kuu. Kwisha kwa siku hii, ndiyo mwanzo wa milenia ya Kristo, iliyo miaka 1000 ya Adam wa Mwisho kutimilisha kile kilicho mshinda Adam wa kwanza kwa miaka 930 aliyo ishi hapa duniani.

Hapa liko fumbo la ajabu sana, kwamba kama ilivyo kuwa mwanzoni mwa yote, ndivyo pia itakavyo kuwa mwishoni mwa yote. Kuwa Adam wa kwanza alifanyika mtu aliye na miaka 33, hivyo basi Adam wa Mwisho naye alifariki mauti ya mtu akiwa na miaka 33. Kwa jinsi hii, miaka ile ambayo Adam wa kwanza hakuishi utotoni mpaka ujana, hiyo Adam wa Mwisho aliishi. Hivyo hii miaka 930 aliyo takiwa kuishi akitawala Dunia Adam wa kwanza, yeye Adam wa Mwisho atakuja kuishi akiitawala Dunia. Lakini safari hii wote wawili watakuwepo kwa pamoja, na jumla ya miaka yao duniani itakuwa 963. Je miaka 37 inayo jificha, ndiyo tokea kuumbwa kwake wa kwanza mpaka ufanyiko wake? Au iko namna nyingine ambayo sisi wa kizazi hiki bado kuitambua?

Kimsingi hapa mlimani Megido siyo ambapo vita hiyo itapiganiwa, bali chini yake kwenye uwanda ule maarufu wa bonde la rutuba la Yizre'el (Mungu atapanda), ambalo hujulikana pia kama uwanda wa Esdraelon. Ni ukubalifu wa wanazuoni wengi kuwa, ni hapa ndipo maandiko hupataja kama pale ambapo majeshi ya mashariki na magharibi yatakusanywa kupokea hukumu zao. Hapa ndiyo wafalme wa Dunia watakapo kusanywa pamoja na majeshi yao yote (Ufunuo 19:19-21).

Tokea kina cha uchambuzi wa maandiko, sisi huona ujio wa Siku ya YAHWEH kuwa pia ndiyo ujio wa pili wa Adonai Yeshua Kristo. Tunasema hivi sababu ni yeye aliye tuambia hivyo kwa Matityahu 23:39, kwamba atakuja katika jina la YAHWEH. Ni kwa nuru ya utukufu wa ujio wake, adui zake wataangamia. Na kwa neno la kinywa chake kitoacho silaha ikatayo kuwili (toraha na injili), mpingaKristo na nabii wa uongo watakamatwa na kutupwa gehena ya milele wakiwa hai. Na hivyo-hivyo kwa utendaji wa malaika mmoja tu, yeye ibilisi satani lucifer atatiwa katika mnyororo wa kifungo cha miaka elfu chini kuzimu.

Takribani umbali wa maili 200 tokea upande wa juu ulipo mto Efrati, mpaka upande wa chini ulipo mto Nile, nchi yote ya ahadi damu nyingi sana kupindukia itamwagika. Ni umwagiko huu unao linganishwa maandikoni, kumfikia farasi shingoni. Hawa ni majeshi ya mataifa na wafalme wao waliokuja kupigana vita kuu. Kafara hii ya vifo vyao itakuwa chakula cha ndege.

Majeshi yake anayo kuja nayo Mashiah wa Yisrael ni malaika mashujaa, na watakatifu wake katika miili ya utukufu. Hawa ndiyo watakao teketeza kila kitu kilicho mbele yao. Mbele yao kutakuwa kama Eyden, lakini mara wapitapo, nyuma yao kutakuwa kama uwanda ulio ungua moto. Sababu mbele yao hutoka moto, na nyuma yao cheche zinazo teketeza. Na hii siku itakuwa siyo mchana wala usiku, kwani jua, mwezi, na nyota hazitatoa mwanga wao, na wingu zito litatanda. Hii ndiyo siku ya uteketezo wa wale walio iteketeza Dunia.

Sasa hii ndiyo tafakari yako, kama wewe wataka kuelewa mengi tuliyo yasema, na tutakayo yasema baadaye, ni vema usome kila andiko ulilopewa tokea mwanzoni mwa mada hii, na haya tukupayo mara hapa chini. Maandiko haya ni kwa wale wanao itafuta kweli, na siyo yule atakaye kufikia mwisho wa kitabu hiki. Usione umepewa kwa vurugu, kwani katika utulivu wayo, wewe shuruti utaona pateni ikitokeza akilini mwako: Daniel 2:35, 43-45, Ufunuo 16:14, Zaburi 2:1-12, 110:6, Tsefanyah 3:8, Mikah 4:11-13, Ufunuo 19:11-21, 14:14-20, 17:14, 1:16, 2:12,16,26-27, 12:5, II Wathesalonike 2:7-10, Yeshayah 11:4, 63:1-7, Waefeso 6:17, Waebrania 4:12-13, Matityahu 24:29-31, Yudas 1:14-15, Zekariyah 14:5, Yoel 2:1-11, 3:2,4,7,13, na Yirmeyah 25:30-34.

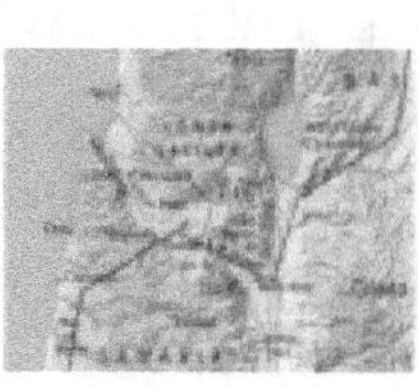

Kwetu sisi mpendwa, ukimya wa maandiko kuhusu vita kupiganwa hapa, ni kwa sababu haita-kuwepo vita, ijapo kuwa watakuja kwa ajili hiyo. Siyo kwa vita vya silaha za kimwili, bali Mashiah wao Adonai Yeshua, kwa silaha ya neno la kutamkwa, atawateketeza mahasimu wao wote ghafla hata wasiwepo tena. Kwa jinsi hii vita itamalizwa hata kabla ya kuanza. Na maneno atakayo yatumiya hapa, hata sasa yamo ndani ya toraha na injili. Nani anaye bisha kuwa biblia ni kitabu cha silaha za wana wa YAHWEH kutumia duniani?

Mpendwa usidanganyike kuwa vita hii itakuwa mashariki ya kati pekee, la hasha. Kwani katika wingi wa maandiko tuliyo kupa mpaka sasa, shuruti ujue kipigo chao hawa walio kuja hapa, kitawafuata hata mpaka katika nchi walizo tokea. Sababu katika maandiko hayo, yako mapigo mengi mengine ambayo siyo hilo moja la neno la kutamkwa pekee.

Tazama jiwe la Daniel ni juu ya himaya zote za kale zilizo simikwa tena, ili kuwanyweshwa kikombe cha ghazabu za Mungu YAHWEH kilichojaa katika siku hii. Uasi kila mahali na wa kila namna utazimwa duniani katika siku hii ianzishayo milenia ya Adonai. Ni fikra zetu kwamba, hili shuruti lihusishe pia kufutiliwa mbali kwa wote walio pokea alama ya mpingaKristo, na kubaki hai mpaka siku hii.

Ufukuzi wa eneo la Megido leo, huonyesha hapo kuwa siyo mlima (mountain), bali mwinuko (hill) ambako jamii nyingi za kale waliishi na kujenga juu ya walio watangulia (tell). Kwa sababu za kijiografia, eneo hili lilikuwa maarufu sana kale katika mzunguko wa biashara za wachuuzi (Misri, Yisrael, Syria, Anatolia, na Mesopotamia). Na hivyo mtego wa vita, kutokana na utajiri wake wa chakula kwa sababu ya rutuba bondeni hapo. Hivyo juu hapa ndipo kulijengwa ng'ome ya njia ya Maris, na hata katika zama za mfalme Shelomoh, kuwepo kambi ya askari wa farasi na deraya zao kwa ajili ya usalama (I Wafalme 9:15-19).

Kwa uelewa wetu, bado eneo hili linaongoza kwenye historia likiwa eneo moja ambalo vita vingi zaidi vimepiganwa. Yisrael walimiliki ardhi hii tokea zama za Yehoshua (Yehoshua 12:7,21, 17:11,16, I Kronikozi 7:29). Ni hapa ndipo Deborah na Barak walimshinda Sisera na jeshi lake la Wakenaani (Waamuzi 4-5). Gideon alikimbiza Wamidia na Waamaleki hapa (Waamuzi 6). Ni hapa Shaul na jeshi lake la Yisrael walishindwa vita (I Shemuel 31).

Jeshi la Wamisri chini ya Farao Nekoh walimwua Yoshiyah (Josiah), mfalme wa Yehudah (II Wafalme 23:29-30, II Kronikozi 35:20-25) pale alipo kuja kuwasaidia Wasyiria. Pia ni hapa mfalme Yehu wa Yisrael alipo mjeruhi Ahaziah mfalme wa Yehudah hata akimbie na kufariki baadaye (II Wafalme 9:27). Napoleon alitembelea hapa mwaka 1800 na kuafiki pafaa kwa vita ya majeshi ya Dunia. Mwaka 1918 jenerali wa Uingereza Allenby's alipatumia kuyashinda majeshi ya Ottoman wa Uturuki.

Hata sasa yakubalika kati ya wanazuoni kwamba, bonde hili la Yezrili limestahimili vita takribani kwa miaka 4000. Siyo tu makabila 10 yaitwayo Yisrael, bali hata Yehudah, Wakenaani, Wafilistina, Wamisri, Wamidia, Waamalekai walipigana hapa. Historia ya leo imewaleta makamanda wengi maarufu wa vita duniani bondeni hapo. Hasmoneani, Wagiriki, Warumi, Byzentini, Vita vya Msalaba (Crusaders), Mamluki, Mangolia, Wapalestina (Wakimbizi wa Kiarabu), Wafaransa, Ottomani (Waturuki), Waingereza, Waaustralia, Wajerumani, Waarabu, na Yisrael wamepigana bondeni hapo.

Yakubalika kwamba, vita ya kwanza kurekodiwa rasmi duniani ilipiganwa hapa na Thutmose III. Gideon alipigana vita ya kwanza duniani kupiganwa usiku na kurekodiwa hapa. Hapa pia ndipo Mangolia (Mangols) walipo shindwa vita kwa mara ya kwanza katika lengo lao kuiteka Asia na mashariki ya kati yote. Shaul wa Yisrael alipigana vita yake ya mwisho hapa mpaka kifo chake. Pia ndipo hapa mfalme Yoshiyah alipo uawa vitani.

Hata majina ya makamanda mahiri walio pigana katika bonde hili, bado yanavuma kati ya wanahistoria duniani mwote: Thutmose III, Deborah na Baraka, Sisera, Gideon, Shaul, Yonathan, Shishak, Yehu, Yoram, Yezebel, Yoshiyah, Antiochus, Ptolemy, Vespasian, Saladin, Napoleon, na Allenby tukitaja wachache.

Na waliokufa hapa ni Lubaya mtawala wa Shekem zama za bronzi, kamanda wa Wakenaani Sisera, Shaul mfalme msaliti wa Yisrael, na Yonathan mwanawe, Yoram mfalme wa Yisrael, Yezebeli mke wa mfalme Ahab wa Yisrael na mama malkia wa Yisrael, Ahaziah mfalme wa Yehudah, Yoshiyah mfalme wa Yehudah, na Kitbuqa kamanda wa Wamangolia, tukitaja wachache.

Katika zama za kale, eneo hili tambarare lilikuwa uwanda mzuri wa vita vya farasi, na magari ya farasi (chariots). Katika historia ya leo, utaona hapa pia ndipo panafaa kwa magari ya deraya za kivita, vifaru, helikopta na hata kwa askari wa miguu (infantry). Mishale, ngao na mikuki leo vimepisha risasi, bunduki, vifaru, na ngome za chuma kielektronikali (iron dome). Aliye kuwa waziri mkuu wa Uingereza zama za vita vya II vya Dunia (Wiston Churchil) alisema "Kamwe haijawahi katika eneo la magomvi ya mtu, watu wengi wamepigana mara kwa mara juu ya eneo dogo hivi."

Ni katika bonde hili la Megido, ndiyo mataifa ya Dunia yatakusanywa na YAHWEH wa Majeshi (Tsabah), ili kuja kupokea adhabu zao dhidi ya jinsi walivyo itenda Yisrael katika historia yote. Kila Yisrael walipo kosa, YAHWEH Elohim wao aliondoa ulinzi wake juu yao, ndipo mataifa katili yaliwateka na kuwachukua kuwatapanya duniani na kuigawanya ardhi yao. Lakini kila walipo tubu na kumrudia yeye, aliwasamehe na pale muda wa adhabu ulipo kwisha, aliwarudisha nyumbani. Maandiko yamefunua urudisho wa tarehe 15 Mei 1948 ni wa mwisho, na kuanzia sasa kamwe hawata-ondolewa tena.

Bonde la Yehoshafat

Yoel 3:2 ... *Mimi nita-yakusanya pia mataifa yote, na nita-washusha wao chini katika bonde la Yehoshafat, na nita-watuhumu {kuwaadhibu} wao hapo kwa sababu ya watu wangu na ya urithi wangu Yisrael, ambao wao wamewatapanya {tawanya} kati ya mataifa, na kuigawanya ardhi yangu. ...*

Kwa wanafunzi wa nabii zilizoko maandikoni, swali kuu la kujiuliza hapa ni je bonde la Yehoshafat na bonde la Yizre'el ni eneo moja au maeneo mawili tofauti? Hakika haya ni maeneo mawili tofauti. Uelewa hapa ndiyo kurunzi itakayo akisi njia yako, kwani tokea maandiko uliyo pewa awali, shuruti wajua kwamba, vita itapiganwa katika urefu wote wa nchi ya Yisrael. Ni kwalo hili ulipewa takribani maili 200 za damu nyingi sana kumwagika hata kufikia hatamu[33] za farasi (horses bridle).

Na kuhusu eneo la vita kuwa kama ni mlima wa Megido au bonde la Yizre'el, wengine huona kwamba, Yokhana alitumia neno mlima hapa kufanya uwiano na nabii za kale, zitajazo ujio wa vita kuu itakayo piganwa katika milima ya Yisrael (Ezekiel 39:2,4,17). Pia wako wanao linganisha eneo hili la bonde la Yizre'el, na nabii zihusizo bonde la Yehoshafat (Jehoshaphat) katika Yoel 3:2.

Hivyo basi, katika maandiko sisi huona vita ikianzia hapa katika bonde la Yehoshafat, pale nyayo za Mwakilishi wa Mungu YAHWEH, zitakapo gusa mlima wa Mizeituni, nao kugawanyika pande mbili (Zekariyah 4:12-15). Mlima huu wa Mizeituni na mlima wa Moriyah ndiyo chini ikutanapo huitwa bonde la Yehoshafat. Hii pamoja na milima mingi mingine Yisrael, ndiyo hujulikana kama milima ya Siyon (Zaioni).

Ni fikra zetu kwamba, ni bondeni hapa ndipo mng'aro wa nuru ya utukufu wa ujio wake Mungu YAHWEH utakapo teketeza adui zake. Na kwamba ni katika bonde la Yizre'el chini ya mlima Megido, ndipo hukumu ya mpingaKristo na nabii wake wa uongo itakapo timilika. Na hapa-hapa ndipo silaha ikatayo kuwili (neno la toraha na injili) tokea kinywani mwa Mfalme wa wafalme, Adonai Yeshua, na Mashiah wa Yisrael litakapo teketeza wafalme wa Dunia, majemedari wao mashuhuri wa vita, na kila aliye kuja Yisrael kupigana vita.

Tokea hapa sasa, ndiyo majeshi yake yatakapo isafisha nchi toka wadhalimu maadui hawa. Na katika usafisho huo utakao anzia hapa na kutapakaa Dunia nzima, kila aliye weka alama ya 666 ya mpingaKristo na nabii wake wa uongo, huyo atakatiliwa mbali. Hili ndiyo jiwe la Daniel kwenye sanamu ya Nebukadneza livunjalo sasa kila himaya ya hii Dunia, ili Ufalme wa Mungu usimame mahali pake stahilifu.

Tokea taaluma ya lugha ni neno 'gay' la Kiebrania ndiyo hutumika kutaja bonde, lakini Yoel (3:14-19) alitumia neno 'emeg' ambalo pia huweza kumaanisha 'uwanda.' Na kwalo hili likitajwa pamoja na mavuno hurejelea uwanda ule mfalme David alio nunua kwa Myeb, yaani juu ya mlima Moriyah lilipo jengwa hekalu (I Kronikozi 21:18-30, II Kronikozi 3:1, Mwanzo 22:2, Zekariyah 14:1-2). Kwa jinsi hii wao huirudisha vita hii juu ya mlima wa hekalu Yerushalem, na chini yake kwenye bonde la Yehoshefat.

Ni mwanafunzi wa maandiko John Thomas aliye wa kwanza, kuja na maana inayo fichua fumbo la neno Harmagedoni. Alidai; suala siyo eneo halisi la vita, bali ujumlisho wa matukio yote yatokeayo. Aliona hili hujifunua pale anapo gawanya neno hili la Kiebrania katika sehemu 3 yaani 'arema-gai-dun' ambapo katika maana ielewekayo (meaningful transalation) na siyo maana halisi (literal translation) aliona humaanisha: 'kusanyiko la walio fungwa pamoja katika bonde la uamuzi.'

Kwa kufanya hivi aliweza kuoanisha neno la Yokhana kwa lile la Yoel 3:14-19. Hivyo neno Harmagedoni siyo eneo, bali tukio litakalo kuja kutokea juu ya mlima wa hekalu pale YAHWEH afanyapo hukumu (uamuzi) juu ya mataifa ya Dunia (Yeremiah 25:31, Yoel 3:2, Matendo 7:7). Sisi tunafikiri kaka mpendwa wetu huyu, anavuta kilicho mbali sana (far fetched).

Tunasema hivi sababu sisi hatuna tatizo na bonde la Yehoshafat, lakini tunalo tatizo na mlima wa hekalu, kwani hekalu limo ndani ya jiji la Yerushalem, na umwagaji huu wa damu kama ulivyo kuwa wake Kristo, shuruti uwe nje ya kambi (jiji takatifu au mzunguko ule wa hekalu?). Hivyo walio uteka nusu ya mji, shuruti watatolewa humo na kuteketezwa nje ya mji (Ufunuo 14:20). Na aidha silaha ikatayo kuwili itatumikia hapa, au kule Yizre'el pekee, ni Mungu YAHWEH ajuaye.

Kile Ufunuo 1:16 na 19:15,21 ilichoita silaha ikatayo kuwili toka kinywani mwa Adonai Yeshua; ndicho ambacho Yoel 3:16-17 akiitacho ngurumo toka mlima mtakatifu wa Siyoni, huku akiutambulisha mlima huo kuwa ule wa Yerushalem. Na kwa Zekaryah 14:1-7 inafichuliwa kwamba, makusanyo ya mataifa itakuwa kuwaleta kwenye vita hii ya Yerushalem, hata wauteke nusu ya mji.

Wanazuoni watetezi wa hoja hizi mbili; hudai ni roho laghai za adui (Ufunuo 16:14) ambazo zitawaleta wafalme wa Dunia na majeshi yao Megido, na kwamba tokea hapo ndiyo wataelekea Yerushalem. Maandiko yako bayana kuwa, miguu ya Mwakilishi wa Mungu YAHWEH itatua duniani juu ya mlima wa Mizeituni (Zekaryah 14:3-5). Hapa ndipo Kristo Yeshua alipo ondokea na kuahidiwa kurudia hapo (Ufunuo 19:11-21, Matendo 1:9-11). Mtume Shauli kwa Titus 2:13 anaona ni Mungu Mkuu na Mkombozi Yeshua Kristo wanao kuja vitani, wakishukia hapo toka Mbinguni.

Tena kwa Yoel 3:12-14, tunaona wafalme na majeshi yao kuletwa katika bonde la hukumu Yerushalem. Hata lughu ya kimundu (sickle) itumukayo katika Ufunuo 14:14-19, ya aminisha Yokhana alijitwalia hilo toka hapa pamoja na kupondwa kwa zabibu. Hata uwito wa wafalme na majeshi yao kwa roho zile ovu za vyura, unapatikana hapa kwa Yoel, akitaja wanapo kusanywa kuwa ni kwenye bonde la Yehoshafat, hili lijulikanalo leo kama bonde la Kidron.

Yako mambo ambayo katika mlinganisho wa maandiko haya, na hilo dogo tulilo litaja, ni vema tuseme na haya mengine tatanishi hapa. Katika Ufunuo 14:14-16 kimundu cha kwanza ni Yeshua aliye Mwana wa Mtu (Daniel 7:13) ndiye anaye vuna, sababu saa la uvunaji limefika, na mavuno ya Dunia yamekomaa. Lakini katika andiko la Ufunuo 14:17-20 ni malaika mwenye kimundu kikali avunaye vichane vya zabibu zilizo komaa duniani, kwa sababu zimesha komaa kabisa. Lakini mavuno yake huyu yanatupiwa katika kinu cha hasira ya Mungu kupondwa-pondwa nje ya mji hata damu yake ichuruzike maili 200[34] kwa ujazo wa mpaka hatamu za farasi.

Tazama kwa makini uone tuonacho katika haya maneno: mavuno ya Yeshua hayana maelezo yeyote maandikoni zaidi ya kutajwa hapo na kuachwa. Lakini mavuno ya malaika mwenye kimundu kikali, ndiyo sisi tuliwaita awali watu hao walio pokea alama ya mpingaKristo na nabii wake wa uongo ya 666. Hawa ndiyo hasira ya Mungu itamwaga damu zao katika siku hii kuu. Na hawa ni wengi kweli, na hususani katika miji mikuu ya takribani Dunia nzima. Ni kwa tendo hili wewe mtakatifu utaona katika nyakati hizi za mwanzo wa milenia, watu asili ni adimu sana, hata kuwa na thamani kuu.

Je hiki ni nini kifumbiwacho na maandiko haya: soma pamoja nasi Matityahu 13:24-30; hapa tunaona wenye haki na wadhambi wataachwa kustawi duniani mpaka mwisho wake ufike. Hapo ndipo atawatuma malaika wavunaji kung'oa kwanza magugu, kuyafunga pamoja na kuyachoma. Ndipo wavune ngano na kuikusanya ghalani. Kwa Ufunuo tunaona ngano ikivunwa kwanza na Kristo, na ndipo magugu yanakusanywa na malaika na kuchomwa. Hapa zipo tofauti mbili: magugu wanavunwa wa pili badala ya wa kwanza, na mvunaji wa ngano ni Kristo badala ya malaika.

Je kwa kasoro hizi mbili ukivuli unapotea, na hivyo kinacho zungumzwa ni tofauti? Kama jibu lako ukivuli unabakia kwa sababu hizo kasoro ni ndogo sana, hapa unakuwa umekubadili nadharia ya uchukuo wa mwisho kabisa katika siku ya Harmagedoni.

Lakini hizi ni fikra zetu kuhusu kizungumkuti hiki; mavuno ya kwanza (ya wenye haki) afanyayo Yeshua ndiyo ufufuo na uchukuo wa kanisa kwa namna na jinsi zake zote ulivyo funzwa humu. Na mavuno ya pili (ya wasio haki) wafanyayo malaika (wale wajao pamoja naye na watakatifu) ni kuyakusanya hata wayachome moto. Na hawa ni wale wote walio pokea alama ya 666, na walio kuja Yisrael kupigana vita hii ya Harmagedoni. Na kisha hili ni ngano ambayo malaika wanaivuna na kuikusanya ghalani; hawa ni wana wote wa Yisrael walio tapanywa Dunia nzima wanarudishwa Yisrael kupokea urithi wao.

Mpendwa kumbuka siku zote kwamba; unabii unaweza elezwa kinaga-ubaga mara baada ya kutimilika tu. Ndipo sasa tunaweza chambua kwa kulinganisha maandiko ya nabii kama tufanyavyo kwa ujio wa Kristo Yeshua kwisha yeye kuzaliwa, kuishi, kufariki, kufufuka na kurejea Mbinguni (hindsight). Lakini chechote kifunzwacho humu kuhusu nabii ambayo bado kutimilika, inabaki nadharia iwezayo simama (verified) au poromoko (falsified), wakati wa utimilifu wake ufikapo.

Haya ndiyo tuliyo yaona kuwa nyeti kupindukia hata kusimamisha mtiririko wa somo lako hili, ili wewe na sisi tuambizane kweli. Sasa turejelee mada kwa kauli kwamba; ukombozi wa yule asiye wekwa alama ya 666 ya mpingaKristo ni muhimu sana, kiasi bado hata katika nyakati hizi tunaona kwa Yoel 3:5/2:32 ikinadiwa hadharani kwamba: yeyote atakaye liita jina la YAHWEH atakombolewa, sababu juu ya mlima wa Siyoni, utakuwepo ukombozi.

Siku ya Vita vya Harmagedoni

Na yeye aliwakusanya wao pamoja katika eneo linaloitwa kwa lugha ya • • • *Kiebrania Harmagedon {mlima Megido). ... Na tokea mdomoni mwake hutoka silaha kali, ambayo kwayo hiyo yeye atawapiga mataifa: na yeye atawatawala kwa fimbo ya {kifalme*[35] *ya} chuma: na ana ponda-ponda {kwa miguu yake} kinu cha dhabibu za hasira kali na ghazabu ya Shadai Eli. ... Na walio bakia waliuawa kwa silaha ya yeye aliyeketi juu ya farasi, ambaye [silaha] hutoka nje ya mdomo wake: na ndege wote walishibishwa na mizoga yao. ...* [Ufunuo 16:16, 19:15,21].

Sasa wakati umefika kuchungua kinaga ubaga chake, yale yote yahusiyo vita hii ya Harmagedoni. Siku ya vita hii ndiyo siku ya mwisho ya wiki la 70 la Daniel. Hivyo hii ndiyo siku ya kitisho cha YAHWEH, siku ya Adonai, siku ya mwisho wa Dunia kama tuijuavyo leo. Huu ndiyo mwisho wa nyakati za mtu, na kesho yake kuanza kwa utawala wa milenia ya Mfalme wa wafalme.

Katika siku hii itakuwepo vita Yerushalem, na uteketezi wa wafalme wa Dunia na majeshi yao Yizre'el. Vile-vile itakuwepo ghazabu ya YAHWEH na uharibifu wake duniani mwote. Katika siku hii vita zote zitakomeshwa duniani, na kipindi cha miaka elfu ya amani kuanza rasmi. Yisrael atarejeshwa toka mafichoni, na kukusanywa toka utapanyo wa mataifa kukabidhiwa ardhi yote ya urithi wake. Ndipo ufalme wa milele wa David, utasimikwa rasmi juu yao.

Maandiko yako bayana kabisa, na wewe umefunzwa vema humu kwamba; katika Siku ya YAHWEH (agano la awali) iliyo pia Siku ya Adonai (agano jipya la mwisho), Mwana wa Mtu (kwa Daniel) aliye pia

Mwana wa Mungu, yaani Mwanakondoo wa Mungu yeye Adonai Yeshua Mashiah wa Yisrael, atarejea na majeshi yake yote ya watakatifu na malaika (Daniel 7:22, Zekaryah 14:5). Kwa ujio huu wa pili atakuwa na jina jipya, huyu Simba wa Yehudah, Mfalme wa wafalme, na Adonai wa adon wote duniani.

Na huu ni ushahidi wetu tokea uthibitisho wa mashahidi 7 kama ifuatavyo: -

1. Yudas 1:14 ... *Na Hanok pia, wa saba toka Adam, alifanyia unabii hili, akisema, Tazama, YAHWEH anakuja na makumi elfu {idadi isiyo hesabika*[36]*} ya watakatifu wake, ...*
2. Ufunuo 1:7 ... *Tazama, yeye anakuja na mawingu; na kila jicho shuruti litamwona yeye, na wale ambao walimtoboa yeye: na makabila*[37] *yote ya nchi*[38] *shuruti watalia kwa sababu yake. Ndiyo! Amin! ...*
3. Ufunuo 17:14 ... *Hawa shuruti watapigana vita na Mwanakondoo, na Mwanakondoo shuruti atawashinda wao: sababu yeye ndiye Adonai wa Adoni na Mfalme wa wafalme: na wale ambao wako naye [ni] walioitwa, na kuteuliwa, na waliojaa imani {waaminifu}. ...*
4. Zefanyah 1:8 ... *Na itakuja kuwa katika siku ya kafara ya YAHWEH, kwamba Mimi nitawaadhibu viongozi {makamanda}, na wana wa wafalme, na wote wale walio vishwa mavazi mageni {ya kigeni}. ...*
5. Yeshayah 25:9 ... *Na shuruti itasemwa katika siku hiyo, Tizama, huyu [ni] Elohim wetu; sisi tulimsubiria yeye, na yeye atatuokoa sisi: huyu [ni] YAHWEH; sisi tulimsubiria yeye, sisi tutarukaruka kwa shangwe na kufurahi katika ukombozi {yeshua*[39]*} wake. ...*
6. Matityahu 25:31 ... *Lakini pale Mwana wa Mtu atakapo kuja katika utukufu wake, na malaika wote watakatifu pamoja naye, ndipo yeye atakaa juu ya kiti cha enzi cha utukufu wake: ...*
7. Daniel 7:27 ... *Na Ufalme na usultani, na ukuu wa Ufalme chini ya mbingu yote, shuruti utapewa kwa watu {am – Wayisrael} watakatifu wa Eliyon {Eli aliye Juu Zaidi}, ambao ufalme wao [ni] ufalme wa milele, na masultani {wafalme} wote shuruti watamtumikia na*

kumtii yeye {Waefeso 1:10, I Wakorintho 15:24-28, Ufunuo 22:5}. ...

Mpaka kuifikia siku hii, tayari vile vya kiroho kuchanganyika na vya kimwili imeshakuwa kawaida. Ni kwa jinsi hii daimesheni hii ya wakati iliyo ya kimwili, itaingiliwa na ile ya kiroho iliyo ya milele. Kwani kwisha kwa vita hii kuu, ndiyo mwanzo wa milenia ya Kristo. Somo hili la Vita vya Harmagedoni litapanuka kwa upana wake wote, na tutalifikisha katika mwisho wa kina chake mara tu umalizapo mada hii inayo fuatia hapa chini.

Nabii za Siku ya Adonai

Kama tulivyo taja awali, Siku ya YAHWEH katika agano la awali, ndiyo Siku ya Adonai katika agano hili letu jipya la mwisho. Manabii wote walio funuliwa yajayo mbele katika siku hii, hukubaliana kuwa: hiyo ni siku ya mwisho, na kwamba ni siku ya kitisho, kwani YAHWEH atamwaga mkusanyiko wa hasira na ghazabu zake juu ya mataifa. Atafanya hivyo kulipiza kwa haki (vengeance[40]) yale yote mataifa waliyo itendea Yisrael ndani ya vizazi vyao vyote.

Liko jambo moja dogo lakini muhimu sana kwa msimamo wa kitheolojia wewe kuijua kweli ya Mungu YAHWEH. Mungu alimwumba Adam, ili toka yeye wawepo mataifa kwa kila jinsi ya lugha, eneo, tamaduni, na rangi. Uingio wa dhambi duniani ulipelekea yeye kuchagua taifa moja la mfano kwayo yote, na hilo ndilo liwe lake, na alifunze njia zake maishani.

Hawa ndiyo Yisrael walio pewa toraha na injili. Injili ilitapakaa ulimwenguni mwote, ili kuwavutia Mataifa katika mfumo wa maisha alio usimika Mungu YAHWEH kupitia toraha yake. Kwa namna hii uraia wa Ufalme wa Mbinguni, ulifikishwa kwa wote watakao mchagua yeye kupitia Kristo Yeshua. Na sisi sote wa Mataifa tuunganishwe nao kupitia ujumbe wa habari njema, alio tutumia kupitia Mtoto wake huyu wa pekee wa kiume.

Ndipo kila atakaye muamini Mjumbe, na hivyo kuukubali ujumbe, huyo hufanyika mtoto wake kama Mjumbe Yeshua alivyo Mtoto wake (Matityahu 21:33-40). Hivyo halipo agano lolote jingine na Mungu zaidi ya maagano aliyo wapa Yisrael, vile-vile hayupo Mkombozi mwingine, zaidi ya yule aliye wapa Yisrael. Kwa jinsi hii kila Mmataifa huitwa kujiunga kiroho na taifa la Mungu, Yisrael, hata umwabudu Mungu YAHWEH wa taifa hilo.

Kwako wewe ambaye umeshaukana uraia wako wa Dunia hii, ili uwe raia wa Ufalme wa Mungu unao tawala kwa sasa Mbinguni, wewe umefanyika Myisrael kiroho (Wagalatia 3:6-9, 6:15-16, Warumi 9:6-8). Hivyo wewe ni mrithi pamoja nao (Waefeso 3:4-6), ukiwa sehemu ya ahadi na maagano yao kupitia imani yako kwake Mashiah wao na Adonai wako Yeshua. Uelewa huu hufanya theolojia ya ubadilisho (replacement theology) kuwa udanganyifu utokao kwa satani lucifer mwenyewe, ili akutenganishe na urithi wako. Tafakari

Katika uchambuzi mwingi na usikivu, sisi tuliona kipindi cha Tabu ya Yahkob kulenga adhabu kwao walio ikataa kweli ya YAHWEH na kuiteketeza Dunia, lakini Siku ya Adonai, hulenga mambo makuu 3 muhimu ambayo mataifa waliitenda Yisrael katika vizazi vyao vyote. Hii ndiyo siku ya uachio wa ujazo wa kikombe cha hasira za Mungu YAHWEH, zilizo kusanywa kwa kipindi chote hicho dhidi ya: -

1. Kuivamia Yisrael, kuiteka, na kutapanya Wayisrael pembe zote za Dunia,
2. Kuigawanya ardhi ya Yisrael, kwao ambao siyo urithi wake,
3. Na mwisho ni kwa mateso yaliyo wakuta Yisrael huko waliko lowea.

Wewe muumini katika Kristo Yeshua; wewe ni Myisrael wa kiroho (MKristo), hivyo uraia wako wa kimwili huwa wa Mbinguni, mpaka hapo Milenia ya Kristo Yeshua ifike, ndiyo nawe uwe sehemu ya taifa la Yisrael jijini Yerushalem. Sisi ndiyo wale kondoo wa zizi jingine lilotajwa katika Yeshayah 56:8, na kurudiwa na Yokhana 10:16.

Nabii katika Zaburi

Zaburi 31:17-24 tunaona sala ile maalumu ambayo Yisrael kwa Ruak watapewa: **usiniache nikaona aibu YAHWEH, sababu nimekuita wewe, acha wadhalimu waaibike, na acha wafungwe vinywa kaburini, acha domo la uongo lifungwe, ambalo latamka mambo makuu kwa majigambo pasipo hadhi dhidi ya wenye haki.**

Hivi ni mkuu vipi uzuri wako, ambao umeulaza chini kwa wale wakutetemekeao, wale wakuaminio wewe mbele ya wana wa watu. Wewe utawaficha katika siri ya uwepo wako toka fahari ya mtu, ijapo kuwa utawaficha kwa siri kwenye hema kubwa toka karaha ya maneno.

Baraka upewe YAHWEH sababu umenionyesha upole wako katika mji imara, sababu nilisema katika haraka zangu, nimefutiliwa mbali toka macho yako, bado wewe ulisikia maombi yangu nilipo kulilia.

Mpendeni YAHWEH enyi watakatifu wake wote, kwani yeye huwahifadhi waaminio na kwa ujazo mkubwa humzawadia afanyaye majigambo. Kuwa mwenye ujasiri mzuri naye atauimarisha moyo wako, nyie nyote mumtegemeaye YAHWEH. Amin!

Sala hii ndiyo itakayo pasua moyo wa pendo la YAHWEH kwake Yisrael, mboni ya jicho lake. Hivyo toka kilio na maombolezo yao katika kipindi cha tabu, YAHWEH atawaficha Yisrael, na kwisha kipindi kupita atainuka kuja duniani. Huyu mtu wa majigambo, na domo kaya asemaye mambo makuu, pamoja na nabii wake wa uongo, katika Siku hii kuu ya Adonai, watatupwa gehena, na satani lucifer atatiwa kifungoni kwa miaka elfu. Yisrael atakombolewa na kurejeshewa urithi wake wa Dunia kwa milele yote. Amin

Zaburi 46:1-11

1. *Kwa Mkuu wa Muziki kwa ajili ya wana wa Korah, Nyimbo juu ya Alamoth {sauti ya kike}. Elohim [ni] kimbilio {tuendapo kujificha} letu na nguvu, msaada ujao haraka sana wakati wa shida.*
2. *Hivyo basi sisi hatuta-ogopa, ijapo kuwa Dunia ibadilishwe, na ijapo kuwa milima isukumiwe kati ya bahari;*
3. *[Ijapo kuwa] maji yake hapo yanguruma [na] kuvuma {yakiinuka juu na chini}, [ijapo kuwa] milima yayumba ghafla {kama mawimbi} kwa fahari yake hapo. Simamisha muziki.*
4. *[Hapo kipo] kijito, mfereji wake hicho shuruti utaleta furaha katika mji wa Elohim, maskani matakatifu ya Eliyon.*
5. *Elohim [yuko] kati yake; hivyo hata sogezwa: Elohim atamlinda yeye {nafsi ya kike}, atamgeuzia uso mapema alfajiri*
6. *Mataifa walitaharuki kwa hasira, mamlaka walidondoshwa chini: yeye alitoa sauti yake, Dunia ikayeyuka.*
7. *YAHWEH Tsabah {wa Majeshi} [yuko] pamoja nasi; Elohim wa Yakob [ndiye] mnara wa ngome yetu. Simamisha muziki.*
8. *Njoo, uone alicho fanya YAHWEH, ushangae uharibifu yeye alio uleta duniani.*
9. *Yeye amepelekea vita kusitishwa {kukoma} mpaka mwisho wa Dunia; amepasua upinde, na kuukata mkuki vipande-vipande; yeye amechoma gari la farasi kwa moto.*
10. *Tulia {acha unavyo fanya}, na ujue {tambua} kwamba Mimi [ndiye] Elohim: Mimi nitainuliwa kati ya Mataifa, Mimi nitainuliwa katika*

Dunia.

11. *YAHWEH Tsabah {wa Majeshi} [yuko] pamoja nasi; Elohim wa Yakob [ndiye] mnara wa ngome yetu. Simamisha muziki.*

Hii ni nyimbo ya shangwe na ushindi mwanzoni mwa milenia, ikitizama nyuma katika yale aliyo yatenda Mungu YAHWEH ndani ya Yisrael na ulimwengu mzima: utegemezi wa Yisrael kwake YHWH unawekwa bayana kuwa asili ya ushindi wao, Dunia imeondolewa mahali pake pa awali, milima imehamishwa, tufani baharini, na tetemeko la ardhi. Sasa Mungu anaishi Yerushalem kati yao, na jiwe lile la Daniel tayari limesha zivunja falme zote za Dunia kuwa za Mungu Mwana. Dunia imeharibika kwa vita ya Siku ya YHWH, na vita zimekoma Dunia nzima.

Unabii wa II Shemuel 22

Hizi ni rekodi za kusifu na kushukuru kwa mfalme David tokea ushindi dhidi ya mahasimu wake, na Shaul mfalme mhasi wa Yisrael (mstari wa 1-6). Ni kuanzia mstari wa 7 tuanzapo kuona uingilio wa Ruak wa Mungu, kwani ana zungumza yale ambayo yamesha tendeka, ambayo pia yatakuja kutendeka tena nyakati za mwisho (duality).

Katika mateso yangu nilimwita YAHWEH Mungu wangu, ambaye tokea hekaluni mwake alisikia sauti yangu, kwani kilio changu kilifikia masikio yake. Hiki ni kivuli cha kilio cha Yisrael akiwa mafichoni katika kipindi cha Tabu Kuu. Ni wakati huu wa Tabu ya Yahkob, maandiko hukiri YAHWEH kuwemo ndani ya hekalu yatokako mapigo yale 21 kuielekea Dunia.

Mstari wa 9-15 ni sawa kabisa na alicho rekodi David katika Zaburi 18:8-14 ... *Hapo moshi ulipanda juu tokea puani mwake, na moto uteketezao nje ya mdomo wake: makaa ya mawe yaliwashwa nao huo. Yeye alipindisha pia mbingu, na kushuka chini: na wingu jeusi [lilikuwa] chini ya miguu yake. Na yeye alipanda juu ya kerubi, na alipaa: ndiyo! Yeye alipaa kwa kasi juu ya mbawa za upepo.*

Yeye aliliweka giza {kuwa} mahali pake pa siri; kibanda chake kumzunguka [kikawa] maji meusi [na] mawingi mazito {manene} ya angani. Katika mng'aro [ambao uko] mbele zake, hupita wingu lake zito {nene}, mvua ya mawe ya barafu na moto wa makaa ya mawe. YAHWEH pia ananguruma katika mbingu, na Elyon anatoa sauti yake; mvua ya mawe ya barafu na moto wa makaa ya mawe. Ndiyo, yeye aliwarushia mishale yake, na kuwatapanya wao; na yeye aliwarushia nje radi, na kuwatia wao taharuki. ...

Na kuhusu silaha atakayo itumia pale akisha shuka chini duniani ni andiko la Ufunuo 1:16 ... *Na yeye katika mkono wake wa kuume alikuwa na nyota saba {7}: na tokea mdomoni mwake ilitokea silaha kali yenye makali kuwili {pande mbili}: na muonekano wake [ulikuwa] kama jua liwakalo kwa nguvu zake zote. ...*

Silaha hii tunaijua kutajwa pia katika maandiko ya Ufunuo 2:12,16 ... *Na kwa malaika wa eklesia*[41] *{sinagogi, kanisa, kusanyiko} la Pergamus andika: Haya mambo asema yeye ambaye ana silaha kali iliyo na makali kuwili; Tubu*[42] *{badili mwelekeo}; ama sivyo Mimi nitakuja kwako ghafla, na nitapigana dhidi yao kwa silaha ya mdomoni mwangu. ...* Wazee wetu watangulizi wetu kanisani walio mwona mtume Yokhana akiwa hai, na wale walio wasikia hao (walio mwona Yokhana), waliandika silaha ikatayo kuwili, ilimaanisha toraha na injili.

Hili suala la kiza (hoshek) tuliliona katika mapigo kule Misrayim kwa Kutoka 10:21-22, 14:20 siyo giza la unene na kina cha mawingu kwa Kutoka 20:21 pale kwenye mlima Sinai, hilo halikuwa 'hoshek' bali 'arapel' kwa Kiebrania. Hili giza 'hoshek' ndilo pia la Mwanzo 1:2 kuelezea uasi ulicho pelekea Dunia kuwa. Katika ujio wa YAHWEH na kiza hiki mawinguni, ndiyo ashirio la nia ya YAHWEH kwa adui zake, hata siku hii itajwe kuwa siku ya kitisho kikuu.

Hata katika kiza hiki, bado tunaona ile nuru iwakayo kama radi itokeayo mashariki na kuonekana mpaka magharibi inajidhihirisha, kwani huo ndiyo utukufu ulio nuru yake, na kwayo tunaona moto wa makaa ya mawe (siyo wa kibiriti[43]).

Tunataka utazame kwa umakini mtiririko wa matukio katika nukta hii ya ujio wake. Kwamba kwanza, Yisrael atamkumbushia kuhusu maagano yake na mababa zao, na kuelekeza kilio chao kwake kati ya mabezo ya adui wengi sana walio wazunguka. Tazama alicho sema Adonai Yeshua kuhusu hili mbele yao kwa Matityahu 23:39 ... *Hakika Mimi nasema kwenu, Nyie shuruti msinione Mimi tokea sasa, mpaka pale nyie mtakapo sema, Mbarikiwa [ni] yule ambaye anakuja katika jina la YAHWEH {Zaburi 118:26}. ...*

Unabii juu wamalizia kwa kusema, mara hili litakapo tokea, YAHWEH atazidisha ghazabu zake na ghafla atakunja mbingu na misingi yake itatikisika akishuka chini duniani akiwa juu ya makerubi (viumbe wa daraja la juu zaidi ya malaika). Kama tulivyo gusia awali, tunajua ajaye ni Adonai Yeshua, lakini mahali pengi sana maandikoni, yaonekana katika siku hii kuu hata Baba Mungu atakuwepo kwa namna au jinsi fulani pamoja nasi. Hili ni geni, na mafundisho yake bado finyu sana duniani.

Sasa tunajua Yeshua Kristo wa Yisrael akisha fanya nukuu hizo maalumu kwa pamoja toka toraha na injili, itafuatia mishale na radi huwanyuka hawa walio letwa na roho chafu za vyura kupokea hukumu ya mataifa (Ufunuo 19:21). Ni kwa sababu hii sasa tunajua watasambaratika na kukimbia.

Ndipo tunaona lile hamisho la mlima wa Mizeituni kwa II Shemuel 22:16 kwamba, mfereji toka baharini, na hata misingi ya Dunia ilionekana kwa kemeo la YAHWEH. Na hakika ya ushindi wa siku hii alipewa Yisrael kwa andiko la II Shemuel 22:18 ... *Yeye ameniokoa mimi toka adui zangu wenye nguvu {na wakatili}, toka wao ambao hunichukia mimi: kwani wao walikuwa ni wajasiri zaidi yangu. ...*

Tukienda mbele zaidi kuanzia mstari wa II Shemuel 38-43, tunaona matokeo ya hii vita pale imalizikapo kwa macho ya Yisrael: ni kwamba Yisrael kama katika siku za mfalme David, watawakimbiza adui wale walio tapanywa, na hawatarudi mpaka wamewateketeza wote. Na Yisrael anasema hili ni kwa sababu YAHWEH kampa yeye nguvu zaidi ya alizo kuwa nazo, na hao adui shingo zao kulengeshwa kwenye silaha za Yisrael.

Kuanzia andiko la II Shemuel 22:44-51, tunaona unabii wa Mashiah wa Yisrael kwamba, yeye atakuwa Mfalme wa Mataifa, tena wasio mjua mara wasikiapo jina lake, watajikabidhisha chini yake. Adui watapotea, kwani watajificha kwa hofu mafichoni mwao (maibilisi kuzimu?). Na kwamba ni Elohim afanyaye malipizi ya haki (vengeance) kwa niaba ya Yisrael na kumkweza, kwani ni yeye aliye mkomboa toka mtu wa fujo (mpingaKristo) na kumwinua juu.

Hivyo Yisrael atatoa sifa kwa YAHWEH mbele za Mataifa, akilisifu jina la YAHWEH. Anamaliza kwa kusema YAHWEH ndiye mnara wa ukombozi kwa mfalme wa Yisrael David, na ameonyesha huruma kwa

Mashiah wao Yeshua, na wote wa uzao wake milele (Yisrael na Kanisa). Amin

Maono ya Ufunuo

Tukichungua andiko la Ufunuo 16:10-21, tunaona pale malaika wa 5 alipo mwaga chetezo cha ghazabu juu ya kiti cha mpingaKristo, ufalme wake wote uliingia kiza kitupu. Ni kwa giza hili la hoshek (uovu) kama kule Misri, makufuru hawa wawili waliachia makombora ya matusi kupinga majipu miilini mwao, na kamwe hawakutubu.

Ndipo malaika wa 6 aliye ukamilifu wa namba yake ibilisi satani, alipo mwaga chetezo cha ghazabu ya Mungu juu ya mto mkuu Eufrati na maji yakakauka, ili njia ya askari wajao toka mashariki ya mbali (China, India, Mangolia, Taiwan, Tibeti, Malaysia, Indonesia, Japan, Thailand n.k) waweze pita kuja kusanyika Yisrael. Kama ilivyo ada, adui anaweza kuongezea mapigo, na kamwe siyo kuwapunguzia walio wake. Hivyo afanyacho naye ni kuachia roho wake wachafu katika mfano wa vyura kwenda kuwakusanya majeshi hayo. Kwa jinsi hii adui hurahisisha kusudio la Mungu, na siyo kulipinga, sababu hana uwezo huo.

Tunataka mpendwa uwe mwerevu katika hili, kwani tulicho sema juu kuhusu atendacho adui dhidi ya walio wake ni makini, uteketezi na uangamizi wake wa mtu ndiyo limfurahishalo. Hakika kichwani mwake huona Mungu kumsaidia kazi hapa, sababu yeye hana rafiki au aliye wake, kwani hana upendo (Kutoka 7:11). Wakati baadhi ya watu hujidanganya kuwa wake (devil worshiper), yeye anajua wote ni viumbe wa Mungu, na wajibu wake kwao ni kuwaibia maisha ya milele, kisha kuwaua, ili wateketee pamoja naye gehena (Yokhana 10:10, 8:44).

Ufunuo 16:13-14,16 ... *Na mimi niliona roho wa tatu {3} wa unajisi {pepo wachafu} kama vyura [wakitoka] nje ya mdomo wa dragoni {joka kuu linalo vutia} na toka nje ya mdomo wa mnyama {wa hatari}, na nje ya mdomo wa nabii wa uongo. Kwani hizo ni roho za ibilisi, zifanyazo ishara, [ambazo] huenda mbele kwa wafalme wa Dunia na wa ulimwengu wote, kuwakusanya wao kwenye vita ile ya siku kuu ya Elishadai. ... Na yeye aliwakusanya wao pamoja katika eneo ambalo huitwa kwa Kiebrania Harmagedoni. ...*

Dragoni ndiye joka kuu la kale, yaani satani ibilisi lucifer, wakati mnyama ndiye mpingaKristo ambaye katika nusu ya pili hii ya kipindi cha Tabu Kuu, ana ongozwa na nafsi ya ibilisi lucifer kama kikaragosi chake tu. Nabii wa uongo kwa ridhaa yake amekubali elimu ya giza (uchawi) wa lucifer, ambao kwao hutenda kwa nguvu za kishetani ndani yake.

Ufunuo 16:18 unaona sauti, ngurumo, tetemeko la ardhi na radi zile ambazo ulishaona kwa II Shemuel 22. Hivyo sasa tunajua sauti isemwayo kwa Ufunuo hapa ni ya nani, na ungurumo watokea wapi, na nini chimbuko la tetemeko mpaka mbingu kusogea na misingi ya Dunia kuonekana. Hiki ndicho alicho andika Yirmeyah 4:23-31 kwa ajili yako mpendwa zamani za kale. Hata hapa katika Yirmeyah, utaona uadimu wa mtu duniani, na kweli kwamba, ni miji yote ya Dunia wadhambi hawa (wenye alama 666) wanapo teketezewa.

Ufunuo 16:19 tunapata dokezo kwamba, Yerushalem inagawanyika sehemu 3, na miji ya mataifa kwa ukunjo ule wa mbingu, na uingio wake wa kasi katika Dunia hadi kushuka juu ya mlima Mizeituni, miji hiyo inaanguka. Na kwalo hili tunaambiwa ile Babiloni mji mkuu nao unakumbukwa, na kupewa kikombe cha hasira ya ghazabu zake. Ufunuo 16:20-21 tunaona lile tetemeko na mtikisiko wa uingio wa YAHWEH duniani, unapelekea visiwa vyote kusukumwa mbali, na milima kuwa tambarare.

Hebu turudie tena lile la majeshi yajayo kutoka mashariki ya mbali huku wakisafiri kufuata njia ya mto mkuu Eufrati. Hivi wajua leo hii kule Uturuki kwa kubonyeza tu kitufe (switchi) maji yote ya mto Euphrati huzuiliwa bwawani na mto kukauka? Ni kweli mto Eufrati unazui kupita kwa kasi kuu ya vyombo vya moto na kwa wingi wa majeshi yatokeayo mashariki ya mbali na husasani China (nchi ambayo dragoni ana abudiwa).

Leo hii tunashuhudia China ikiwa nchi yenye watu wengi zaidi duniani, na hivyo soko kubwa la bidhaa za viwandani, huku ujira wa kazi bado ukiwa chini kwa sababu ya msukumo huu wa idadi ya watu. Kwa vigezo hivi viwili muhimu, China inafanyika nchi ambayo mitaji mikubwa (foreign direct investment) duniani inaelekea kwa wingi zaidi. Ukubwa wa nchi unawapa madini, gesi, mafuta, na rasilimali nyingi nyingine lakini pasipo utoshelezi.

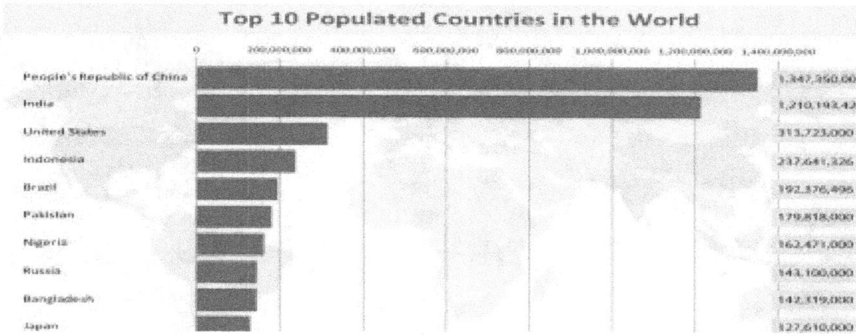

Kwa uhitaji wake huu mkuu, imejikuta ikifanya mikataba ya kibiashara kwa malighafi na masoko takribani na kila nchi ulimwenguni. Haya yanawapa sauti kisiasa kuhusu uchumi wa Dunia. Kama hali hii itaendelea, yaonekana huko waendako, watajikuta wakipingana na sera za kiuchumi za mpingaKristo. Na hili litapelekea wao kuja kupigana naye.

Pia katika medani za kijeshi; tunaona taifa lilokuwa fukara sasa likianza kujenga nguvu za kijeshi, kumiliki nyuklia, na hata kurusha satelaiti katika orbiti. Ni wingi wa jeshi hili la mashariki ndilo katika kipindi cha Tabu Kuu limtialo shaka mpingaKristo. Tunajua katika safari yao hii ya mwishoni mwa wiki la 70 kuelekea mashariki ya kati, nchi zile 10 zilizo washiriki wakuu wa mpingaKristo, zitakuwa zikiwatwanga kwa kila kitu walicho nacho (Daniel 11:44).

Majeshi haya ya watu milioni 200 (Ufunuo 9:16 – Tafsiri ya Weymouth New testament, Amplified Bible, Complete Jewish Bible, World English Bible, Bible in Basic English, American Standard – ASV 1901) yataendelea kuja huku wakisomba majeshi ya nchi zote hapo kati wavukapo, kuungana nao. Vita vya kale vya Ugiriki, Warumi na hata Mangolia walifanya hivi katika kampeni zao kujipanua. Kwa takwimu za idadi ya watu leo, na siyo zile za majeshi yao, hili jeshi tayari lawezekana kuundwa hata kesho.

	Active troops	Spending	Navy by weight in tons	Aircraft	Tanks	Special notes
U.S.A	1,400,000	$577 billion	3,415,893	13,892	8,848	Budget larger than rest of list combined
Russia	766,000	$60 billion	845,730	3,429	15,398	Controls the oil of its most likely enemies
China	2,333,000	$145 billion	708,086	2,860	9,150	Special operators consistenly place at Warrior Games
India	1,325,000	$38 billion	317,725	1,905	6,464	Hurt by large need for oil imports
United Kingdom	147,000	$52 billion	367,850	936	407	Easily defended island
France	203,000	$40 billion	319,195	1,264	423	Strong defense industry
South Korea	624,000	$33 billion	178,710	1,412	2,381	Drills under imminent threat
Germany	179,000	$40 billion	242,508	663	408	Energy dependent on Russia
Japan	247,000	$42 billion	413,800	1,613	678	Constitution limits offensive actions
Turkey	411,000	$18 billion	148,448	1,020	3,778	Has ISIS on its doorstep

Ukichungua kwa undani nchi za mashariki ya mbali leo, utaona kufanyika kwa hili kumeshaanza kwa kasi kuu na tena ya kutisha. Tayari China, India, na Japan ni mataifa makubwa ya kijeshi duniani, huku muongezeko wa idadi ya watu na nguvu za kiuchumi katika ukanda huu, ukiwaruhusu kutia kazini jeshi la askari milioni 200 pasipo shida yeyote.

Sera za kimagharibi za kuthibiti idadi ya watu hazina mshiko huku, lakini pale athari zake zilipo (mfano China) huonekana watoto wa kiume kupendelewa zaidi ya wale wa kike. Na hili siyo kwa ajili ya askari wa jeshi pekee, bali kuendeleza jina la baba kwa kadri ya tamaduni zao.

Na kuhusu mazaliano ya watu (fertility rate), hili suala la idadi ya watu linapelekea kwa mahesabu ya mashirika ya umoja wa mataifa kutabiri mlipuko mkubwa wa watu kuendelea Afrika hata kuipita China, na tena ndani ya miaka 10 tu ijayo. Ukiangalia pateni, utaona uwepo wa uhusiano kati ya ufukara wa taifa na mlipuko wa idadi ya watu. Kwa jinsi hii basi, jeshi la kutoka kusini kwa Ham dhidi ya mpingaKristo, nalo tayari limeshaanza kuundwa.

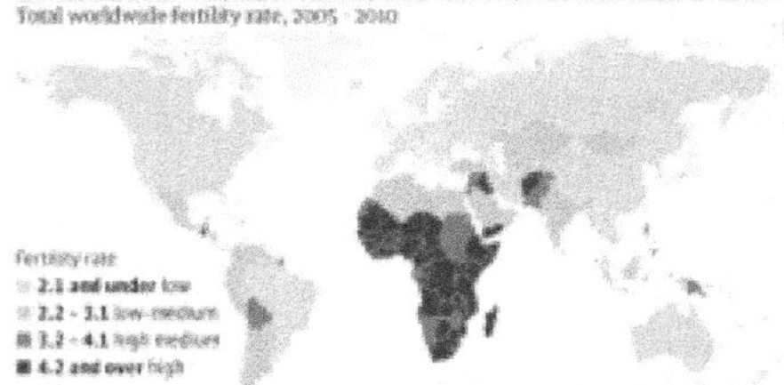

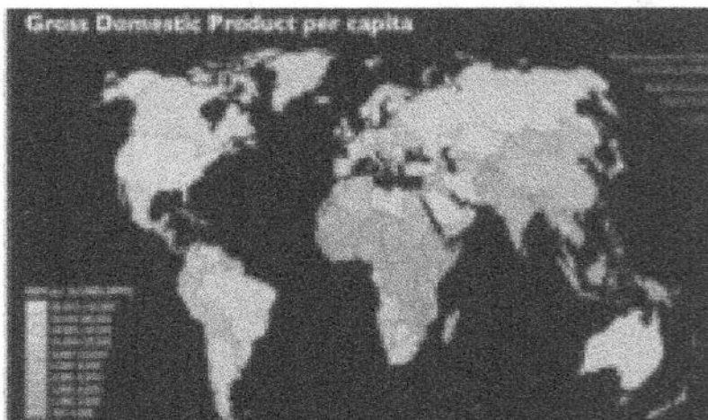

Jambo la kushangaza leo hii, na hata wakati tuandikapo hapa, nchi ya China inajenga mfumo wa treni na barabara kuu toka mashariki ya nchi kuja mashariki ya kati (silk and road project). Pia tunajua eneo ambalo huu mfumo wa usafiri wa watu na bidhaa (silaha, biashara) unapita, hakuna biashara au maendeleo ya kiuchumi kusema kwamba, utaweza kujilipa (return on investment). Je wanajiandaa kuja kwa wingi hivi mashariki ya kati kufanya nini? Na nini hicho kinacho wasukuma wao kufanya jambo hili ambalo kwa sasa halina faida kwao?

Ufunuo 19:11-21: mbingu zinafunguka na farasi mweupe anaonekana, na Yeshua aliye kaa juu yake anaitwa Muaminifu na Mkweli, na katika haki ana hukumu na kupigana vita. Macho yake ni kama miali ya moto, na kichwani mwake amevaa mataji mengi, na kwazo jina limeandikwa ambalo hayupo mtu alijualo bali yeye binafsi.

Alikuwa amevishwa vazi lililo chovywa damuni (jekundu), na jina lake ni Neno la Mungu (Yokhana 1:1,14). Majeshi ambayo yalikuwa Mbinguni (kuna kipindi hayakuwepo, hivyo haya ni watakatifu wake) yanamfuata juu ya farasi weupe, wamevishwa kitani bora cheupe na safi (hiki ndicho kisa cha lile neno mahasimu hawa wajao Yisrael wamevaa nguo ngeni).

Natoka kinywani mwake mwatoka silaha kali, ambayo kwayo atawapiga mataifa. Naye atawatawala kwa fimbo ya kifalme ya chuma (scepter. Yeye ataponda zabibu kwa ukali wa ghazabu za Mungu Mwenyezi. Na analo katika vazi lake na mapajani jina lilo andikwa MFALME WA WAFALME na ADONA'I WA ADONI.

Na nikaona malaika amesimama katika jua, naye alipiga ukelele mkubwa akisema kwa ndege wote warukao kati ya mbingu waje wajikusanye wenyewe kwa chakula cha jioni cha Mungu. Kwamba wale miili ya wafalme, miili ya makapteni, na miili ya mashujaa, na mizoga ya farasi, na miili ya watu wote huru na wafanyakazi wao, wadogo kwa wakubwa.

Alimwona mpingaKristo na wafalme wa Dunia na majeshi yao, wamekusanyika pamoja kufanya vita na yeye aliye juu ya farasi mweupe, na dhidi ya jeshi lake. Na mpingaKristo alitwaliwa na pamoja naye nabii wa uongo aliye kuwa akifanya miujiza mbele yake, yule aliye wadanganya wale walio pokea alama ya mpingaKristo (666), na wale walio abudu sanamu yake. Hawa walitupwa hai katika ziwa la moto uwakao kwa moto wa kibiriti (brimstone). Na walio bakia walichinjwa na silaha yake huyu aliye kaa juu ya farasi mweupe, ambaye silaha yatoka kinywani mwake. Ndege wote walishibishwa na mizoga yao.

Hapa likatimia lile tamko la Ufunuo 11:15 ... *Na malaika wa saba {7} alilipuliza {tarumbeta}; na hapo zilikuwepo sauti kuu Mbinguni, zikisema, Falme za huu ulimwengu zinakuwa za YAHWEH wetu, na za Kristo wake, na shuruti yeye atatawala milele na milele.* ... Amin

Unabii wa Zefanyah

Zefanyah (641-610BC) kwa sura ya 3:8-17, ana funuliwa unabii mkuu ambao utavigusa vipindi karibu vyote vinne ambavyo ndiyo lengo mama la somo hili. Katika wakati wake ndani humu, tutakuwa tukirejelea unabii huu, mpaka tukamilishe kazi aliyo tuitia kwa uandishi huu.

Tokea unabii wake Zefanyah, sasa twajua vema kuhusu makusanyo ya mataifa yaendeleavyo na yatakavyo kuwa kwa kadri ya maandiko matakatifu. Tazama asemacho kwa Zefanyah 3:8 ... *Hivyo basi ninyi nisubirini Mimi, asema YAHWEH, mpaka siku ambayo Mimi nitaiinukia nyara {windo}: kwani uamuzi wangu [ni] kuyakusanya mataifa; ili kwamba niweze zikusanya falme {himaya, mamlaka}, kumwaga juu yao ghazabu zangu, [tena] hasira kali zangu zote: kwani Dunia yote shuruti iliwe {teketezwa} na moto wa wivu wangu.* ... Amin

Nabii za Zekaryah

Kwa ufupisho makini hapa, tutajadili nabii zake 2 tu toka Zekaryah 12:1-14 na Zekaryah 14:1-21. Nabii hizi za Zekaryah (520BC) ni utajiri mkuu kwetu uletao mtizamo mpya, na wa kina zaidi. Kitabu chake hiki chasimama kati ya vitabu vya Hagai (520BC) nyuma na Malaki (430BC) mbele. Hiki ni kipindi kabla ya marekebisho ya hekalu la Shelomoh yaliyo fanywa na Nehemia. Huu ni unabii wa zaidi ya miaka 2538[44] iliyopita!

Tutaanza kwa kulenge shabaha kwenye Zekaryah 12:1-14, ndipo Zekaryah 14:1-21. Huu ni unabii wa kina sana kwa mlinganisho na iliyo-pita, hivyo itatuchukua kitambo kidogo, lakini mara tufikapo mwisho, yote kama fumbo (puzzle) yatafumbua picha moja ijengwayo katika biblia nzima.

Tokea Zekaryah 12:1-14 YAHWEH anatajwa kuwa ndiye Mungu Muumbaji, aliye tandaza mbingu na kuweka misingi ya Dunia, na kuifanya roho ya mtu ndani yake. Tunajua kwa mafunzo ya mapokezi kuwa, roho yako mpendwa alipuliziwa humo na Elohim (Mwanzo 2:7), na hili ni kwisha kufanywa kwa mwili wa Adam (Hesabu 16:22). Hivyo roho huyo wako wa uhai pale ulipo umbwa (created), alibaki kwake yeye aliye kuumba mpaka pale ulipo fanywa (formed) na kupuliziwa ndani yako (Mwanzo 1:26-31, Waebrania 12:9).

Haya maandiko yanathibitisha itikadi ya kitabu chako hiki kuwa, uko uumbaji wa wewe roho-nafsi ulio tangulia ufanyikaji wa mwili wako. Na ndipo baada ya haya mawili, upulizio wa wewe roho uliye na nafsi ndani ya mwili huo. Hiyo nafsi yako walikuwa wawili, mmoja nafsi mme na mwingine nafsi mke (Mwanzo 1:27). Haya yalikamilika hata kabla ya ufanyiko wa Havaa, hata usiwepo uhitaji wa uumbaji mpya, au upulizio mwingine. Hivyo nafsi mke alitolewa ndani ya mwili wa Adam, pamoja na mojawapo ya mbavu zake kwa ajili ya kufanya (form) mwili mke ulio tofauti. Uko tofauti kwa sababu ya mabadiliko katika mfumo wa uzazi.

Inatajwa kuwa, Yerushalem imefanywa kuwa kikombe kitetemeshacho kwa wale wote walio majirani wa Yisrael, pale watakapo izunguka kuivami Yerushalem na Yudea. Kisha anasema hivi kwa Zekaryah 12:3 ... *Na katika siku hiyo Mimi nitaiweka Yerushalem {kuwa} mzigo wa mawe {usiyo bebeka} kwa ajili ya watu {am – Wayisrael} wote: wale wote wajitwishayo wenyewe nayo hiyo shuruti wapate jeraha jekundu, ijapo kuwa watu {wa mataifa} wote duniani watakusanyika pamoja dhidi yake. ...*

Hii kauli ya '*watu {wa mataifa} wote duniani*'yathibitisha hakika Kanisa litatwaliwa (raptured) hata wote walio bakia wawe mahasimu pekee. Pia yatajwa kuwa, atampiga kila farasi kwa mshangao, na mpanda farasi kwa kichaa, lakini macho yake yatafumbuka juu ya nyumba ya Yehudah. Hivyo uelewa wa adui na farasi wao utaondolewa, hata wapigane wenyewe kwa wenyewe, hadi kila mmoja amteketeze mwenzake.

Kuhusu hili liko andiko jingine kwamba, katika siku hii kila mkazi wa Yerushalem atapewa uhodari na umahiri wa mfalme David jinsi alivyo kuwa vitani. Na kwamba mfalme (prince) wao David tunaye rudi pamoja siku hiyo, mbele ya adui atakuwa kama mungu vitani. Na mtapakanyo wa uwezo huu mpya unaonekana pia hapa katika jinsi hii-hii kwa andiko la Zekaryah 12:6.

Tunasoma kwa Zekaryah 12:8 ... *Katika siku hiyo YAHWEH atakuwa uwigo {kuwazunguka, kuwakinga} wakazi wa Yerushalem; na yule ambaye ni mdhaifu {yumba-yumba, tetemeka} kati yao katika siku hiyo shuruti atakuwa kama David; na nyumba ya David*[45] *kama Elohim, kama Malaika*[46] *wa YAHWEH mbele zao.* ... Katika Kristo Yeshua sisi Kanisa tu sehemu ya nyumba ya David, kama vile yeye Yeshua alivyo.

Kwa andiko lifuatalo tunaona utofautisho wa hema (ohel) la Yehudah litakalo kombolewa kwanza, ili fahari ya nyumba ya David, na fahari ya wakazi wa Yerushalem isiwe juu yake hiyo. Je kwa kusema hivi anamaanisha Yehudah yote kiramani itakombolewa kwanza, ndipo Yerushalem na ufalme wa David kurejeshwa? La hasha! Hema la Yehudah ndipo hekalu lake lilipo jengwa Yerushalem. Uliona awali humu fikra kwamba, vita ya Harmagedoni itapiganiwa hapa, na siyo kule mlima Megido. Kuhusu hakika ya wapi hii vita itapiganwa, YAHWEH Mungu wetu anajua.

Unabii waendelea kwa utabiri kwamba, katika siku hiyo YAHWEH atatafuta kuwateketeza mataifa wote walio kuja dhidi ya Yerushalem. Kusudi hili liwezekane, tunaambiwa yeye atamwaga kwa nyumba ya David, na kwa wakazi wa Yerushalem roho wa neema na wa maombi kwake. Ni kwa andiko hili la Zekaryah 12:10, huyu anaye zungumza sura nzima ambaye Zekaryah anamwita YAHWEH, anapo jifunua kwa kusema:

... *Na Mimi nitamwaga juu ya nyumba ya David, na juu ya wakazi wa Yerushalem, roho wa neema na wa maombi {ya dhati}: na wao shuruti wataangalia juu kwangu ambaye wao walimtobo a*[47]*, na wao shuruti wataomboleza kwa ajili yake, kama vile mmoja anavyo omboleza kwa ajili ya [mwanawe] wa pekee, na shuruti watashikwa na uchungu kwa ajili yake, kama yule aliye katika uchungu kwa ajili ya mzaliwa [wake] wa kwanza. ...* [Zekaryah 12:10].

Hii ni mojawapo ya mfano ambako Yeshua anajifichua kwa kusema Mimi ambaye mlinisulubisha, na mara ghafla nafsi nyingine ya Mungu kwa kauli hiyo-hiyo inamrejelea Mungu Mwana kwa nafsi ya pili. Je yuko wapi yule asemaye biblia haimtaji Yeshua Kristo kuwa ni YAHWEH na Elohim? Yokhana alifanya hivyo kwa Yokhana 1:1-3,14.

Mpendwa hiki kisemwacho hapa ndicho kile-kile cha Matityahu 23:39, pale Adonai Yeshua alipo nukuu Zaburi 118:26 na kusema; hatarudi mpaka Yisrael wamesema kwake: *baruk habba hashem YHWH (Abarikiwe yeye ajaye katika jina la YAHWEH:).* Shuruti wamkiri kabla hawajamwona, kwani Yoel 2:32/3:5 akinukuliwa na Warumi 10:13, kuliahidiwa ukombozi kwa yeyote atakaye liita jina la Adonai. Tafakari

Kwa jinsi hii Mungu wetu alifanya nukuu ya Zaburi 118:26 juu yake binafsi, kwamba yeye Adonai wetu, ndiye pia nafsi Mwana katika YAHWEH Mungu mmoja. Zekaryah alianza akikuonyesha huu umoja wa nafsi katika mtu, ili uelewe pale utekeapo kwake YAHWEH Mungu wako. Pasipo umakini wa jinsi majina na nafsi zao zinavyo ingiliana pale wanapo zungumza, ni tabu kuuona undani wa andiko.

Unabii wasema; mara vita ikishamalizwa ndipo kilio kikubwa kitaanza Yerushalem, kama kile kilio cha Yoshiyah mfalme wa Yehudah alipo chinjwa kule kwenye bonde la Megido, mahali paitwapo Kifilistina Hadad-Rimoni (II Kronikozi 35:22-25). Na Yisrael yote itafanya kilio kila familia mahali pake, familia ya David wenyewe, na wake zao wenyewe, familia ya Nathan yenyewe, na wake zao wenyewe, familia ya Levi yenyewe, na wake zao wenyewe, familia ya Shimei yenyewe, na wake zao wenyewe, familia zote zilizo bakia, kila familia yenyewe, na wake zao wenyewe.

Zekaryah 14:1-21 ndiyo unabii wa pili, unaoanza kwa kuitaja siku hii ya vita ya Harmagedoni kuwa ni Siku ya YAHWEH. Katika siku hii Yisrael anaahidiwa nyara (spoil) za mataifa. Kama asemavyo kwa: Zekaryah 14:2-3 ... *Kwani Mimi nita-yakusanya mataifa yote dhidi ya Yerushalem kupigana* *{vita}; na mji shuruti utakamatwa {twaliwa}, na nyumba zitaporwa, na wanawake kubakwa; na nusu ya mji utachukuliwa mateka, na mabaki ya watu {am – Wayisrael} shuruti wasikatiliwe mbali {teketezwa} toka katika mji. Ndipo YAHWEH atatoka, na kupigana {vita} dhidi ya hayo mataifa, kama yeye alivyo pigana {vita} katika siku za mapambano {na maadui wa kigeni}. ...*

Haya yote mawili ya kuwakusanya mataifa Yerushalem, na yeye kupigana, twayajua na tumesha yaona. Ni hili la kwamba nusu ya Yerushalem wakati tufikapo duniani tayari itakuwa imeshatekwa ndilo jipya, na kwamba ndani ya nusu iliyo bakia wakazi walio Yehudah watabakia humo. Ni hivi sababu hawa ndiyo tuliona wakipewa Ruak, ili waweza pokea neema na uwezo wa kusali kwa imani. Ndipo baadaye waweze kupigana kwa ujuzi wa mfalme David, waki-wakimbiza wavamizi wanao kimbia mishale ya mvua za mawe, na makaa ya moto, toka katika uuingio wa Mashiah Yeshua.

Unabii huu unataja kuwa, YAHWEH na majeshi yake watatua mashariki ya Yerushalem, juu ya mlima wa Mizeituni wakitokea Mbinguni. Mara tu miguu yake itakapo igusa ardhi ya mlima wa Mizeituni, itasababisha bonde kuu kati kuelekea mashariki na magharibi, kiasi kwamba nusu ya mlima utakwenda kaskazini na nusu kusini. Kwa jinsi hii wale walio zuiwa Yerushalem na wavamizi, sasa wataweza toroka kuikimbia Yerushalem kupitia bonde hilo kuelekea mwishoni mwa bonde patakapo itwa Azal. Na unabii unawakumbusha jinsi ambavyo baba zao walikimbia tetemeko la ardhi katika siku za mfalme Uziah wa Yehudah.

Je Waarabu wale waliozika upande huu wa mlango wa mashariki, eti Rabai hawezi pita makaburini, kweli walisoma nabii zote kujua jinsi apitavyo hapo? Kwa Yisrael kuzika upande huo nao ili kupokea ufufuo kwanza, tunaafiki ni ukosefu wa tafsiri sahihi ya mlolongo wa matukio ya nyakati, kwa sababu ya kujikwaa kwao katika msalaba wa laana. Ufufuo na uchukuo hutangulia ufiko kwa ujio wa pili!

Pia iko sentensi hii kuu ndani ya unabii huo isemayo: ... *na YAHWEH Mungu wangu shuruti atakuja, [na] watakatifu wote pamoja naye. ...* Sehemu ya mwisho ya Zekaryah 14:5. Hili ndilo neno alilopokea Hanok pia kwa Yudas 1:14 ... *Na Hanok pia, wa saba toka Adam, alifanyia unabii hili, akisema, Tazama, YAHWEH anakuja na makumi elfu {idadi isiyo hesabika} ya watakatifu wake, ...*

Maandiko haya mawili ndiyo hakika yetu na yako mpendwa kwamba, katika kash-kash za siku hii, hata sisi Kanisa lake tupo naye. Katika siku hii mchana hakuta-kuwepo mwanga wa kutosha, na wala siyo giza, lakini ni mpaka ushindi majira ya jioni ndiyo nuru itarejea. Ndipo mto wa maji yatembeayo (living water) utatoka Yerushalem, na tawi moja la mto kuelekea mashariki kwenye bahari mfu ya zamani (dead sea), na tawi la mto wa pili magharibi kwenye bahari kuu (Mediteraniani). Na mto huu wenye matawi mawili, katika zama hizo za milenia, utatiririka bila kujali kiangazi au msimu wa masika.

Ni fikra zetu kuwa, katika unabii wake yapo mambo ya nyakati za mwisho, lakini katika migawanyo ya vipindi tofauti vya mwisho wa Dunia ndani humu. Pia yatupasa tuendele hivi sababu Zekaryah alipewa vita na matokeo yake kwa mtiririko wa moja kwa moja, huku ukiwepo mchanganyiko wa nyakati. Hivyo kuleta raha kwako msomaji, ni vema mkondo uruhusiwe kutiririka kama YAHWEH alivyo kusudia. Hivyo kwa mstari wa 9 tunaona Adonai Yeshua, yeye Mashiah wa Yisrael akitangazwa Mfalme juu ya ulimwengu wote. Huu ndiyo mwanzo rasmi wa Milenia ya Kristo duniani.

Yako mambo ambayo ukichanganya nabii yanajifunua. Tunajua wapi atakuwa Mbinguni, vipi ataondoka, kwa jinsi gani atasafiri, na mazingira ya safari yake hiyo kushuka duniani pamoja na watakatifu wake itakuwaje. Tunajua jinsi atakavyo pigana vita na matokeo ya vita hii ya Harmagedoni. Hii ndiyo kazi safi ya eskatoloji katika mafumbuzi ya nabii zake kwa ajili yako mpendwa.

Kabla ya kuukanyaga uwanda wa mlima wa hekalu kutimiza alichojia dhidi ya wafalme wa mataifa na majeshi yao, ni vema ukakumbuka kwamba, ataingia tokea chini kwenye bonde jipya akikwea (ascending) mlima wa Moriyah, na kuingia akipita lango la dhahabu lililo lango la mashariki. Akisha kumaliza kazi, yeye ndiye atawekwa wakfu kuwa Mfalme (King) wa wafalme wote wa Dunia aketiaye kiti cha ufalme wa Yershalem. Katika siku hiyo baadaye, David atatiwa wakfu kuwa mfalme (prince) wa Yisrael moja iliyo ungana milele.

Zekaryah 14:9 ... *Na YAHWEH shuruti awe Mfalme juu ya Dunia yote: katika siku hiyo atakuwepo YAHWEH mmoja, na jina lake moja.* ... Tazama zaidi kuhusu hili kwa Yokhana 14:7-11 ... *Kama nyie mngenijua Mimi, lazima nyie mngemjua Baba yangu pia: na tokea sasa nyie mnamjua yeye, na mme mwona yeye. Filipe {Filipos} akasema kwake, Adonai, tuonyeshe sisi Baba {Mungu}, na itatutosheleza {itaturidhisha} sisi. Yeshua akasema kwake, Mimi nimekuwa na wewe muda wote huu mrefu, na bado wewe haujanijua Mimi, Filipe {Filipos}?*

Yeye ambaye ameniona Mimi amemuona Baba {Mungu}, na sasa vipi wewe wasema, Tuonyeshe sisi Baba {Mungu}? Je wewe haumini kwamba Mimi niko ndani ya Baba {Mungu}, na Baba {Mungu} ndani yangu? Maneno ambayo Mimi huzungumza kwako Mimi sizungumzi kwa binafsi yangu: bali Baba {Mungu} aishiye ndani yangu yeye ndiye afanyaye kazi. Ni amini kwamba Mimi [niko] ndani ya Baba {Mungu}, na Baba {Mungu} ndani yangu: ama sivyo ni amini Mimi kwa ajili ya kazi zake pekee. ...

Tunajua ujadilifu toka wanazuoni wachache kuhusu utajo wa YAHWEH kumaanisha Baba Mungu, lakini pia wajua mafunzo yako humu kuhusu jinsi YAHWEH afanyavyo kwa nafsi zake 3 kuhusu majina au nafasi zao. Hakika YAHWEH kwa nafsi zake 3 zilizo Mungu Mmoja (Malaki 2:10, Waefeso 4:6), bado yeye ni YAHWEH mmoja (Torati 6:4) kama asemavyo kwa Yokhana 10:30 ... *Mimi na Baba tu wamoja.* ... Tumesema haya yote, sababu yeye Kristo Yeshua, ndiye mwonekano pekee wa Mungu YAHWEH (kitaswira na kiumbo), hata aseme anaye muona yeye amemuona Baba (Waebrania 1:3, Yokhana 1:18, I Timotheo 6:16).

Imeandikwa Elohim ataongoza wakazi wa Yerushalem na wa nyumba ya David kuikomboa ardhi yote ya Yisrael waliyo rithishwa na YAHWEH. Katika vita hivi YAHWEH atapigana pamoja nao kwa mishale na radi toka Mbinguni. Nao watasambaratika kwa hofu kuu, lakini Yisrael kwa uwezo wa Ruak na msaada wa malaika wa YAHWEH, watawateketeza takribani wote. Ni kwa jinsi hii wingi wa damu za mahasimu hawa katika nchi takatifu, ilisemwa kufikia hatamu za farasi.

Watakao ponyoka ni wale tu iwapasao kwenda kushuhudia haya Dunia nzima. Tokea hapa kila mwaka wafalme (princes) wao wapya watu asili wataleta zawadi Yerushalem wahudhuriapo sherehe za tabanako. Asiye kuja, hao hawatapata mvua mwaka huo. Hivi ndivyo hofu ya YAHWEH hutiwa katika mioyo ya watu, hata waogope na kutetemeka siku zote za maisha yao.

Kwisha Adonai Yeshua kufanya utamko ule maalumu toka toraha na injili (silaha ikatayo kuwili), ndipo wadhalimu wote kama walio pigwa bomu la nyuklia, watayeyuka miili yao (flesh) na myeyuko huo kukaushwa hata kabla mifupa yao (skeleton) haijadondoka kugusa ardhi. Kwa jinsi hii sisi twafikiri, silaha hii ya neno la kutamkwa likatalo kuwili, udhihiriko wake unacho kiini cha moto mkuu kama ulivyo mlipuko wa bomu la nyuklia (Zekaryah 14:12). Hiki ndicho wao hawa mataifa walicho watenda Yisrael kwa unabii wa maono ya bonde la mifupa mikavu itendayo kinyume chake haya kwa Yehezkel 37:1-14.

Azama hii ni pamoja nao wote walio pokea alama ya mpingaKristo (666) duniani. Kwisha haya, ndipo mpingaKristo pamoja na nabii wake wa uongo wanatupwa gehena (jehanamu). Na ibilisi lucifer anatiwa mikononi na malaika mmoja tu, na kufungwa minyoro huku akitupwa gerezani kuzimu (sheoli) kwa miaka elfu.

Inatajwa kwa mstari wa 10 kwamba, ardhi takribani yote itakuwa tambarare, sababu tokea nabii zingine hutajwa humu milima yote kusawazishwa katika siku ya uingio wa YAHWEH duniani. Hapa pia inatajwa ardhi yote kugaiwa kwa warithi halali (wana wa Yisrael) na amani kurejelea Yisrael yote.

Mstari wa 13-15 tunarejea kwenye vita kwamba, YAHWEH atapelekea majeshi ya Mataifa kuchanganyikiwa kuliko kukuu sana, kwamba kila mmoja wao atapigana na mwenzake. Na kwa hili tunaambiwa ndiyo Yehudah kwa orodha uliyo pewa mwanzoni, atapigana Yerushalem kwenye nyumba ya kitinda mimba wao Binyamin.

Utajiri wa majeshi ya Mataifa inasemwa utakusanywa pamoja, ili Yisrael agawane nyara hizo. Utajiri huo unatajwa kuwa katika wingi mkuu ni dhahabu, fedha, na mavazi. Wanyama (farasi, punda kihongwe, ngamia, na mwana punda, mbwa, ng'ombe, mbuzi, kondoo, na wanyama wote wengine walio wao) katika mahema yao hayo, watapatwa na maradhi.

Maandiko yote kuanzia Zekaryah 14:16-21 yanaelezea kipindi cha milenia ya YAHWEH itakavyo kuwa kwa macho ya Yisrael pekee. Tutafanya mapitio ya haya yaliyo bakia katika wakati wake mbele. Mapitio ya kipindi cha milenia tuliyo fanya juu ni kwa sababu yalitajwa kabla ya nabii za vita kwa mtiririko wa mistari yake. Tokea hapa iliyo bakia yote ni ya kipindi kijacho cha milenia ya Kristo. Asante

Nabii za Yeshayah

Kwani, tazama YAHWEH atakuja kwa moto, na kwa magari yake ya • • • *farasi kama tufani*[48] *{upepo unao zunguka kwa kasi sana}, kuwapatia ghazabu zake kwa hasira, na karipio lake kwa miale ya moto. Kwani kwa moto na kwa silaha yake YAHWEH atawahukumu wenye miili wote: na watakao chomwa {uawa} na YAHWEH shuruti watakuwa wengi.*

Wale ambao wanajitakasa wenyewe, na kujisafisha wenyewe bustanini wakimfuata mmoja kati yao {tafsiri nyingine husema nyuma ya mti mmoja ulio katikati}, wakila nyama ya nguruwe, na kufuru {iliyo tolewa kwa sanamu}, na panya, shuruti kwa haraka waufikie mwisho wao pamoja, asema YAHWEH. Kwa sababu Mimi [nayajua] matendo yao na mbinu zao: shuruti itakuja kuwa, kwamba Mimi nita-yakusanya mataifa yote na lugha; na wao shuruti watakuja, na kuuona utukufu wangu. ... [Yeshayah 66:15-18].

Huu ni unabii aliopewa Yeshayah kuhusu kipindi hiki na hususani siku hii kuu ya Vita vya Harmagedoni. Ni fikra zetu kwamba, majeshi haya toka China na mashariki ya mbali, wengi wao hupenda sana kula nyama ya nguruwe na kuabudu sanamu. Pia utajo huu wa sanamu bustanini ulieleweka kale, sababu 'asherah' alikuwa sanamu ya mungu aliye msituni, na kwamba wasio amini watajisafisha kwake na kujitakasa kwa kafara za haramu kama panya na nguruwe (Walawi 11:7, 41-42).

Pia hawa, kama wale wa India husafiri na sanamu zao popote waendapo duniani. Hata leo katika maeneo ya biashara zao huku kwetu ziko kufuru hizi, aidha mlanganoni au ndani ya eneo la biashara, wakifukuziwa uvumba au udi ili aweletee wateja. Je wewe Mkristo ndiye mteja mungu sanamu huyo aliye mleta? Kwani sisi tunacho nini cha kufanya na sanamu hizo? Tazama ujadilifu wake hili maandikoni: Matendo 15:20, 15:29, 21:25, I Wakorintho

8:4-13, 10:14,28, II Wakorintho 6:16, na I Yokhana 5:21. Na hitimisho la mjadala huu analifanya Kristo mwenyewe kwa Ufunuo 2:14,20, 9:20.

Kwa Yeshayah 13:1-22, 26:17-21 anaanza kwa kuita haya yafuatayo mzigo wa Babiloni. Unatolewa wito wa kuinuliwa bendera kwenye mlima wa juu zaidi, kuwapigia kelele, kunyosheana mikono na kwenda katika malango ya wana wa Mfalme. Haya ndiyo makusanyo ya Mataifa pamoja kama jeshi moja walio kuja toka nchi za mbali. Tokea Mbinguni hata YAHWEH anakuja na silaha ya hasira yake kuharibu Dunia nzima.

Tazama, uelewa wako mpaka sasa shuruti ukutambulishe kuwa, milima yote duniani ilishafanywa tambarare tokea mapigo yale 21, na nguvu ile ya uingio wake pamoja na jeshi la Mbinguni katika anga za Dunia. Na kwamba pale alipo shukia mlima wa Mizeituni, uligawanyika, na mlima Moriyah ukainuliwa na mbele yake bonde kubwa kati ya mlima Mizeituni ulio gawanyika kaskazini na kusini liendalo mpaka Azal. Hii ndiyo milima ya Siyoni, mlima wa juu zaidi kuliko yote duniani katika zama hizo.

Ni juu yake huu, Hekalu la IV litasimama kwa miaka elfu, likiwa makazi ya Mwanakondoo Mfalem wa wafalme na watakatifu wake wafalme. Makuhani tokea mbari ya Sadok pekee ndiyo watahudumu ndani humu hekaluni (Yehzekel 44:15), na ukumbini pake watahudumu pamoja na Walawi kaka zao. Kati ya watu asili, ni Yisrael pekee atakaye ruhusiwa ukumbini humu. Watu asili toka Mataifa yote mengine duniani wataruhusiwa kusogea mpaka nje ya ukumbi huu kumwabudu Mungu YAHWEH.

Mfalme wa wafalme, Adonai Yeshua Kristo; atakikalia kiti cha enzi cha huruma (Kutoka 25:17-22) hekaluni humu, akiwa yeye ndiye Mwana wa Mungu, yaani nafsi YAHWEH aonekanaye. Yeye pamoja na Baba Mungu wataabudiwa hapa (Ufunuo 5:8-13, 7:10, Yeshayah 45:23, Warumi 14:11). Hivyo Yerushalem, ndipo kiti cha Ufalme wa Mungu duniani kitakapo kuwepo. Na katika kasri la taifa la Yisrael, kitakuwepo kiti cha enzi cha mfalme David, kama ilivyo ahidiwa maandikoni kwa II Shemuel 7:10-17.

Pia hapa tazama kauli hiyo ndogo kwamba, silaha ya hasira yake itaiharibu Dunia nzima. Hili jambo tumekuwa tukiligusia hapa na pale kwamba, adhabu ya malipizi kwa yale mataifa waliyo itendea Yisrael, haitakomea kwa majeshi haya yaliyo kusanywa Yerushalem pekee. Sababu kila taifa lilikojua Yerushalem kupigana, na kila mtu aliye na alama ya 666 ya mpingaKristo Dunia nzima, hao wata-teketezwa na miji yao pia itaharibiwa.

Hiki ndicho ambacho Mungu aliahidi katika jibu lake kwa wafia Kristo walio chini ya madhabahu ya Mbinguni nyakati za tabu ya Yahkob kwa Ufunuo 6:10-11 ... *Na wao walilia kwa sauti kubwa, Mpaka lini, Oh Despoti {mtawala mwenye mamlaka yote, kauli yake ndiyo sheria[49]}, mtakatifu na amin[50] {mkweli}, je wewe hau-hukumu na kulipiza damu zetu juu yao ambao wanaishi duniani? Na majoho {ishara ya heshima} meupe yalipewa kwa kila mmoja wao; na ilisemwa kwao, kwamba wao shuruti bado wapumzike kwa kitambo kidogo, mpaka watumwa {watumishi} wenzao pia na kaka zao, ambao shuruti wauawe kama wao, nalo limekamilika. ...*

Siku ya YAHWEH ndiyo siku ya uharibifu toka kwa Shadai (Elishadai – Mungu wa milimani). Hivyo mikono yote itazimia, na mioyo yao kuyeyuka, na wataogopa machungu tumboni, na nyuso zao kama miali ya moto. Wenye dhambi wata-angamizwa toka Yisrael. Nyota na vyote vya angani havitatoa nuru yavyo, jua litatiwa giza katika ujio wake, na mwezi hauta-akisi nuru yake. Ulimwengu utaadhibiwa kwa uovu wake, na waovu kwa uasi wao, na atapelekea kiburi cha mwenye majigambo (mpingaKristo) kukoma, na wakuu wao kulazwa chini (vifo).

Atazitikisa mbingu na Dunia hata zitoke mahali pazo kwa ghazabu za YAHWEH Tzevaot (Tsabah) katika siku ya hasira yake kali. Ndipo kila mtu atamgeukia mwenzi wake na kisha watakimbia kurudi nchini kwao kila mmoja alipo tokea. Kila atakaye kamatwa atachomwa, na aliye jiunga nao ataanguka kwa silaha. Watoto wao pia watakatwa haraka vipande vipande mbele ya macho yao, nyumba zao kuporwa na wake zao kubakwa.

Tazama nawainua Midia (wana wa Keturah kwa Abraham waliishi kati ya Yisrael na Misri ya kale) dhidi yao, ambao hawata thamini fedha wala dhahabu. Pinde zao pia zitawagawa vijana wao vipande vipande, hawatakuwa na huruma na watoto ndani ya mimba, na hawataacha mtoto. Na Babiloni (Iraq) utajiri wa falme, na uzuri wa Wakaldiani (Iran) utakuwa kama Elohim alipo ziangusha Sodoma na Gomora. Na haitakaliwa tena, wala Waarabu hawataweka kambi hapo, au wachungaji kulisha humo. Wanyama pori wa visiwani watalia katika nyumba zao tupu, na dragoni katika makasri yao, na majira yake yako karibu kufika, na siku zake hazitaongezwa (duality). Hawa

Waajemi, wanao unabii wao wa siku hizi za mwisho, tazama jinsi ulivyo tofauti na huu wetu.

Ni uelewa huu wa maandiko upelekeao sisi kuiona vita hii ya Harmagedoni kuwa ya Dunia nzima, kuliko Yisrael pekee. Sisi huona kila aliye baki hai katika siku ya ujio huu duniani akiwa na alama ya mpingaKristo, shuruti akatiliwe mbali popote alipo duniani. Kwani haupo utajo wao hawa tena maandikoni kuendelea kuwepo kipindi cha milenia. Wakati majeshi ya mataifa ya Dunia yaliyo kuja Yisrael siyo wote watakao teketezwa, lakini twaona athari zikiwakuta wake zao na watoto mbali nchini mwao waliko waacha.

Katika maandiko pia sisi huona Yehudah akiwezeshwa na YAHWEH kupigana ndani ya Yisrael dhidi ya wale Mataifa wakimbiao vita. Ukichukua hili, na ukweli huo juu kwamba, madhara ya vita hii yako katika miji yote ya Dunia, je yawezekana kwamba, sisi watakatifu Kanisa katika uwezo mpya kwa miili mipya ya utukufu, ndiyo mashujaa tunao pigana naye kila mmoja wetu katika ardhi ya wazazi wake? Kwamba tuisafishe hiyo kwa maandalizi ya Milenia ya Kristo? Jibu lake hili, Mungu YAHWEH analijua.

Sasa tugeukie unabii wa Yeshayah 26:17-21 unaoanza kwa kusema: kama mwanamke katika uchungu wa kuzaa, ndivyo Yisrael amemlilia YAHWEH. Inuka na imba nyie muishio mavumbini, kwani umande wenu ni kama umande upelekeao mmea kuchipua, na ulimwengu utawatema wafu. Njooni watu wangu, ingieni kwenye chemba yenu, funga mlango nyuma yako, na jifiche kama ni kwa kipindi kifupi mpaka hasira zipite. Tazama YAHWEH anatoka nyumbani kwake kuja kuwaadhibu wakazi wa Dunia kwa uovu wao, Dunia nayo itafunua damu yake, na haitawaficha wafu wake.

Kwa mjuzi wa nabii za kale na eskatoloji kama ifunzwavyo humu, atakubaliana nasi kuwa; unabii huu washangaza kwa mrundikano wa mambo yake makuu inayo yataja, na tena katika mpangilio mahususi. Kwa itikadi yetu humu; kipindi cha Tabu ya Yahkobu kimegawanyika kati, cha awali kikiwa miaka 3.6, na kile cha mwisho miaka 3.5. Unabii wa Yeshayah unalinganisha tabu hii ya Yahkob na mwanamke anaye karibia kujifungua, lakini uongezeko wa maumivu na kasi ya kutokea kwayo (intensity and frequency), ni kinyume kabisa na kawaida. Adui atawafanyia wao haya wakisha maliza uzazi (wa mtoto Yeshua), na siku nyingi sana kupita (pale ajapo kusimika Ufalme wa Mungu).

Hapa unatajwa ufufuo wa wafu, iliyo siku ya uchukuo pia. Ndipo unatajwa uficho mpaka madhila yapite, aidha wa Yisrael katikati ya vipindi vya tabu, au ndipo ulipo ufufuo na uchukuo wa Kanisa kufichwa (mid-tribulation), au yote mawili kwa pamoja. Sisi tunafikiri hili ni kwa uficho wa Yisrael pekee, sababu mstari unaofuatia, watangaza ujio wa YAHWEH akitoka Mbinguni kuja duniani kupatiliza uovu wa walimwengu. Kwetu sisi huu ndiyo ujio wa pili wa Adonai Yeshua. Mpangilio ni makini, na mtiririko ni thibitishi milele.

Unabii wa Yoel

Yoel 3:9-16 ndiko tamko la matayarisho ya Vita vya Harmagedoni lilipo achiwa duniani, kwamba itangazwe kwa mataifa: waandae vita, waamshe mashuja wa vita, na acha watu wote wa vita waje karibu, wacha wakwee kuja Yisrael. Kwamba wabadili jembe kuwa silaha, vyombo vya kutungulia na kuvunia kuwa mikuki, na acha wanyonge waseme wana nguvu. Jikusanyeni wenyewe na mje Mataifa wote kuizunguka hapa karibu.

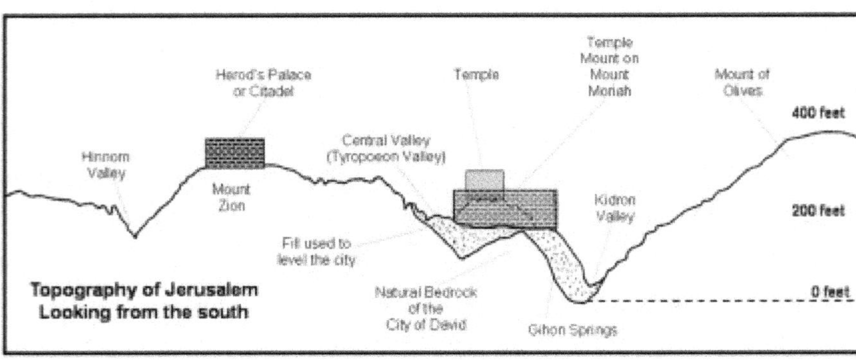

Hivyo acha Mataifa waamshwe na waje kwenye bonde la Yehoshaphat (Kidron valley), kwani hapo ndipo Mimi nitakaa kuwahukumu Mataifa wote wanizungukao. (Ni maandiko kama haya hufanya bonde hili la Yehoshafat na siyo Yezre'el kuwa uwanja wa vita vya Harmagedoni). Chukua mundu kwani mavuno ni tayari, shuka chini kwani kinu cha kufua zeituni kimejaa, mafuta yanatiririka, kwani udhalimu wao ni mkuu. Makundi kwa makundi katika bonde la hukumu (kumbuka bonde la Yehoshafat lita-panuliwa zaidi) kwani Siku ya YAHWEH imekaribia.

Jua na mwezi vitatiwa giza, na nyota zitaondoa mng'aro wake. YAHWEH atanguruma toka Siyoni na kutoa sauti yake tokea Yerushalem, ndipo mbingu na Dunia zitatikisika, lakini YAHWEH atakuwa tumaini la watu wake na nguvu ya wana wa Yisrael. Kwa jinsi hii wote watajua yeye ndiye Mungu YAHWEH aishiye Siyoni, mlima wake mtakatifu. Ndipo Yerushalem itakuwa takatifu, na hatakuwepo mgeni aivukayo hiyo tena. Amin

La ajabu zaidi kwisha kuachiwa neno hilo na yote hayo yajayo kukamilika, linatamkwa neno geni sana kwamba, wageni hawataigusa tena Yerushalem. Hiki kinacho zungumzwa hapa kitaonekana vema wakati tunajadili Hekalu la IV ambalo ndilo pia makazi ya watakatifu wafalme pamoja na Mfalme wa wafalme katika Milenia. Vipimo vyake hili ni kubwa zaidi kwa mlinganisho na yote mengine yaliyo litangulia. Hivyo uwepo wake hili utapelekea Yerushalem yote kuwa ukumbi wa ndani ya hekalu, na hivyo kwa toraha asiye wa agano naye, hastahili kuingia humo. Safari hii hauta-kuwepo utenganisho tena wa mtu mume na mke, sababu wote tumekuwa kama Adam wa Mwisho alivyo (I Wakorintho 15:45).

Unabii wa Yehezkel

Tunaona kwa Yehezkel 38:18-23, kutakuwepo tetemeko ambalo viumbe wote watalishuhudia katika siku ya ujio wa Mwana wa Mungu. Tuliona awali milima kufanywa tambarare, na hapa tunaona ukuta ukianguka. Katika siku hiyo kila silaha ya mmoja itakuwa dhidi ya mwingine (wale walio kuja Yerushalem). Na katika siku hiyo atawapiga kwa majanga, na damu, na atawanyeshea mvua ya mawe, moto, na moto wa kibiriti. Kwa jinsi hii YAHWEH atajitukuza na kujitakasa mwenyewe, na kujulikana katika macho ya mataifa mengi kuwa, yeye pekee ndiye Mungu, na jina lake YAHWEH. Amin

Mwisho

I I Wathesalonike 1: 7-10 ... *Na kwenu ambao mwasumbuka pumzikeni pamoja nasi, pale Adonai Yeshua atakapo dhihirishwa toka Mbinguni pamoja na malaika zake wenye nguvu, katika miale ya moto akiwapa malipizi {ya adhabu} kwao wale ambao hawamjui Elohim, na wala hawasikii au kuitii injili ya Adonai wetu Yeshua Kristo: ambao shuruti wata-hukumiwa kufanya malipizi {kwa adhabu} ya uteketezi wa milele toka uwepo wa YAHWEH, na toka utukufu wa uwezo wake;*

Pale yeye atakapo kuja kupewa utukufu katika watakatifu wake, na kustaajabiwa {kumheshimu, kumpenda, kuvutiwa na kumshangalia} na wote wale wanao amini (sababu ushahidi wetu kati yenu uliaminika) katika siku hiyo. ...

Tazama mpendwa na uelewe hili siku zote maishani mwako; kumpenda YAHWEH ndiko kuitii toraha yake, sababu upendo ndiyo toraha (Warumi 13:10). Kwa jinsi hii upendo hudai haki (justice), na hivyo kama Hakimu wa haki (righteousness), yeye atawahukumu wadhalimi dhidi ya uovu wao (I Yokhana 3:4). Na huku ndiko kuwafanyia malipizi ya haki (vengeance) dhidi ya matendo yao maovu kwa watakatifu wake (Warumi 6:23). Hivyo Nafsi ile uliyodai mpole kaleta upendo, je siye huyo pia ndiye mkali aletaye malipizi ya kisasi? Fikiri tena ...

9.3 Wasifu wa Satani Lucifer & Mpingakristo

Na mimi niliona roho wa tatu {3} wa unajisi {pepo wachafu} kama vyura • • • *[wakitoka] nje ya mdomo wa dragoni {joka kuu linalo vutia} na toka nje ya mdomo wa mnyama {wa hatari}, na nje ya mdomo wa nabii wa uongo. Kwani hizo ni roho za ibilisi, zifanyazo ishara, [ambazo] huenda mbele kwa wafalme wa Dunia na wa ulimwengu wote, kuwa-kusanya wao kwenye vita ile ya siku kuu ya Elishadai. ...* [Ufunuo 16:13-14].

Lengo la somo hili ni kukuletea wewe kanisa uzungumzae Kiswahili uelewa makini, na hakika kwamba, satani (adui) lucifer na ibilisi wake siyo hekaya za kale kuwatishia watoto wanywe uji, bali kweli ya maandiko matakatifu inayo thibitika kiroho na kimwili. Hivyo tokea uelewa huu, uandaliwe kuwa askari hodari wa Kristo Yeshua, kuzivunjilia mbali ngome na kazi zote za satani duniani.

Tena utambue kweli moja kwamba, hatupigani vita hii na wana-adam wenzetu wenye miili iliyo na damu, bali tunapigana na roho waasi katika madaraja yao mbalimbali kimamlaka na kiuwezo katika maeneo ya juu angani. Humo ndimo wamo wafalme wa giza (principalities), mamlaka (powers), malaika waasi wenye uwezo (mighty). Hawa ni viongozi (rulers) wa nguvu za kiza. Chini yao duniani wamo pepo wachafu (dominion) walio na uwezo wa kuingia kummiliki (posses) mtu (Warumi 8:38, Waefeso 1:21, 3:10, 6:12, Wakolosai 1:16, 2:10,15).

Ni matamanio yetu wewe mpendwa utambue lengo na mpango mzima wa satani na ibilisi wake juu yako. La kwanza ni kuleta laana ya maradhi, magonjwa, na maumivu mwilini mwako. Na la pili ni kwa juhudi na hila zao wakushinikize laana ya umaskini, ufukara na kushindwa maishani mwako. Kwa kuwa hawana mamlaka juu yako, basi hufanya haya yote kupitia matamshi ya mdomo wako mwenyewe, wakikutega kwa hila na ulaghai mwingi. Na hatimaye ukate tamaa tokea madhila haya, hata wakuibie ile kweli injili inayo kufunza, nawe ufe, na tena siyo ufe mauti ya kwanza pekee, bali uteketee kwa yale ya pili pia pamoja naye jehenamu (Yokhana 8:44, 10:10).

Hufanya hivi kidogo-kidogo akikutelezesha mbali na njia ikupasayo kuenenda, hadi siku moja ujikute mbali huko, na tayari umeshalowea uasini. Haya ndiyo maisha yasiyo tumaini, kiasi yule mtu umjuaye kuwa ndiye wewe, sasa siye wewe tena, hata haumtambui huyo. Huyu adui yako, hana jipya katika hadaa ya utelezi huu, bali ni kwa yale yaliyo kawaida yeye hukuangusha nayo wewe, hata ujikute kifungoni mbali na injili ikuwekayo huru (I Wakorintho 10:13, Yokhana 8:32).

Hali hii ya kusononeka iliyo chomoza ndani mwako kwisha kusoma aya hizi 4 tu, ni hakika kwamba nuru ya kweli ya injili imeakisi kile kiendeleacho leo hii duniani. Lakini kama kweli hii imekugusa binafsi hata kukupa maumivu nafsini mwako kwa kutambua jinsi anavyo kuonea, leo tunakuletea Habari njema: katika Yeshua Kristo unao uwezo wa kuivunjilia mbali minyororo ya mshiko wake huo. Sasa anza na Sala ya Ukombozi iliyo mwanzoni mwa kitabu chako hiki, ndipo sote tuendelee tena hapa.

Karibu tena mpendwa! Katika wasifu huu satani hasifiwi, bali hufunuliwa utupu wake hadharani. Ni lengo letu kurasmisha mbinu za uharibifu wa kazi zake zote, kati yetu tuzungumzao Kiswahili. Tutakushirikisha vipi utamshinda adui yako huyu. Lakini pasipo kumjua yeye ni nani, kwa jinsi gani hutenda na kufanikiwa, na ipi ndiyo silaha bora asiyo weza kupambana nayo, mafanikio yako yatakuwa hafifu. Hivyo ili kufanikisha haya yote, tuna-ligawanya somo hili katika maeneo 4 kama ifuatavyo: -

1. satani ibilisi lucifer,
    i. Yehezkel 28:1-26,
    ii. Lengo la satani,
    iii. ufalme wa kiza.
2. mpingaKristo,
3. nabii wa uongo,
4. Eskatoloji ya Uyehudah.

Baba Mungu, katika jina la Adonai Yeshua Kristo, sisi sote tunao soma hapa kwa pamoja tuna-kubaliana; Roho wako atuwezeshe kuzivunjulia mbali kazi na mamlaka zote za nguvu za giza zilizo jiwekesha juu ya eneo letu hili sisi tuzungumzao Kiswahili. Amin

Satani Ibilisi Lucifer

Neno 'satani' la Kiebrania lilitumika lilivyo katika Kiingereza na kubadilishwa kuwa 'shetani' katika Kiswahili tokea mzizi wa neno la Kiarabu 'shaytan.' Hapa tuna-pendekeza turudie kulitumia kama lilivyo katika lugha ya Kiebrania, sababu kwalo humaanisha 'adui uliye naye vitani' (adversary), wakati hilo la Kiarabu humaanisha 'jini[51] asiye amini.' Shuruti sasa umegundua kwa nini sisi hupendelea kutumia neno adui au satani ndani humu.

Pamoja na hili, bado linabaki ombi letu la dhati majina yote ya Kiebrania yarudishwe katika biblia fasaha ya Kiswahili, sababu lugha zetu kwa utajo hushabihiana. Jina hili lilo nafasi yake (op-position[52]) aliyo jichagulia dhidi ya mtu, lilitajwa kwa mara ya kwanza katika andiko la I Kronikozi 21:1 ... *Na satani alisimama dhidi ya Yisrael, na alimhadaa {rubuni} David kuwahesabu {kufanya sense ya} Wayisrael. ...*

Ni mpaka mbele kabisa katika vitabu vya manabii, ndimo YAHWEH alifichua jina la malaika kiongozi wa uasi ulio tokea hata kabla ya kuumbwa kwa mtu duniani. Tunaona jina hilo toka Yeshayah 14:12 ... *Vipi wewe ulianguka toka Mbinguni, Oh lucifer {helel, ang'araye}, mwana wa kilio[53] cha alfajiri! Wewe umekatwa {dondoshwa} chini mpaka duniani, ambako uliyasujudisha {pindua sheria, fikra, na tawala za} Mataifa! ...* Neno hili 'helel' (morning star) la Kiebrania humaanisha mwanga wa nyota alfajiri kabla ya jua kuchomoza.

Sasa basi, toka muunganisho wa majina, sifa, na elekezi hizi za awali ya yote, ndiyo majina kamili kwa wasifu zake kiongozi wa ibilisi wote ni: joka kuu ibilisi satani lucifer nyoka wa kale! Jina lucifer latokana na sayari Venus ambayo kwa Kiswahili ni aidha Zuhura (toka asili ya Kiarabu), au Ng'andu au Nandu (toka asili ya Kibantu) ikimaanisha mwenye kung'aa. Sayari hii ndiyo inayo ng'aa kuliko zote. Neno lucifer katika Kiingereza pia humaanisha 'mleta nuru,' 'nyota ya alfajiri,' au 'mwana wa alfajiri,' (Yeshayah 14:12).

Wako wanazuoni ambao huona Yeshayah asemacho kuhusu lucifer (nyota wa alfajiri) yamhusu mmojawapo wa wafalme wa Babyloni[54], kwani ni mtu anaye zungumzwa na siyo malaika. Lakini mlinganisho wa kutupwa tokea juu Mbinguni mpaka chini ardhini duniani, waonyesha liko kubwa zaidi lifumbiwalo hapo kuliko lizungumziwalo (Luka 10:18). Maandiko hubeba mahali pengi hali hii, kwamba jambo la kidunia hutumika kuelezea lile la kiroho kwa ufasaha kupindukia.

Katikia mithiolojia (visasili au hekaya) za kale kule Kenaani, hudaiwa mungu attar alijaribu kukalia kiti cha baali, na kushindwa, hivyo alishuka kutawala ulimwengu wa chini. Hekaya ya awali ni mungu mdogo heleli (nyota wa alfajiri?) aliyetaka kumtoa mungu wa juu Eli aishiye Mlimani kaskazini (Elishadai). Kwingineko heleli ni shujaa mkuu aliyetaka kuwa juu ya miungu wote wa angani (pantheon), na katika mapambano akajikuta akiwa chini kabisa, hivyo kuwa mfano wa jinsi nyota ya asubuhi isivyo weza kuendelea kuakisi, kwani mara jua huchomoza na kuifunika. Lakini haipo mithioloji ya mungu kutupwa nje ya mbingu kama wazungumzavyo Yeshua na Yeshayah. Fikra hizi kitaaluma na nje ya maandiko zapatikana ndani ya dini zenye chimbuko lake Babiloni.

Kwetu sisi adui ibilisi lucifer alikuwa mmojawapo wa malaika wa daraja la walio wakuu (archangel), na yeye akiwa malaika mkuu wa kuabudu (worship). Pia kama yule malaika wa Adonai wa Ufunuo, hivyo ndivyo naye alivyo kuwa kabla ya uasi hata kustahilishwa jina hilo nyota wa asubuhi. Uumbaji wake ni hakika, na uwepo wake ni hakika pia. Adui huyu siyo wa kufikirika, au uwepo wake ni kwa kusadikika tu, kwani huitembea nchi chini na juu (Iyob 2:2).

Malaika muasi lucifer hutajwa maandikoni akiwa kiumbe hai mwenye nia na hivyo uchaguzi. Unakosea kama unapinga uhalisia wa uwepo wake, au unatumia muda kumhofia. Hofu yako kwake ndiko kumuabudu, kwani wewe unayo hakika kwamba anao uwezo juu yako. Mpendwa, hofu ni imani iliyo pindishwa, ndiyo sababu haipo amani kwayo, bali mashaka, tabu, mahangaiko, na mateso ya nafsi hata kujidhihirisha mwilini mwako.

Mungu aliumba malaika na viumbe wote wa Mbinguni katika jinsi na namna zao kwa ajili yake (Warumi 11:36, Ufunuo 10:6, Yokhana 1:3). Malaika waliumbwa tofauti katika madaraja, madaraka, na uwezo. Tokea ufinyu wa uelewa wetu, tunaona maandikoni serefim, makerubi, malaika wakuu, na ndipo malaika wa kawaida. Katika uasi; malaika wa nafasi, uwezo, madaraja, na maeneo mbalimbali, waliasi kwa chaguzi zao kuungana na kerubi wa mapambio lucifer, mtunzi wa chokochoko[55] hilo. Ni fikra zetu kwamba, hayuko serefim aliyeasi.

Katika maandiko yaonyesha siku kerubi wa kuabudu Lucifer alipo umbwa, alitembea katika Dunia ambayo ilikuwepo awali kabla ya uharibifu wake tokea uasi wao (Yeshayah 54:16, Yehzekel 28:11-19). Tumesema hivi sababu umri wa adui lucifer ni zaidi ya umri wa Dunia hii yetu leo. Pia maandiko yaonyesha matengenezo ya hii yetu yalifanywa tokea hiyo (Mwanzo 1:1-2).

Hakika ya hii ni II Petros 3:5-7 ... *Kwani katika hili wao ni wajinga wa kujitakia {kwa uchaguzi wao}, kwamba kwa neno la Elohim mbingu zilikuwa ni za tangu kale, na Dunia ilichomoza toka majini na kuwepo majini: Tokea haya ulimwengu ule ambao wakati huo ulikuwepo, ukiwa umefurikwa na maji, uliangamia. Lakini mbingu na Dunia, ambazo ziko sasa, kwa neno hilo-hilo zina-hifadhiwa ghalani, zikitunzwa kuelekea moto dhidi ya siku ya hukumu na uteketezi wa watu wasio mtetemekea Elohim. ...*

Inatajwa theluthi moja ya malaika walijiunga naye (Ufunuo 12:4), na hivyo kutupwa toka Mbinguni hadi mbingu ya pili na hii ya kwanza iliyo anga ndani ya sayari yetu Dunia (II Wakorintho 12:2). Sababu ya uasi wake na hivyo kutupwa kwake, inatajwa kama nia ovu ya kutamani kuwa kama, au sawa, na Mungu kinyume na itakiwavyo (Yokhana 5:18). Tunasema kinyume sababu njia sahihi yasomeka hivi kwa Wafilipo 2:6 ... *Yeye, aliye katika umbo la Elohim, hakuchukulia hilo uporaji kwa kuwa sawa {anaye fanana} na Elohim: ...*

Hivyo kwisha kufurumushwa toka Mbinguni, katika madaraja yao chini ya satani lucifer walijigawanya kimadaraka na kimaeneo tokea aliye mkuu mpaka aliye chini kabisa. Pale walipoasi, ghafla walibadilika toka malaika wa nuru, mpaka kuwa malaika wa kiza totoro (hiki pia kilitokea kwa Adam utukufu ulipo mtoka akajikuta yuko uchi sababu yeye ana mwili, na malaika hawana). Uasi huu mmoja ulihesabiwa na kuwa uovu wa milele, pasipo nafasi ya ukombozi bali mauti ya milele. Wao walijua wanao wakati mdogo, hivyo hima kukuteketeza wewe uliye mfano wa Mungu, sababu wao hawamwezi Mungu.

Kama vile biblia ilivyo bayana kuwa, Baba Mungu ni mkuu zaidi ya Mwana wa Mungu, ndivyo navyo ilivyo bayana kuhusu nafasi ya malaika aidha wa nuru au giza kuwa juu yako mtu asili kiuwezo na hivyo kinafasi. Kwa mdadisi wa maandiko, atagundua ukuu wa nafasi yako watokana na ukaribu wa nafasi yako katika siku ya uumbaji wako na Mungu. Hata ibilisi hutumia nafasi hizo kutambua madaraka kati yao, sababu ndivyo ukuu wa uwezo utiririkavyo pia.

Hii dhana ya uanguko wa lucifer kutokana na wivu wake kwa mtu ni potofu, sababu anguko lilitokea katika milele na nje ya wakati[56], yaani kabla ya uwepo wa mtu duniani. Pia wewe wajua vema kwa maandiko ya Yehzekel (28:11-19) juu kuwa, anguko la satani lucifer ni kwa sababu ya tamaa yake ovu kuwa sawa na Mungu aliye muumba. Chuki yake dhidi yako mtu, ni kwa sababu wewe ndiye sura na mfano wa Mungu YAHWEH, mtoto wake uliye karibu naye kuliko viumbe wengine wote.

Na zaidi ya yote ni kwa kuwa wewe unaiamini injili ya Yeshua, na kwa neema umepokea ukombozi wake ulio kupondwa kwake kichwa. Tunasema hivi sababu, katika hali hiyo yeye huwekwa kuwa kanyagio la miguu yako kanisa. Ushahidi wetu ni Zaburi 110:1 ... *(Zaburi ya David). YAHWEH alisema kwa Adoni wangu, Kaa wewe mkono wangu wa kuume, mpaka nitakapo waweka adui zako kanyagio la miguu yako {stuli ya miguu}. ...*

Kwa Yeshayah 54:16 tunaambiwa ni Mungu YAHWEH aliye muumba malaika mkuu wa kuabudu Lucifer. Na hakikisho ni Yehezkel 28:15 ... *Wewe [ulikuwa] mkamilifu katika njia zako tokea siku ambayo wewe uliumbwa, mpaka uovu ulipo kutikana ndani mwako. ...* Pia tunasoma kwa Wakolosai 1:16 ... *Kwani kwa yeye kila kitu kiliumbwa, ambavyo viko Mbinguni, na ambavyo viko katika Dunia, vinavyo onekana na visivyo onekana, aidha [wawe ni] wenye enzi {thrones}, au mamlaka {dominions), au wakuu wa maeneo {principalities}, au wasimamizi {powers}: kila kitu kiliumbwa na yeye, na kwa ajili yake: ...*

Ukiendelea kusoma andiko linalo fuatia la Yehezkel, ndipo unagundua lucifer hakuumbwa malaika wa daraja la kawaida, bali ni kerubi ambaye ni wa daraja la juu zaidi toka malaika wa kawaida. Nafasi yake kimadaraka na kikazi ilikuwa 'kuunganisha pamoja' (Kiebrania sakak, na Kiingereza entwine), tokea nyimbo za kusifu na kumtukuza YAHWEH Mungu wa wote.

Tazama kitabu cha Mwanzo 3:1-15, katika biblia hakimtaji huyu satani kwa jina lake la lucifer au ibilisi (devil), hata ionekane kana kwamba hayupo kabisa humo. Lakini ni kitabu cha mwisho kwa Ufunuo 12:9 na 20:2, kinacho turejesha nyuma hapo na kusema: huyu joka kuu (great dragon) hakika ndiye nyoka wa kale (serpent) katika kitabu cha Mwanzo bustanini Eydeni. Hivyo yeye huyo ndiye ibilisi na satani.

Sasa hapa ndiyo iko raha, sababu jina hili tulilo tafsiri nyoka kwa Kiebrania liliandikwa 'nahash,' lakini pale lilipo tumika katika Hesabu 21:8 na kutafsiriwa kwa Kiswahili nyoka (yule wa shaba jangwani), neno la Kiebrania hapo ni 'saraf.' Mzizi wa neno 'saraf' ndiyo neno lile 'serafim' litumikalo kutaja aina ya daraja la juu kabisa la malaika wakichungao kiti cha enzi cha YAHWEH na utukufu wake.

Je ni tokea hili ndiyo husadikiwa na wataalamu wa maandiko kwamba, hata satani nyoka wa kale lucifer hujulikana kama 'serafin' kuashiria aina ya umalaika wake. Mzizi wa neno hili uhusiana na ukali wa miali ya moto hata sisi kulitafsiri 'kuungua' (burning) kumaanisha hali ile ya maumivu makali (inflammation) na kiu kali ukisha ng'atwa.

Maandiko yadhihirisha lucifer aliumbwa mzuri kupindukia, aliye jaa wingi wa utukufu kwa mng'aro mkuu hata apachikwe jina la nyota wa alfajiri. Pia alikuwa mwenye hekima (Yehezkel 28:12-14). Tokea haya akajiona bora zaidi ya wenzi wake wote, na kutamani awe juu yao akiwa kama Mungu. Hakika ya fikra yetu hii ni Yeshayah 14:13-14: -

1. Mimi nitakwea mpaka Mbinguni [thibitisho kuwa alikuwa katika Dunia ya awali],
2. Mimi nitaweka kiti changu cha enzi juu ya nyota za Mungu [tamanio la kuwa juu ya malaika wote – mzizi wa uasi hata akalaghai theluthi yao],
3. Mimi pia nitakaa katika mlima wa kusanyiko upande wa kaskazini [malaika hukusanyika katika mlima ulio kaskazini mwa Mbinguni],
4. Mimi nitakwea juu kabisa ya mawingu [alikuwa ardhini katika Dunia ya awali],
5. Mimi nitakuwa kama Elyon [tamanio la kuwa zaidi ya alivyo umbwa – kuacha eneo lake – hapa ndipo dhambi ilipo kutwa ndani yake na Ruak HaKodeshi].

Haya yasomeka hivi tokea hati ya mashtaka yake kwa Yeshayah 14:13-14 ... *Kwani wewe ulisema katika moyo wako, Mimi nitapanda juu Mbinguni, Mimi nitakiinua kiti changu cha enzi juu ya nyota za Eli: Mimi nitakaa pia juu ya mlima wa miadi {moed}, katika upande wa kaskazini {ulio jificha kwenye kiza}: Mimi nitapanda juu ya vilele vya mawingu; Mimi nitakuwa kama {nitafanana na} Elyon. ...*

Tumetumia juu neno Dunia ya awali sababu yeye huyu hayupo katika orodha ya uumbaji wetu wa siku 6 aidha nje au ndani ya bustani ya Eydeni. Kama angekuwepo, basi mtu angekuwa na mamlaka juu yake kwa andiko la Mwanzo 1:26-28. Sisi kinafasi hatuna mamlaka juu ya malaika, na hususani kama malaika huyo ni kerubi, au acha kabisa kuwa ni serafim. Tunayo mamlaka kieneo pale malaika waasi wafanyapo kazi za uharibifu wao ndani ya Dunia kwa Zaburi 91:13 na Luka 10:19. Na mfano wa jinsi ya kuwatenda ni Luka 8:31. Hiki ndicho wewe na sisi tulikubaliana kwa sala katika utangulizi juu kidogo (kuiteketeza kazi ya satani duniani).

Tunaona uumbaji wa ibilisi satani lucifer kurekodiwa katika Yehezkel 28:12-14, kwamba kwisha kuumbwa huyu alifunikwa na kila aina ya vito vya thamani. Yaonekana vyombo makini na maalumu kwa ajili yake vilitengenezwa pia siku hiyo ya uumbaji wake. Mungu YAHWEH anatufunulia kwamba, akisha kumuumba kwa sifa zote hizi, alimwinua juu hadi kwenye mlima wa Mungu. Inatajwa alitembea chini na juu kati ya mawe ya moto. Je hii ni mwanzo wa uumbaji wa Dunia hata kabla ya kupoa? YHWH anajua!

Biblia yaonyesha wako makerubi kadhaa wakiwa na nyazifa au kazi maalumu. Hivyo kutokana na haya, moyo wake ulijikweza kwa sababu ya uzuri wake. Na hivyo majivuno ya mng'aro wake huu, yaliichafua hekima yake. Mng'aro wake huo ulitokana kwanza na utukufu, na pili kwa vile vito livyo funikwa navyo. Hapa tunaona toka kinywa chake YHWH sababu ya anguko lake hivi:

Yehezkel 28:17 ... *Moyo wako ulijiinua juu {jikweza} kwa sababu ya uzuri wako; wewe uliiharibu hekima yako kwa sababu ya mng'aro wako: Mimi nita-kutupa wewe mpaka duniani, nita-kulaza {tandaza} wewe mbele za wafalme, ili wao waweze kukuangalia wewe. ...*

Kama hivi ndivyo, je hii dhana ya adui lucifer kuwa na sura mbaya na tena ana pembe za kutisha uvumi wake nani kauanzisha, na kwa faida ya nani? Majibu ya maswali yote mawili ni yeye mwenyewe satani lucifer, ili pale ukutanapo na watoto wake usiwatambue kwa jinsi ya wanavyo pendeza, kama baba yao uasini alivyo kisura.

Tutizame zaidi kuhusu hili anguko lake, na husasani pale alipotua juu ya uso wa Dunia toka mlima wa Mungu alimo twaliwa kwisha kuumbwa. Tufanye hivyo kwa Yeshayah 14:15-18 ... *Bado wewe shuruti utashushwa mpaka chini sheoli {kuzimu}, katika pande za gereza shimoni {chini gizani}. Wale ambao watakuona wewe shuruti watakuchungulia {kwa haraka na kisiri} juu yako, [na] watajiuliza kuhusu wewe, [wakisema, ni] huyu ndiye ambaye alifanya Dunia kutetemeka, ambaye aliziyumbisha falme, Ambaye aliuweka ulimwengu kama jangwa, na k-iteketeza miji yake, ambaye kamwe hafungui nyumba ya wafungwa wake? Wafalme wote wa mataifa, [tena] wote kabisa, wanalala katika utukufu, kila mtu katika nyumba yake mwenyewe. ...*

Hili andiko la Yeshayah linaelezea kipindi cha milenia ya Kristo pale satani atakapotiwa mikononi mwa malaika mmoja atakaye mfunga mnyororo na kumtupa kwenye shimo la sheoli kwa miaka elfu. Hawa wafalme walio mtetemekea, ni wale walio kuja Yisrael kupigana vita vya Harmagedoni, na hata kuiteka nusu ya mji wa Yerushalem. Hawa ndiyo watakao mshangaa huko shimoni kuzimu wamchunguliapo kifungoni mwake.

Kuhusu hili la fedheha na aibu yake ya kutupwa chini kila mara, limetokea kwa utaratibu maalumu wa ngazi 4 maandikoni. Ngazi hizo humshusha chini zaidi kila anapo tupwa kama ifuatavyo: -

1. Alitupwa chini kwa mara ya kwanza pale alipo furumushwa toka juu mbinguni, hata Adonai Yeshua ashuhudie kwa Luka 10:18 kumwona lucifer akishushwa chini kwa kasi kuu kama ya mwanga wa radi. Huku ni kutupwa toka makazi ya mbingu ya tatu hadi ya pili. Hili ni katika milele kabla ya wakati, au uumbaji wa mtu.
2. Kutupwa kwa pili ni pale malaika mkuu (kerubi au seraphim?) wa vita Mikael[57], atakapo pokea amri ya usafisho wa mbingu ya tatu na ya pili toka uwepo wa satani na ibilisi wake wote. Hapa ndipo tuambiwapo kwa Ufunuo 12:3-10 kuwa, watatupwa ndani ya Dunia (mbingu ya kwanza) pekee, hata wajue wakati ulio bakia ni

mfupi sana kwao. Hili ni katika zama za Tabu ya Yahkob, wiki la 70 la unabii wa Daniel.

3. Kutupwa kwa 3 ndiko huku ulikosoma kwa maandiko kadhaa hapo juu mara. Ni pale anapo tupwa tena chini zaidi toka duniani hadi sheoli (kuzimu) ya chini kabisa, kulipo gereza la kifungo chao kwa miaka elfu ya milenia ya Kristo duniani (Ufunuo 20:1-3, Yudas 1:6).
4. Kutupwa kwa 4 na kwa mwisho ni pale atakapo achiwa kwa kipindi baada ya miaka elfu ya kifungo chake. Hapo pasipo majuto wala kujirudi, ghafla atarudia tena ulaghai wake na kushawishi uasi wa mwisho kushambulia Yerushalem walipo watakatifu wafalme, Yisrael, na Mfalme wa wafalme Adonai Yeshua Kristo. Hatima yake hili ni kutupwa moja kwa moja gehena alimo mpingaKristo wake na nabii wa uongo (Ufunuo 20:10).

Tulisha toa tahadhari awali kabisa kwamba, haiko sifa yeyote kwake huyu kinyangarika katika wasifu wake huu. Hapa ni mkong'oto tu kwake mhanga huyu wa kalenda ya eskatoloji asiye na la kufanya kwayo. Huu ndiyo ujira wa uasi wake, yeye aliumbwa kerubi aliye na kazi ya kuunganisha, lakini yeye kwa umbumbu wake alijitwalia jina la ibilisi limaanishalo 'juhudi kuleta utengano na kuwafanya kutoelewana.' Hiki kilikuwa kinyume kabisa na kazi aliyo umbiwa.

Ulifunzwa humu awali kuwa, wasifu wa jina kama unabii hukuelezea mwenye jina hilo ulivyo, wewe ni nani, lipi utatenda, na upi ni wajibu na jukumu lako maishani. Wakati wote hujibu swali wewe ni nani na ni nini. Tazama jina alilopewa la Lucifer lilikuwa ang'araye zaidi, utukufu utanguliao jua. Selah

Tazama mpendwa, huu ni wasifu wa satani lucifer na ibilisi wake ili wewe uwadharau na kuwabeza, na kamwe siyo kuwahofia. Sisi na wewe katika umri mdogo tena usio mfanoe, aidha katika miaka 13, au miaka 20, au miaka 45, au miaka 65, au miaka 125, au kwa hiyo uliyo nayo wewe, hupigana kwa imani na kumshinda kila siku. Hivi wajua umri wake? Aliumbwa kabla ya nyakati hata kustahili kuitwa mkale wa milele, tena ni mzee kuliko kipindi chote cha wakati duniani, yaani zaidi ya miaka 6000.

Haimpendezi Adonai Yeshua yeyote kati yetu apate jeraha katika mapambano (battle) maishani, wakati yeye amesha ishinda vita (war). Ni hivi sababu wewe na sisi tu damu ya damu yake, mfupa wa mifupa yake, na mwili wa mwili wake. Kwani wewe na sisi tuliyo amini, tu wana wa Baba Mungu na yeye akiwa Kaka yetu mzaliwa wa kwanza. Hata sasa tunajua maandikoni kuwa, tayari ushindi uko na sisi wana wa YAHWEH!

Yehezkel 28:1-26

Tumeshataja humu kwamba, unabii huweza kuwa na utimilifu miwili (duality), na hata mingine mitatu, ili ukamilifu wake utimie. Unabii wa kiroho huweza chukua nafasi kimwili, na hata wa kimwili kuwa kivuli cha ule wa kiroho. Umakini mkuu uhitajika katika haya.

Ni kwa ajili hiyo tunataka wewe uwe mwerevu katika historia kwamba, mfalme mkuu Alexander ndiye aliye tekeleza unabii wa Yehezkel 28:1-26 (sura nzima ni unabii mmoja). Hii ndiyo 'maana ya kwanza.' Mji wa Tairusi (Tyre) ulivamiwa na jeshi la Ugiriki, na kwa ajili ya kiburi chao, ili kukiteka kisiwa, ilibidi mawe yote yaliyo jenga mji huo, mfalme mkuu Alexander aamuru yapangwe baharini ili kuvusha majeshi yake. Kwa jinsi hii mji huu ulio kuwa maarufu, ghafla ulibadilika na kuwa mahali pa kuanikia nyavu za wavuvi kama ilivyo tabiriwa.

Kama unapenda kujua kuhusu umashuhuri wa mji huu wa Tairus, ni vema kwanza usome Yehezkel 26:2-15. Tunajua kwa historia kuwa, siyo Nebukadneza aliye tekeleza unabii wote, bali Alexander mkuu. Huu ni mji ule-ule wa Yirmeyah 27:2-7, Hosheyah 9:13, Amosi 1:9-10, na Zekaryah 9:3-4. Maandiko haya ni hakika kwamba, hata baada ya Nebukadneza, bado Tairus ilivuma mpaka Alexander alipo wasili.

Maana ya pili ni mji wa Tairus unapo linganishwa na ufalme wa giza. Mfalme wa Tairus analinganishwa na ibilisi kwa fumbo lile lilo tekelezwa kale kwa sehemu ya kwanza, na kama ishara kwa hili lijalo. Elewa fumbo hili kwamba, taifa geni kwa ibilisi satani humaanisha atakaye mdhuru huyo siyo malaika mwenzake, bali mtu, tena Adam wa Mwisho, yaani Adonai Yeshua Kristo! Huu ni ufunguo muhimu katika mapitio makini ya Yehezkel 28:1-26.

Sura hii ya inaanza na Yehezkel 28:1 ... *Neno la YAHWEH likanijia tena mimi, kusema,* ... Mstari wa 2: moyo wa lucifer ulijikweza ndani yake, na kusema yeye ni Mungu, na kwamba anakaa katika kiti cha Mungu, kati ya bahari. Hii ndiyo dhambi iliyo pelekea kutupwa chini.

Yako maandiko mengi sana kuhusu hiki kiti cha satani kwa upande mmoja, na hii kweli kwamba huishi ndani ya bahari. Katika maandiko bahari iliyo na maji ya chumvi yasiyofaa kunywa, huashiria laana. Na hata bahari Kiebrania kama ulivyoona humu, huashiria mataifa (goyim) pasipo YAHWEH. Yako mapokeo katika nchi nyingi za Kiarabu kuhusu majini (pepo wachafu) kuishi baharini. Desturi hiyo ilifunganishwa na Uarabu hata kufika pande hizi za pwani na visiwa vya nchi tunazo zungumza Kiswahili.

Wengi tunajua pepo wachafu hawa kama satani mwenyewe, hupenda kuabudiwa kwa kufukiziwa udi, uvumba na ubani. Inajulikana hata kale akijificha katika kivuli cha mizimu, alipewa kafara ya watoto na hata mabinti. Leo yako mapokea kati ya wanao zungumza Kiswahili kuhusu wachawi, hawa ni makuhani wake ambao hutakiwa kuthibitisha utii kwake (wengine wao hawajui ni kwake huyu) kwa kuua watoto wao wazaliwa wa kwanza wakiwa wachanga. Kwisha tendo hili, ndiyo hupokea nguvu za giza kiuchawi.

Na kuhusu hili la kiti cha satani ambacho hukikalia na kujifanya kuwa ndicho cha enzi cha Mungu, lina historia ndefu sana. Tunaona ufichuo wa ufalme huu wa kiza hapa duniani kwa Ruak HaKodeshi kupitia mtume Shauli ndani ya Waefeso 6:12, na kwa maneno ya Yeshua Kristo mwenyewe katika Ufunuo 2:13-16. Tazama mahusiano ya kiti hicho na silaha kali yenye makali kuwili, kwamba hiyo itatumika kwa ibilisi satani akiwa juu ya kiti cha ufalme wake huo wa kiza.

Kwamba uko ufalme wa kiza wenye kiti cha enzi, ambacho wenye dhambi ni wafuasi wake na wachawi (hujumlisha waganga wa kienyeji, na wapunga mapepo) ndiyo makuhani wake. Watawala hawa wa giza wako juu ya tawala za Dunia, katika maeneo ya juu ya Dunia. Kiti hiki cha enzi uhama nacho pale injili inapo wafukuza. Maandiko mengi yanakiri kuwa, tangu Adam amkabidhi ibilisi satani hii Dunia, dhambi inatawala na hivyo giza limetawala mpaka Nuru wa Yokhana 1:4-9 alipo kuja duniani.

Taarifa makini kuhusu jinsi hizi falme za kivuli katika giza huwekwa juu ya falme za Dunia kwa mgawanyo ule wa Mungu, na kusimama pinzani dhidi ya malaika watakatifu wa Mungu walio juu ya falme za Dunia, hujifunua vema katika kitabu cha Daniel. Tunaona hilo pale Gabriel malaika mkuu wa ujumbe za Mungu alipo zuiwa na malaika muasi (ibilisi) kiongozi wa eneo la ufalme wa Babiloni mpaka malaika mkuu wa taifa la Yisrael (na hivyo wa wana wa Mungu) Mkhael alipo kuja kumsaidia (Daniel 10:13, 20/21).

Katika kitabu cha Malaika Kazini (Angels on Assignment) cha kaka yetu Rolland Buck, tunaona utajo wa malaika hawa-hawa wa Yisrael kusimama pia katika utetezi wa Wakristo. Hii yapelekea sisi kuafikiana kuwa; malaika mkuu Mikael na wote wenzi wake, ni wa watakatifu wa YAHWEH, yaani Yisrael na Wakristo. Kama hivi sivyo, je malaika kerubi wa nuru kiongozi wetu sisi tuzungumzao Kiswahili jina lake nani, na nani katika ufalme wa kiza ndiye ibilisi mpinzani wake?

Shuruti umesha gundua mpaka sasa kwamba, sala takribani zote kitabuni humu kwa Baba kupitia Adonai, hulenga kumsaidia huyo wa nuru katika mpambano wake kutulinda dhidi ya huyo wa kiza. Nasi hufanya hivyo tokea kina cha maongozi ya Ruak, anaye muongoza huyo wa nuru. Hapa ndipo yalipo mapambano yetu, na kamwe siyo dhidi ya yeyote mwenye mwili ulio na damu. Tafakari

Tunajua kwa ndoto ya Nebukadneza kwamba, Babiloni ndiyo ufalme wa kwanza aliko weka na kujenga kiti chake cha enzi humo. Kuonyesha ugomvi wa kweli ni wa kiroho na siyo huu wa kimwili. Ruak HaKodeshi alitufunulia hilo kupitia mtume Shauli kwa Waefeso 6:12. Adui alisimamasha lango kuu la Ishtar kama ishara ya utumwa dhidi ya wana wa Mungu (Yisrael).

Ishara mbili za adui ni lango la Ishtar, na kiti cha kifalme alicho kalia mfalme Nebukadneza wa Babiloni ndani ya ukumbi wa mfalme. Tunajua mfalme wa Uturuki (Turkey) kabla ya vita vya Dunia, na katika kipindi chao cha utawala juu ya Yisrael, walikihamisha kile kiti na lile lango hadi Ugiriki. Ni muhimu pia kujua wakati Hitler anaua Wayisrael takribani milioni 6, tayari kiti hiki cha enzi cha ishara duniani na lile lango la Ishtar vilikuwa Ujerumani.

Tokea utambuzi huu sisi uhukumu kuwa, hakika kiti cha enzi cha ufalme wa giza kilikuwa juu ya Ujerumani nyakati hizo (30.01.1933 – 08.05.1945). Tunajua hata kwa picha za filamu za rekodi za wanazi kwamba, kiti kile na jukwaa la uwanja ule wa Nuremberg, alio kuwa Hitler akipokea magwaride makuu na silaha kuu, vilikuwa kivuli cha mfano wake hicho.

Pia tunajua wakati Ujerumani wanajenga reli kule Uturuki, walifukua ile altare ya mungu zeus na aphina (dini itumiayo alama ya nyoka) na kuletwa Ujerumani. Huyu ndiye mungu wa Ugiriki ya kale na hata Rumi, na ndiye aliye mbaka mungu uropa wa kike alipo kuwa akioga ufukweni mwa 'bahari' mara baada ya kujigeuza fahali. Ndipo mungu uropa alimkamata pembe zeusi na kukimbia naye akiwa uchi.

Huyu mungu uropa na zeusi kama fahali ni moja ya alama muhimu sana leo za bara Ulaya, lisimamalo kwa mguu wa magharibi pale Rumi ya kale ilipo kuwa. Hata leo hii ni msimamo wa bara Ulaya kuigawa Yerushalem, kwani kile kiti cha kivuli bado kipo Berlin Ujerumani.

Mstari wa 10-11: ndipo kuzimu watam'bana kwa maswali huyu aliye jikweza wakimsaili nini kimetokea hadi akafungwa mnyororo tena na malaika mmoja tu (II Petros 2:4, Yudas 1:6, Ufunuo 20:1-2) na kutupwa gerezani humo sheoli. Ndipo wata-muuliza, je umekuwa mnyonge kama wao mbele zake?

Pia tunajua kwa maandiko kabla ya wakati kuisha duniani, adui ataachiwa kwa kadri ya unabii wa Yeshua Kristo kwetu kwa Ufunuo 20:7-8 ... *Na pale miaka elfu {1,000} itakapo kamilika, satani {mshtaki wa uongo, ibilisi} shuruti ataachiwa*[58] *toka gerezani mwake {Yeshayah 24:21-22}, Na shuruti atatoka nje kwenda kuwa-potosha mataifa ambao wako katika pembe nne {4} za Dunia, Gog na Mogog, kuwakusanya wao pamoja kwa vita: hesabu {ya idadi} yao [ni] kama mchanga wa bahari. ...*

Mpendwa, uwezo wa lucifer ibilisi siyo kama unavyotiwa chumvi, ni finyu sana, tena kwa maeneo na wakati ambao kwao ana kibali. Mfano mzuri ni simulizi ile ya kale kumhusu Iyob. Tazama tena utambulisho kwa majina yake na udhaifu wake mbele ya mstari wa nyakati kwamba, kile kilicho pangwa hutimilika kama istahilivyo pamoja na ujuaji wake wa hilo, sababu mpango huo ulizingatia ujuaji wake huo, na matendo afanyayo kwisha kujua hilo.

Lengo la satani

Kama ilivyo isha tajwa awali na Yeshua Kristo, malengo ya satani na ibilisi wake ni kama alivyo yafupisha kwa Yokhana 10:10 ... *Mwizi haji, ila kwa ajili ya kuiba, na kuua, na kuteketeza: Mimi nimekuja ili wao waweze kuwa na uhai {uzima}, na kwamba waweze kuwa [nao] mwingi hadi kupindukia.* ... Amin

Tokea uzingatifu wa injili yote, sisi tunacho kisikia Adonai wetu Yeshua Kristo akisema kwa kufupisha hapa, ni mambo makuu 3 katika maandiko yote: -

1. Akuibie kweli ya neno la injili usikialo,
2. Tokea kwake uafiki kifo chako iadha kwisha kombolewa, au kabla,
3. Hivyo kwa mauti ya kwanza usitimize ulicho umbiwa, au uishie gehena.

Ili kuhitimisha haya 3 makuu, adui hutumia takribani njia tofauti 15 dhidi yako maishani. Hizi njia 15 ndiyo pia kazi zake duniani zinazo tupasa Kanisa kuzivunjilia mbali. Uchambuzi makini wa kaka yetu Finis Jennings Dake (1902-1987) kumhusu adui huyu, umetusaidia sana kupunguza[59] muda wa utafiti wetu, hata kuweza fupisha hapa kama ifuatavyo: -

1. Lengo lake ni kuhadaa wana-Adam wote (Yokhana 8:44, Ufunuo 12:9, 20:3).
2. Kuleta kifo tokea ridhaa ya mtu, sababu hana mamlaka nacho tena (Waebrania 2:14, ufunuo 1:18, Yokhana 10:10, I Timotheo 2:14).
3. Toka kwake wana-adam hupata magonjwa, maradhi, ufukara na laana zote nyingine (Matendo 10:38, I Petros 2:24, II Wakorintho 8:9).
4. Huchochea uasi wa mtu na kumfanya mateka wake dhambini (II

Wakorintho 2:11, I Timotheo 3:7, II Timotheo 2:26, I Kronikozi 21:1, Wagalatia 5:19-21, 6:7-8).

5. Huwajaribu wana-adam uovuni (Marko 1:13, Matityahu 16:23, 4:1-11).
6. Hujiunganisha na wanao mpinga Mungu YHWH (Luka 22:3, Yokhana 13:2, Waefeso 4:27).
7. Hutuma ibilisi kushambulia awashinde watakatifu (I Petros 5:8, Waefeso 6:10-18).
8. Huzuia utapanyo na usambazo wa injili iletayo imani kwa YHWH (Mwanzo 3:4-5, I Wathesalonike 2:18, II Wakorintho 4:4, Matendo 26:28, Warumi 10:17, 14:23).
9. Huiba neno la Mungu toka watu wasije liamini na kuokoka (Luka 8:12, II Wakorintho 4:4).
10. Hujifanya malaika wa nuru na kutenda miujiza kwa ulaghai (II Wakorintho 11:14-15, II Wathesalonike 2:9).
11. Husimama kuzui majibu ya sala kumfikia muumini (Daniel 10:12-21).
12. Huleta matengano na migawanyiko kati ya waumini (Matityahu 13:39, 7:15, Matendo 20:29).
13. Ni mwonevu (Matendo 10:38, II Wakorintho 11:3, I Wathesalonike 5:14).
14. Katika hila upelekea watu kujiona wapungufu kama wasipo zijua raha zote za maisha (Mwanzo 3:1-6).
15. Hubadili kwa ulaghai uovu kuwa mtindo wa wakati (trend), na uadilifu ushamba (Yeshayah 5:20).

Kitabu chako hiki kinaongoza katika chambuzi makini za kwa nini Mungu YAHWEH aliruhusu satani na ibilisi kuendelea kuwepo, tena walipoasi kabla ya uumbaji wa mtu. Ulifunuliwa kwa umakini usio mfanoe, jinsi ambavyo uwepo wa nuru katika uumbaji wa siku ulivyo pelekea uwepo wa kinyume chake yaani giza. Huu mfumo wa nguvu asili pingifu dhidi ya mwenzi wake, tulitaja kuwa urithi wa daimesheni hii yetu ya kiwmili

Katika ajabu na kweli, sisi tunao unabii Ruak HaKodeshi aliyo mpatia mmojawapo wa waasisi wa mafundisho ya imani Kenneth E Hagin tarehe 29 Aprili 1983, utajao ulimwengu kuwa na daimesheni saba:

"Wewe utasikia milio (sounds) ambazo siyo za kidunia. Haleluyah. Itakuja kupitia sauti (voices) za watu, lakini hazitakuwa zaja kutokea akili za mwanadamu. Zitakuwa zaja kutokea ulimwengu mwingine. Ulimwengu ambao ijapo kuwa hauamini kuwa kweli upo, wenye nguvu zaidi, wenye utukuka zaidi, wenye uzuri zaidi ya ulimwengu zote. Na ulimwengu huo unaenda kuanza kuuvamia huu zaidi, na zaidi, na zaidi, na zaidi. Haleluyah! Mimi naenda kuionyesha daimesheni ambayo ni kuu zaidi ya daimesheni ambayo watu wanazungumza leo na daimesheni ya nne. Haleluyah. Ipo dimesheni ya saba ambayo Mimi naenda pelekea uitambue, asema YAHWEH wa Majeshi. Haleluyah."

Pia katika ujasiri mkuu ilifunzwa nadharia ya mpango wa ukombozi wa mtu, ulio hitaji uchaguzi binafsi kwa ridhaa yako. Hata sasa unatakiwa kuchagua kwa utashi wako kati ya Ufalme wa Mungu na ufalme wa kiza, sisi hata sasa tunaendelea kukushauri uchague Ufalme wa Mungu. Hivyo pasipo chekecho hili lilopewa wakati maalumu, isinge-wezekana kwa familia ya Mungu kupatikana toka watu wenyewe. Hukumu ni hakikisho la uchaguzi wa mtu walandana na mapenzi ya Mungu.

Wako wengi katika historia ya Kanisa, walio fikiri uwepo wa satani na ibilisi wake dhidi yako, ni kwa ajili ya kukuumbia mwenendo sahihi na imani maishani mwako. Lakini imani huja kwa kusikia, na tena kwa kusikia neno la Mungu, na siyo kwa kushambuliwa na ibilisi. Wengine waliona mtafaruku huu, utapelekea unyenyekevu ndani yetu Wakristo. Lakini unyenyekevu ni tunda la roho tokea maongozi ya Ruak juu yako kupitia toraha na injili.

Tena kati ya wasomi watangulizi wetu, wako walio ona mpambano huu maishani kuwa halalisho la zawadi wapewazo Wakristo, kama washindi katika siku ya hukumu. Lakini zawadi za watakatifu ni kwa ajili ya kumpokea Kristo Yeshua, na kutii kwa vitendo amri yake yote ya upendo (iliyo toraha nzima). Vipi kuhusu hoja ya eti aliachiwa zizini mnyama huyu, ili apelekee sote kutubu? Lah hasha, toba ni matokeo ya moyo ulio pondeka-pondeka na kuijutia dhambi, tokea pendo la Mungu.

Hebu sasa tuachane na haya yote ya gumzo la walevi, katika kilabu cha wadanganyika. Huu uwepo pinzani katika kila kitu ni wa daimesheni hii yetu wenye mwili pekee. Daimesheni ya kiroho aliyopo Mungu YAHWEH, haikuumbiwa uwili kinzani wa jinsi hizi. Ni tokea utambuzi huu, sisi hufahamu, uovu na dhambi hauta-kuwepo tena milele.

Ni hili ndilo linalo pelekea usiwepo ukombozi kwa ajili ya malaika, sababu kwao halikuwepo jaribio, au mvuto, au asili ya uasi ndani mwao, bali uchaguzi binafsi. Ni kwa pateni hii, ndiyo Wakristo shuruti tuchague leo hapa duniani palipo na vikwazo hivi vyote, ili katika milele tuelewe zawaidi ya utakatifu ulio uwana wa Mungu ni nini. Tutaelewa vema, sababu hapa tunaona kinyume chake ni nini. Utakuwepo wakati huko mbele tutakapo lijadili hili kwa nafasi zaidi.

Ufalme wa Kiza

Katika ulimwengu ziko falme za kiroho na falme za kimwili. Falme za kiroho ziko mbili tu; Ufalme wa Mungu na ufalme wa kiza, huu wa pili ulikuja kwa uasi wa satani ibilisi lucifer. Falme hizi mbili za kiroho hutawala juu ya falme mbili za kimwili duniani. Falme hizo za kimwili ni Yisrael kwa upande mmoja walio pekee wana wa Mungu YAHWEH (am), na falme zote za Mataifa yote duniani (goy). Na falme zote hizi za aina mbili kimwili duniani, zatokana na mataifa ya wana 70 wa watoto wa Noakh, yaani Shem, Yaphet, na Ham.

Kwako msomi makini wa tokea mwanzo mpaka hapa, hakika waujua vema Ufalme wa Mungu, na hivyo hapa leo ni maalumu kwa ajili ya ufalme wa kiza wa adui yako lucifer na ibilisi zake. Ni lengo letu mahali hapa: -

1. Tuchungue asili ya madaraja ya malaika waasi,
2. Tutambue mgawanyo wa madaraka kwa malaika waasi,
3. Tuchungulie kuona kazi, majukumu, na wajibu zao maibilisi na satani,
4. Na kulinganisha vipi kazi zao zalingana na daraja la kiumbaji, au ni madaraka ya kujitwalia,
5. Pia tukutambulishe vipi mgawanyo wa maeneo juu ya mataifa ulifanyika,
6. Na mwisho ni hatima na ukomo wa ufalme wa kiza ulimwenguni.

Malengo haya si haba, kwani nira yake ni ngumu iimuzayo, na mzigo wake mzito wenye makali yakatayo. Kama wewe ujuavyo, ndivyo hata sisi tujuavyo, kwamba biblia imeendelea kutaja malaika kazini pasipo kufunua undani wao kwa namna yeyote au jinsi. Kila kitu humo ni kwa ajili ya wana wa adam, na utajo wao ni katika huduma yao kwao hao, au utekelezi wa hukumu tokea maelekezo sahihi na makini ya Mungu YAHWEH.

Hali hii inapelekea yote yafunzwayo katika mada hii hapa kuwa fikra za watu (imagination) kwa kiasi kikubwa sana, au matarajio yetu (expectations) kuwahusu wao, na zaidi zaidi ni makuzi (exeggeration) ya kile kidogo na kichache kilichomo hata kuwa mada nzima. Hivyo katika kushikwa kwetu huku mkono; sisi tunasonga mbele katika ujasiri wa vipofu wale wanao mpapasa tembo ili kueleza alivyo.

Halahala mpendwa usije kupata wazo kichwani mwako kwamba, falme hizi ziko katika mapambano. Lah hasha, satani lucifer na ibilisi wake wote ni malaika walio umbwa na Mungu YAHWEH, akijua vema hatima yao hii (Yeshayah 54:16). Pia ni makisio yetu kimaandiko kuwa, malaika walioasi ni theluthi moja tu ya halaiki yote ya malaika (Ufunuo 12:4).

Tazama, adui yako lucifer aliye kiongozi mkuu wa malaika waasi, alikuwa kiongozi wa kusifu, kuabudu, na kumtukuza Mungu YAHWEH (leo hii ungeweza kumwita mwimbaji wa mapambio). Hivyo hili la vita ni kwa kujitia tu. Ndiyo maana ni malaika askari mmoja tu (wa vita) katika Ufunuo 20:1-3 atakaye mtia mnyororo na kumtupa gerezani kuzimu kwa miaka elfu. Siku za ufalme wa kiza zimehasabiwa, na matendo yake yote ni tokea kibali hicho, na siyo ridhaa yake.

Sasa sikia hili; nguvu ya ufalme wa kiza, iko katika vinywa vya watu. Kwako wewe uliye kombolewa, anguko la Adam wa kwanza na umiliki wa Dunia yako kupewa satani, limesha badilishwa. Kwa sasa Dunia yako iko katika mamlaka ya kauli kwa neno la kutamkwa na wewe mkombolewa mwenyewe.

Ushindi wako umesha rekodiwa na kuvujishwa (leaked) kwetu, tokea vitabu vya maandiko. Na lilo bakia kwako sasa ni wewe kuamini tu, na kutamka maandiko hayo (kuyapa sauti) kama maneno yako. Kila ufanyapo hivyo, malaika wahudumu hutekeleza hilo kana kwamba ni agizo kwao toka kwa Mungu YAHWEH (Zaburi 103:20). Hivi ni nini hicho kinacho kuzuia hata sasa kukimbilia kwenye orodha ile ya baraka ndani humu, na kuzichukua ahadi zako zote maandikoni, ukizitamka juu yako na kwa walio wako wote, na tena sasa hivi?

Katika kujaribu kukuonyesha kwa njia tofauti jinsi ufalme wa kiza usimamavyo dhidi ya idara moja tu (Daniel 10:13) ya Ufalme wa Mungu (na ziko idara nyingi), tulibarikiwa kubuni mchoro ambao uko sahihi kiutendaji (functional), lakini kimadaraka (structural) ni potofu. Tunasema hivi sababu hata satani mwenyewe yuko chini ya mtu, sisi tulio chini ya malaika wa nuru (Ufunuo 1:18, Matityahu 16:19, Marko 12:36, Luka 10:19, Warumi 16:20).

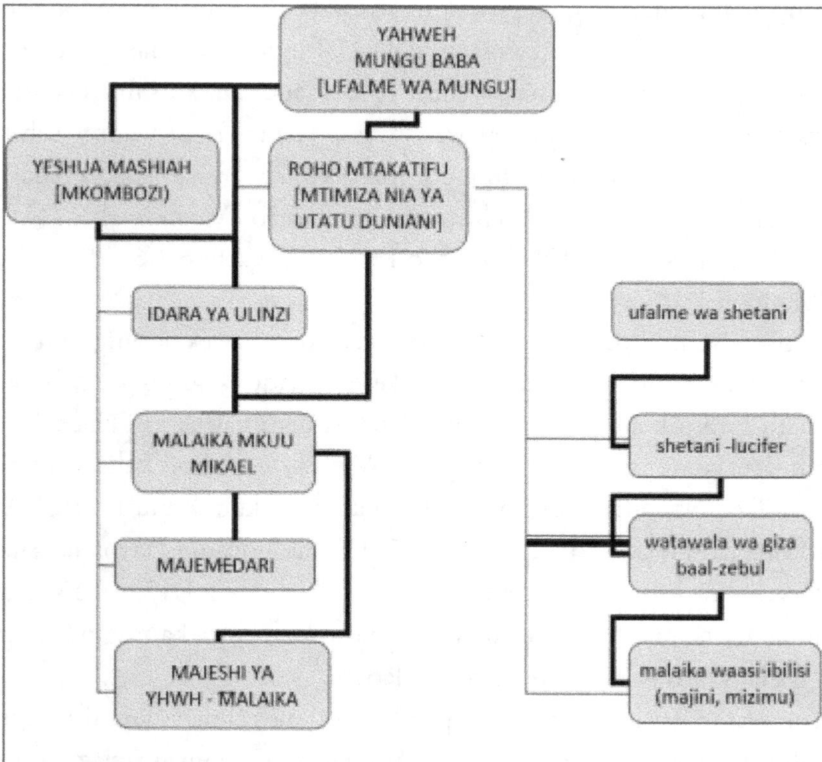

Onyo: Mchoro haujaribu kuonyesha ukuu wa Ufalme wa Mungu, bali idara yake moja tu kati ya nyingi iliyo katika mapambano na ufalme wa kiza. Tunarudia tena; mgawanyo wa kiungu ni wa kitendaji (functional) na siyo kimadaraka (hierarchical). Tunaamini maandiko yasemapo Mungu Baba ni kichwa cha utatu (Yokh 14:28)

Imeandikwa hivi katika Matityahu 16:18 ... *Na Mimi nasema pia kwako, Kwamba wewe utakuwa*[60] *Petros {jiwe kubwa au mwamba}, na juu ya hili petra {jabali – mlima wa mwamba} Mimi nita-lijenga eklesi {sinagogi, kanisa, kusanyiko} langu; na malango ya sheoli {kuzimu} hayata lishinda hilo.* ...

Kama wewe, hata sisi tulifunzwa kauli hii ya Yeshua Kristo inatuahidi: Kanisa litastahimili mashambulizi ya satani na baal-zebul wake (defensive). Sasa isome tena, ili tukwambie usahihi wa hicho asemacho Amiri Jeshi wetu

Mkuu Adonai Yeshua Kristo: Kanisa litaweza kwenda kuwakomboa walio fungwa katika minyororo ya utumwa wa shetani ndani ya himaya yake, na kamwe malango yake ya vyuma hayataweza kuwazuia ninyi kuwatoa kuwaweka huru wafungwa wake (offensive).

Huyu adui hakuna analo weza kutenda hata akudhuru wewe mfuasi wa Kristo (Luka 10:19). Tulikupa maandiko ya Ufunuo 1:18, Matityahu 16:19, Marko 12:36, Luka 10:19, na Warumi 16:20 hapo juu, kuthibitisha kwako kwamba; madaraka yote yamepewa kwako. Yeshua Kristo alipo ushinda ufalme wa kiza, alikabidhi funguo hizo kwako wewe kanisa lake. Je haikuandikwa yeye ndiye Kichwa na sisi ndiyo Mwili wake? Ndiyo, imeandikwa hivyo katika I Wakorintho 12:12-27, Waefeso 3:6, 4:5-16, 5:23, na Wakolosai 1:18.

Kama hivi ndivyo, basi adui yako tayari ameshawekwa miguuni pako zaidi ya miaka 2,000 iliyopita. Hili lilitokea pale Adonai alipo paa Mbinguni na kukalishwa mkono wa kuume wa Baba Mungu katika kiti cha enzi. Ni hapo ndipo wewe mfuasi wake pia kwa Waefeso 2:6 ulipo kalishwa ukiwa mwili wake. Na ndiyo kwalo hili Adonai alinukuu Zaburi 110:1 kwa Matityahu 22:44, Marko 12:36, Luka 20:43, na mitume Petros na Shauli walisherehekea hili kwa Matendo 2:35, na Waebrania 1:13, 10:13. Kuwa satani lucifer na ibilisi wake wote, wamesha-wekwa kuwa kanyagio la miguu yetu. Na hivi ndivyo ilivyo, hata mpaka leo hii.

Tumesema haya yote kwako mpendwa, ili kuthibitisha satani na genge la maibilisi wake wote, wako chini ya unyayo wako, kuwakanyaga watulie hapo, kila inapobidi. Na injili yetu hii, ni kwa kadri ya uelewa wetu wa kile asemacho Adonai kwa Luka 10:19 (Zaburi 91:13), na Luka 8:31. Hili jambo ni kuu sana kwake, atakaye ipokea injili hii. Sisi siyo wa kushambuliwa[61] na satani tena, sisi ni wa kushambulia[62] ngome[63] zake kuziteka na kisha kuteketeza kazi zake zote humo. Huu ndiyo wajibu wa kila mfuasi!

Katika jina la Adonai Yeshua Kristo, sisi wa wakilishi wake kwako (weka mikono yako miwili kichwani mwako); **tunakutia wakfu** .... (tamka majina yako mawili), **kwamba wewe kwa Luka 10:19 na Luka 8:31, ukawe askari hodari na jasiri tokea kiapo kile cha ubatizo wako. Ukazivunjilie mbali kazi zote za satani na ibilisi wake, kwao wote wanao zungumza Kiswahili, tena ukianzia na wale wa nyumbani mwako.**

Acha sasa Roho wa Mungu akushike mkono wako, akikuongoza vema kuhitimisha haya yote. Amin

Katika usomaji wetu wa kitabu cha Angels on Assignment (Malaika Kazini) alicho kiandika Roland Buck kwa ajili yetu sote, tulishangazwa sana na muundo wa utekelezi wa kazi za Mungu duniani. Kwamba malaika wote aidha waasi au watakatifu wameunganishwa naye. Kwa jinsi hii katika uchaguzi wake, Ruak HaKodeshi huwapasha habari malaika wa Mungu kile ibilisi wapangacho na kutenda. Na tokea kiti cha enzi na kwa Roho wake aliye duniani na Kanisa, wao huwapangia ya kutenda malaika wote.

Je haushangai kwamba, na kama mchoro wetu unavyokiri kuwa, ufalme wa kiza bado uko ndani ya Ufalme wa Mungu?! Kwa jinsi hii bado wako ndani ya Pendo kuisubiri siku ya hukumu kuu, siku ya utengo wao toka pendo hilo, yaani mauti ya milele. Sisi tunaamini katika uwepo halisi wa satani lucifer na ibilisi wake, na kwamba wao siyo kanuni ya uovu, bali nafsi-roho halisi. Na wala wao siyo kosa la akili za wenye miili, au nguvu ya kufikirika.

Kumbuka analo jina binafsi, aliumbwa mzuri kupindukia, atafungwa kwa mnyororo na kutupwa gerezani, anaongea, anamajigambo, muongo, na mwenye maarifa na nguvu. Anayo himaya hii ya ufalme wa kiza, anao watawala kimadaraja walioasi pamoja naye. Huenda Mbinguni kujionyesha. Huingilia maisha ya kila siku duniani katika mambo ya kijamii, kisiasa, kidini, kiuchumi, na hata kivita.

Kama ukiangalia mitizamo ya Yisrael na Kanisa kuhusu nafasi ya satani na ibilisi wake katika dhambi ya mtu, sisi huona tofauti kubwa sana kitheolojia. Yisrael kwa usahihi kabisa humtwisha mtu jukumu la dhambi yake, hata kama ushawishi huo watoka kwa satani au ibilisi zake. Mtu umepewa utashi, na kwa ridhaa yako hufanya uchaguzi wa lipi utamke au utende. Lakini kama ingewezekana kanisani, basi tungemtwisha satani na ibilisi wake kila kitu kibaya atendacho au kimtokeacho mtu maishani.

Kama hiki tuonacho Kanisa kingekuwa ndiyo sahihi, basi mhanga wa dhambi za mtu katika mwili wa Yeshua Kristo, ili dhambi iadhibiwe mwilini, usinge kuwa na sababu. Umuzi sahihi ungekuwa kumtoa satani na ibilisi wake duniani, na mambo yote yangekuwa shwari. Katika zama za milenia, tunaona dhana hii ikijaribiwa mpaka mwisho wake, na kuthibitishwa kuwa siyo sahihi.

Tunajua hili sababu inatamkwa utawala wa Mfalme wa wafalme Yeshua Kristo, utakuwa kwa fimbo ya kifalme ya chuma (iron scepter). Hii inamaanisha, huo utakuwa utawala kwa vigezo vya toraha na injili pekee, na pasipo upindisho wowote. Mkosaji ataadhibiwa mara moja, na tena hapo-hapo tokea hukumu za haki zilizo ndani ya toraha ya Mungu. Ni kwalo hili iliandikwa na Yeshayah, kwa mdhambi kuvuka miaka 1,000 itakuwa kufuru.

Utendaji dhambi huu wa mtu ndani ya milenia, ni katika nyakati ambazo yashuhudiwa satani yuko kifungoni kwa miaka elfu. Pia hawa wafanyao dhambi, ndiyo wale-wale walio ona miujiza yote mikuu duniani. Na hawa wanayo hakika ya kwamba; Yeshua ni Mwana wa Mungu, naye ni Mungu, tena wanajua wapi aishipo humu-humu duniani akionekana na wote.

Kama haya hayatoshi, chungua maandiko ya agano la awali, na tazama kila Yisrael anapo adhibiwa, hauko kamwe utajo wa mchochezi wao ibilisi satani. Yeshua kwa kujaribiwa kwake na kushinda, alithibitisha kwamba, hilo ndiyo tegemeo la Mungu kwao wote wenye haki (waumini wake). Kitovu cha mafundisho ya agano jipya ni wewe kukata shauri, na kisha kumkataa satani na tamaa zake zote. Kwa kusema haya yote, huu siyo utetezi wa ibilisi satani, la hasha! Huyu naye anayo adhabu ya ulaghai wake, na kwa kuwatega kwake wana wa Mungu awaangushe dhambini. Lakini hakuna aangushwaye dhambini, pasipo ridhaa yake.

Huyu adui ambaye analaghai wengine hata wadai uwepo wake ni uzao wa fikra za mtu, katika biblia yako anayo takribani majina 14 kama ifuatavyo: lucifer (Yeshayah 14:12-14), ibilisi na satani (Ufunuo 12:9). Jina satani limetajwa mara 53 kwenye maandiko 47 ndani ya biblia. Jina beelzabub (Matityahu 10:25, 12:24), belial (II Wakorintho 6:15), adui (I Petros 5:8-9, Matityahu 13:39), dragon-joka kuu (Ufunuo 12:3-12, 13:1-4, 20:1-3), nyoka (II Wakorintho 11:3), mungu wa hii Dunia (II Wakorintho 4:4), mfalme wa hii Dunia (Yokhana 12:31), mfalme wa nguvu za angani (Waefeso 2:1-3), mshtaki wa ndugu zetu (ufunuo 12:10), mjaribu (Matityahu 4:3), na mdhalimu huyu (Matityahu 13:19,38).

Uchunguzi makini wa maandiko utagundua satani siyo mmiliki wa sheoli, na wala siyo yeye mwenye madaraka juu ya nani hutupwa humo au lah. Adonai Yeshua kwa kutaja anazo funguo za kuzimu (ufunuo 1:18, 9:1, 20:1) ndiye mmiliki. Pia alikamilisha urudisho wa umiliki wa Dunia kwa mtu, na vyote vilivyomo humo. Kumbuka kwamba, satani hata kabla ya ukombozi, hakuweza tenda lolote kwa Iyob pasipo kibali.

Ziko fikra na mfarakano ndani yetu kuhusu uhalisia wa uwepo wa ibilisi (demon) aliye pangiwa kila mtu hai duniani. Dhana hii hushabihiana na ile ya kila mtu hai duniani kuwa na malaika wake. Sisi tunajua watu aidha katika mafunuo au maono, wanao zungukwa na malaika watakatifu zaidi ya mmoja. Vilevile tunajua mafunuo ya mtume Shauli na nabii Daniel kuhusu uwepo wa falme za giza juu ya falme za watu duniani.

Hivyo satani lucifer akiwa mfalme wa himaya ya kiza, anao malaika wakuu wafalme walioasi (principalities) juu ya himaya za watu duniani. Mwelekeo wa mstari wa wakati huamua himaya ipi hushamiri wapi, lini na kwa jinsi gani. Chini yao wako mamlaka wa kiza (powers) wakuu wa idara mbalimbali, na maeneo nyeti ndani ya himaya hiyo. Hawa wako maeneo ya juu ya anga (heavenly /high places).

Chini ndani ya nchi hizo, mikoa na hata wilaya, ndipo walipo malaika waasi wenye uwezo (mighty). Na daraja la mwisho ni jeshi lake satani, na hawa ndiyo maarufu kwa jina la pepo wachafu (majini, mizimu, vibwengo n.k.) wenye uwezo wa kumwingia na kumiliki mtu (dominion) kwa sababu moja au nyingine (Warumi 8:38, Waefeso 1:21, 3:10, 6:12, Wakolosai 1:16, 2:10).

Kuelewa jambo hili mtume Shauli alilolirudia tena na tena katika maandiko hayo uliyo pewa mara hapa juu, shuruti tusome wote Torati 32:8-9 ... *Pale Elyon alipo wagaia {rithisha} kwao mataifa urithi wao, pale alipo wagawanya {akiwasambaza} wana wa adam, aliweka mipaka ya watu {am – Wayisrael} kwa kadri ya hesabu ya wana wa Yisrael {Yahkob}. Kwani mgao wa YAHWEH [ni] watu {am – Wayisrael} wake, Yahkob [ndiyo] sehemu {kama ilivyo pimwa} ya urithi wake. ...*

Hapa tusaidiane wote; tuseme idadi ya wana Yisrael wakitoka Misri ni milioni 3 na ya leo tukiandika hapa mwaka 2018 ni milioni 8. Pia tuseme neno mipaka hapo linamaanisha maeneo rasmi ya kila taifa duniani ambayo leo yako mataifa 193 (tumetoa Vatican na Palestina). Idadi ya watu wote duniani leo ni bilioni 7.7. Kwa jinsi hii andiko litasomeka hivi: Pale Eliyoni alipo yagaia mataifa ya Dunia urithi wa nchi zao, na kuwagawanya watu wote (bilioni 7.7) humo, alipelekea idadi ya nchi za duniani (193) kuwa sawa na idadi ya Wayisrael (milioni 8). Sababu urithi wake YAHWEH ni Yisrael.

Katika kuweka uhalisia wa namba tumegundua hiko sicho andiko hilo lisemacho, ila ukirejea mwanzo wa vyote viwili, Mataifa na Yisrael hesabu zinakubaliana. Tazama tena tafsiri ya uelewa wetu sasa itakavyo kuwa: Pale Eliyoni alipo yagaia mataifa ya Dunia urithi wa nchi zao, na kuwagawanya watu wote humo, alipelekea idadi ya nchi za duniani (70) kuwa sawa na idadi ya Wayisrael (70). Sababu urithi wake YAHWEH ni Yisrael.

Kama hivi ndivyo, je ufalme wa giza unao wafalme (principalities) 70 juu ya mataifa asili hayo 70 yaliyo leo nchi 193? Je hii ndiyo sababu hata sisi tunamjua Jenerali Kiongozi wa nchi zinazo zungumza Kiswahili, na tokea huyo kupokea haya yote. Tunajua kitabu cha Ufunuo hurejelea kwa pamoja neno taifa na lugha kana kwamba ni vigezo viwili tofauti kwao watu. Kama hivi ndivyo, basi aidha lugha au utaifa ndiyo hukufanya kundi moja, na kwa jinsi hii tuko 70 tu?

Duniani leo (2022) ziko takribani lugha (dialects) 7,151. Kwa mfano, ukichukua lugha za Kichina humo (sub-dialects), ziko takribani 13 tofauti, na Kiarabu ni kama 20 tofauti. Kwa kadri ya Sensa ya 2001 kule India, walionyesha wanazo lugha (dialects) 122, na kati ya hizo zimo tofauti (sub-dialetcs) 1,599. Sasa sikia hili, lugha (dialect) ambayo haina toauti (sub-dialect) ndani yake ni Kiebrania pekee. Pale mataifa 70 yalipo pangiwa Dunia, uchanganyo wa lugha wa Babeli ulikuwa bado. Je Babeli ndipo lugha (dialects) 70 kwa kila taifa zilipo shushwa, na hizi tofauti zote (sub-dialects) leo ni zetu watu na siyo Mungu?

Kwa haya yote, haiwezekani satani na ufalme wake wa kiza kuwa mahali pote kila wakati na dhidi ya watu wote wakati huo-huo, haya ni kwa utatu pekee. Vile-vile satani lucifer na ufalme wa kiza ni vitu viwili tofauti, hata wewe udiriki dai eti unajaribiwa na satani. Hii yaonyesha jinsi ufanisi wake ulivyo finyu pasipo kujipanga kwao sahihi kuitawala Dunia. Wao hufikia malengo yao tokea ile mikakati (strategies) 15 uliyo pewa awali, katika hayo wewe hupambanishwa na mtu mwenzi wako, au mfumo wa maisha, au serikali ovu. Je kujipanga kwa ufanisi huu, kwa wezekana vipi kwao ambao asili yao ni uongo, vurugu (chaos), ulaghai, na uovu?

Katika wingi wa uchunguzi wetu siku nenda siku rudi, katika usomaji wa mengi ambayo tusingependa hata wewe kuyasikia, tunachoona ni uficho wa majina halisi ya watendaji wote hawa katika ngazi zote hizi za utawala wa giza. Kama ulivyo ona biblia kuwatambulisha uwepo wao, lakini hakuna ufafanuzi zaidi kwao kuvuka hilo. Ni katika dini zile za babiloni ndipo tuonapo wingi wa utajo wa mengi kuwahusu hao. Na wale ambao walijaribu hili ndani ya Kanisa, tuliona chambuzi zao zikipelea katika upembuzi yakinifu[64]. Tunaona karne ya 11-16 kuwa kilele cha kazi hizo.

Biblia iko makini sana kuwa ugawanyo wao ni wa kimadaraja tokea uumbaji wao, hali hii ndiyo hutafsiri nafasi na madaraka ya kila mmoja wao katika ufalme wa kiza. Na kwamba tofauti na watangulizi wetu, sisi tunaona shuruti madaraka hayo ndiyo humpa ibilisi eneo au shughuli maalumu ya kusimamia. Hii shughuli siyo jambo hata iwe kwa mgawanyiko wa dhambi kuu 7 (seven deadly sins), bali ni kitengo ndani ya ufalme wenye idara ya mashambulizi dhidi ya watu (kumbuka mchoro wetu).

Ugawanyo wa karne ya 11 ulitizama maeneo kama angani, nchi kavu, chini ya maji n.k. badala ya juu ya mataifa ya Dunia kama ulivyo ona kwa Daniel na mtume Shauli wafunzacho. Hata ule mgawanyo maarufu wa karne ya 15 ulichukua majina ndani ya biblia yamhusiyo mmoja na kuyafanya wahusika tofauti katika mahusiano na dhambi wanayo washawishi watu kwayo. Mfano wa hili ni lucifer, beelzebul (Baal zebub – mfalme wa nzi), satani kuwa wahusika 3 tofauti wakati hayo yote ni majina ya ibilisi satani lucifer mmoja. Pia tuliona jina la mungu sanamu wa uongo wa babiloni katika orodha aitwaye asteroth (ishthar).

Tunamjua abadoni (Kiebrania) au apolioni (Kigiriki) aliye malaika mkuu wa kuzimu katika Ufunuo 9:11. Hivi tangu lini satani ameshawahi kumiliki sheoli? Hata huyu hatajwi maandikoni kuwa ibilisi au malaika muasi, sababu umiliki wa kuzimu wakati wote uko naye Mungu kuamua nani wa kuwa humo na nani siyo.

Mpendwa, makao makuu ya satani lucifer na ufalme wake wa kiza ni juu ya anga duniani. Kama vile alivyo na haki kwenda Mbinguni, labda anayo ruhusa kuvinjari kuzimu hata simulizi ile awali ndani humu ibaki makini. Haiwezekani yeye afungwe nyumbani mwake kwa miaka elfu hata achekwe, kwani huko kungekuwa kuzuiliwa kutotoka nyumbani (house arreast) na siyo kifungo (imprisonment).

Tunaweza endelea kufanya hivi kwa kila migawanyo hiyo, na ndiyo maana tulisema imepelea, na kwamba labda hili nalo ni kati ya mambo yale ambayo Mungu anataka yabakie yake. Hili limetuchukua kitambo, sababu siyo rahisi miaka yote hii Ruak HaKodeshi kutodondosha kweli mahali fulani kwa uhifadhi wa sisi kuitafuta hadi kuiona. Katika hili mapenzi ya YAHWEH yatimizwe.

Tunajua daraja la juu kabisa ni serufim, na toka hao ni makerubi ambao huitwa mara nyingi malaika wakuu (archangels), na chini yao hawa labda yako madaraja mengi, au ndiyo hufuata malaika katika idara na vitengo mbalimbali kama sala, maombi, kusifu-kutukuza-kushukuru, vita, uinjilisti, masjala, uponyaji, miujiza, unabii, utawala, Kanisa, Yisrael, hekalu, Yerushalem, mstari wa nyakati, siasa, dini, sayansi, uchumi, utamaduni, maendeleo, mazingira, nchi, maji, viumbe, mimea, laana, baraka, Mbinguni, kuzimu, makadhi, waumini, watoto, maono, ndoto, hukumu – bado tunaweza kuendelea.

Katika maandiko matakatifu tunajua simulizi ya malaika (wana wa Elohim), walio acha mahali pao na kuwaingilia binti za watu, na kwao walizaliwa watu mashuhuri wa kale walioitwa wanafelim (majitu). Malaika hawa walio acha mahali pao walitiwa kifungoni kuzimu mpaka leo kuisubiria hukumu yao. Ziko simulizi nje ya maandiko kwamba, manafelimi wanapo fariki ndiyo huwa pepo wachafu (evil spirits), na hivyo daraja la chini kuliko yote ambao huweza kumwingia mtu na kubaki ndani yake. Tokea maandiko sisi tunajua kuhusu yaliyo wakuta baba zao, hatujui kuhusu yaliyo wakuta wana wao na vizazi vya wana wao kwisha kufa.

Inasimuliwa katika kitabu maarufu cha Hanok (book of Enoch) uwepo wa kundi la malaika 200 walio kuwa wakijulikana kama walinzi (watchers), ambao walikuwa wamepangiwa kuisimamia Dunia. Hawa ndiyo walio yaacha makazi yao haya na kuingiliana na mabinti za watu. Mkuu wao walinzi hawa anatajwa kuitwa Semjaza na mwingine hutajwa kama Azazel, asambazaye dhambi na uharibifu kati ya wana-adam. Inatajwa hawa kufungiwa katika mapango yaliyo jitenga duniani wakisubiria hukumu katika aharit ha yamim. Kwa kiasi simulizi hii yafanana na hiyo ya manafelim juu.

Kitabu cha jubilii (book of jubilee) kilicho andikwa takribani mwaka 150BC kiliisimulia tena habari ya kushindwa kwa walinzi, lakini kwa utofautisho na kitabu cha Hanok. Anatajwa mkuu wa roho aitwaye mastema kuingilia kabla ya wote kufichwa wasi-onekane tena. Alimwomba YAHWEH amruhusu kubaki nao baadhi kama wafanyakazi wake. Mungu

YAHWEH anatajwa kuafiki ombi lake, na mastema aliwatumia kuwajaribu watu watende dhambi zaidi, ili aweze waadhibu kwa udhalimu wao.

Kitabu cha pili cha Hanok (second/ Slavonic book of Enoch), nacho kina marejeo ya simulizi ya mlinzi aliye itwa satanael (mungu satani?). kitabu hiki hajulikani mwandishi wake, na wala tarehe kilipo andikwa. Huyu anatajwa kuwa mfalme wa Grigori ambaye ni roho mchafu aliye tupwa nje ya Mbinguni na ajuaye kipi ni haki na kipi dhambi. Katika kitabu cha hekima (book of wisdom) ibilisi ndiye aliyeleta kifo ulimwenguni, na jina litumiwalo huko ni samael kama mmojawapo wa malaika hao walio tupwa nje (fallen angels) baadaye ndiyo akawa satani katika vitabu vya Midrash na Kabalha.

Tumechungua hata kwenye dini nyingine mambo haya, na kufanya tafiti toka wanazuoni mbalimbali walio andika kazi zao kuhusu haya. Sisi tumeona mengi yaliyopo nje huko ni ya kubuni, kufikirika, na kughushi kwa minajili ya umaarufu, au wamepotea katika ulaghai wa satani. Wingi wa ulaghai huu chimbuko lake ni zile dini za adui alizo anzisha Babel. Na ni kwa sababu hii, ndiyo dini hizo hujulikana maandikoni kama ukahaba wa babiloni (Ufunuo 17:5, 18:2). Kwa jinsi hii tulihukumu kuwa; kwayo haya ambayo Mungu YAHWEH amekuhifadhi toka utambuzi wayo, basi acha na sisi tukuache hivyo.

Mpingakristo

Imekuwa ni fikra za wanazuoni wengi kwamba, katika kila kizazi adui ibilisi huandaa mpingaKristo wa kipindi hicho, sababu hajui ni lini ufufuo na uchukuo utatokea. Labda ni kwa sababu hii, haupo uchache wa wale walio dhaniwa kuwa mpingaKristo ndani ya historia ya Dunia. Maandiko humtaja mpingaKristo kuwa ni roho wa upinzani dhidi ya kweli ya ukombozi wa Kristo Yeshua. Kweli kwamba Mungu alifanyika mtu, akasulubiwa, akafa, akafufuka, na atarudi kuwachukua watakatifu wake (walio amini), na kuihukumu Dunia[65].

Tazama historia ya Dunia uone, ni mpaka pale Kristo Yeshua alipo fichuliwa duniani, ndiyo kristo wa uongo walisheheni. Roho ya mpingaKristo nayo ilisubiri ukamiliko wake hili ndipo nayo ije duniani, kwani haiwezekani upinzani pasipo kweli kudhihirishwa kwanza. Iko tofauti ya ufichuzi kwa ukivuli wa hili, na roho zake huyo kumwagwa duniani. Hiki cha umwago wa roho za mpingaKristo, ndicho awali tulikiita uwepo wa mpingakristo kwa kila kizazi, tokea ujio wa Kristo (I Yokhana 2:18).

Uthibitisho wa kwamba Yeshua ndiye Kristo wa Yisrael waliye msubiria, umejaa tele mandikoni hata kweli iwe kwake pekee. Mfalme wa Yisrael hutawazwa kwa kutiwa wakfu kwa mafuta (anointed, mashiah, kristo), jambo ambalo litatokea katika ujio wake wa pili. Lakini ipo midhihirisho 3 maandikoni kwamba, yeye ndiye: wa kwanza ni ushahidi ule wa malaika wale makondeni Bethlehemu walipo jifunua kwa furaha kuu mbele za wachungaji. Ushahidi wa pili ni wa sauti ya Mungu kule mto Yordan siku ya ubatizo wake, na wa tatu ni udhihirisho wa mlima wa mageuzo (transfiguaration).

Yule ambaye hupakwa mafuta ya utawazo wa kifalme, hufanyika pia mwana wa Mungu (Son of God). Katika biblia Mungu YAHWEH alimtwaa Shelomoh (Solomon) kwa adopsheni kuwa mtoto wake, hivyo tokea hapo kila mzao wa David apakwaye mafuta (mashiah, kristo), hufanyika mwana wa Mungu pia kwa kadri ya desturi hii. Hukumu ya kifo cha Yeshua toka kwa kuhani mkuu wa wakati wake, haikutokana na yeye kujiita Mwana wa Mungu, bali alikiuka halakha pale alipotwaa jina la Mwana wa Mtu (Son of Man) aliye kuwa wa kiungu (divine) ndani ya unabii wa Daniel, na kulitumia hilo juu yake (kwa jinsi hii alijiita Mtoto (Mwana) katika Mungu YAHWEH).

Katika maandiko ziko nabii za mashiah/ kristo (wafalme) wa Yisrael kuzaliwa kwa desturi za mtu ndani ya ukoo wa mfalme David. Unabii wa Daniel humfunua mmoja aliye na asili ya kiungu, lakini aonekanaye kama mwana wa mtu. Huyu ndiye aliye ketishwa mkono wa kuume wa Mkale[66] (Ancient of days) yaani Mungu Baba. Yeshua Kristo wa Yisrael alipendelea jina hili la Mwana wa Mtu kuliko yote mengine, kwani alilitumia juu yake takribani mara 62 katika agano la kale, na katika hizo mara 61 ikiwa kutoka Yehzekel na mara 1 toka Daniel 7:13. Katika agano jipya ni mara 88 ndani ya maandiko 84 katika Matityahu, Marko, Luka, Yokhana, Matendo 7:56 na Ufunuo 1:13, 14:14.

Tokea maandiko haya yote uliyo pewa mpaka sasa, shuruti watambua dhana ya mpingaKristo yasimama katika upinzani dhidi ya haya yote. Hivyo mpingaKristo ndiye yule apingaye ujio wa Ufalme wa Mungu duniani kuitawala, na utimilifu wa ahadi ya ukombozi kwao Yisrael, na wote wale watakao jiunganisha nao kupitia Mashiah wao wakimwabudu Mungu YAHWEH. Tena Yeshua ndiye Mashiah huyo na Mkombozi wao, aliye pia Mwana wa Mungu hata iwezekane kwake pekee, kuwa Mwana wa Mtu, yaani Imanuel (Mungu pamoja na Mtu).

Hii agenda ya upinzani siyo ya mpingaKristo, bali ataipokea kwa ridhaa yake binafsi toka satani lucifer. Ataridhia kutenda haya yote, kama chombo thabiti katika uhalifu utakao kithiri. Kwa jinsi hii yeye ni kikaragosi (puppet) cha satani lucifer dhidi ya watoto wa Mungu YAHWEH. Hivyo kwa kila atakalo sema na kutenda mpingaKristo, itakuwa ni matokeo ya maunganisho yake haya na ibilisi. Hivyo toka kwao hawa wawili, pamoja na nabii wa uongo, ulimwengu wa kiroho utafunuliwa katika namna na jinsi ambayo bado kuonekana hapa duniani.

Ujio wake mpingaKristo unapewa wakati katika kalenda ya eskatoloji kwa II Watheselonike 2:3-5 ... *Usiruhusu mtu yeyote akudanganye wewe kwa njia yeyote ile: kwani [hiyo siku haiji] isipo kuwa apostasi {uasi wa imani – kuikana kweli} imekuja kwanza, na yule mtu wa dhambi {mpingaKristo} amedhihirishwa {fichuliwa}, mwana wa uharibifu; Yule apingaye na kujiinua {kujikweza} mwenyewe juu ya wote ambao huitwa Elohim, au yule anaye abudiwa {YAHWEH}; hivyo basi yeye akijidai Elohim hukaa ndani ya hekalu la Elohim, akijionyesha mwenyewe kuwa yeye ni Eli. Hivi nyie hamkumbuki, kwamba, pale mimi nilipo kuwa bado pamoja nanyi, mimi niliwaeleza nyie mambo haya?...*

Itikadi ya kitabu chako hiki inakubaliana kabisa na asemacho mtume Shauli kuwa, *kwani [hiyo siku haiji] isipo kuwa apostasi {uasi wa imani – kuikana kweli} imekuja kwanza, na yule mtu wa dhambi {mpingaKristo} amedhihirishwa {fichuliwa}*. Siku hii shuruti itanguliwe na ufufuo na uchukuo wa watakatifu wake. Na hili likisha tokea, ndipo sasa udhihirisho wa mwana wa uharibifu uje, na Yisrael waingie naye mkataba, hata wiki la 70 la Daniel lianze rasmi.

Huyu mpingaKristo atatenda matamanio yote ya babake lucifer kwa fahari kuu, pasipo punje ya utu ndani yake (Yokhana 8:44). Tokea kinywani mwake itakuja kufuru, ulaghai, kiini macho, unafiki, uongo, uchawi, uchonganishi, hadaa, na yote maovu yaletayo kihoro cha nafsi. Na kuu kuliko yote ni pale ajiitapo Mungu katika upinzani na uungu wa Mwana wa Mtu (Yehezkel 28:9). Tazama hatuandiki 'mungu' bali Mungu, sababu hata naye anajua tujuacho, hilo la kwanza ni uongo wa satani baba yake, lakini huyo wa pili, ni kweli aliye mfurumusha Mbinguni baba yake satani.

Kwako wewe ambaye utaishi kuiona siku hii, sababu haukuamini injili yetu hii, hata kuchelewa uchukuo wa watakatifu, hivi ndivyo utakavyo mtambua pale atakapo dhihirishwa: ... *Wapendwa, msimuamini kila roho, lakini wajaribuni roho {wingi}, kama ni wa Elohim: sababu manabii wengi wa uongo wametoka kwenda ulimwenguni. Kwa hili hapa nyie mtamtambua Roho wa Mungu: Kila roho ambaye hukiri kwamba Yeshua Kristo {Mashiah} alikuja katika mwili ni wa Mungu: Na kila roho ambayo haikiri kwamba Yeshua Kristo {Mashiah} amekuja katika mwili siyo ya Mungu: na hii ndiyo ile [roho] ya mpingaKristo, ambayo hiyo nyie mlisha sikia kwamba shuruti ije; na hata sasa tayari hiyo iko ulimwenguni.* ... [I Yokhana 4:1-3].

Kanisa uzungumzaye Kiswahili, kamwe usitishwe na masuala ya namba yake 666 kuwekwa kwako kisiri. Tunasema hivi sababu wakati wake bado, na utendaji wake hilo utakapo wadia, haitakuwepo siri. Zitakapo fika nyakati hizo (kipindi cha Tabu Kuu), ni wewe kwa ridhaa yako binafsi, utakaye shurutishwa kuafiki kuwekewa hiyo, tokea misukumo aidha ya kiuchumi, au kijamii, au kisiasa, au kidini. Tena kaa upumzike, sababu kama sisi wafuasi wa

Kristo bado tuko hapa, basi naye shuruti abaki mafichoni (II Watheselonike 2:3-5, Iyob 20:27).

II Wathesalonike 2:6-9 ... *Na sasa nyie mwajua kinacho mzuia ili yeye aweze dhihirishwa {fuchuliwa} katika wakati wake {stahilifu}. Kwani siri ya uvunjaji wa toraha tayari yafanya kazi*[67]*: isipokuwa yeye ambaye sasa anamzuia*[68]*, mpaka yeye atakapo twaliwa*[69] *toka kati yao. Na ndipo shuruti mpinga toraha atadhihirishwa {fichuliwa}, ambaye Adonai atamuangamiza kwa pumzi ya mdomo wake {Yokhana 6:63}, na atateketeza kwa mng'aro wa ujio wake: [Tena yule], ambaye ujio wake ni kwa kadri ya nguvu kazi ya satani pamoja na nguvu zote na ishara na hadaa za maajabu, ...*

Hata katika maandiko haya ya mtume Shauli, je yuko asiye ona hapa kuwa, Kanisa kamwe halitakutana na mpingaKristo hapa duniani? Je mtume Shauli hapa anahubiri kuhusu uchukuo wa awali ya kabla ya kuanza kwa wiki la 70 la Daniel? Je hii ina maanisha, hata uovu wa mpingaKristo hauta tufikia? Jibu ni ndiyo kwa maswali yote matatu.

Kuhusu huyu adui asema hivi Mwana wa Mtu kwa Matityahu 24:24 ... *Kwani hapo shuruti wataibuka mashiah {wakombozi, wafalme} wa uongo, na manabii wa uongo, na shuruti wataonyesha ishara kuu na maajabu; kiasi kwamba, kama [ingekuwa] yawezekana, wange-walaghai wateule wenyewe.* ... Ingewezekana tu kama wateule Kanisa tunge-kuwepo, na wateule Yisrael walio bakia.

Upinzani uliopo ndani yetu Kanisa kuhusu uchukuo (rapture) siyo wa kinadharia tu, kwani wako wanao sema, nadharia zote hizo siyo sahihi, sababu uchukuo haupo. Kanisa lilikuja nje ya mstari wa nyakati za Yisrael, pale ulipo simamishwa katika wiki la 69, hivyo lazima litwaliwe nje ya mstari huo wa nyakati, yaani kabla ya kurejea mwendelezo wa wiki la mwisho la 70. Mpaka sasa maandiko uliyo pewa kumhusu mpingaKristo, yameunga mkono istahilivyo nadharia ya uchukuo wa awali, ambao ndiyo itikadi ya kitabu chako hiki (Ufunuo 13:11-17, 16:13-14, 19:19-20, 20:10, 14:9-11, 15:2, 20:4).

Pale utakapo jisomea Daniel 7:7-28, utamwona mpingaKristo akitenda ndani ya wiki la 70 katika kalenda ya mstari wa nyakati wa Yisrael. Ujio wa mpingaKristo kwa sanamu ya Nebkadneza, uko chini kabisa kwenye vidole 10 vya miguu miwili alipo mnyama wa 4 mwenye pembe (vidole) 10. Tena biblia yamtaja huyu kuwa sehemu ya aidha Rumi dhaifu ya mashariki au Rumi dhaifu ya magharibi.

Kwa kusema hivi bila kujijua, umetamka aweza kuwa Mrumi, au Mgiriki, au Mmidia, au Muajemi, au Muasyria, au Mmisri. Ramani ya Rumi ya kale leo hii yabeba mataifa mengi sana, hata kuwa jambo la utani kujaribu kutaja utaifa wake utakuwa upi. Kwa kawaida kweli hii, hua haizuii wasomi wetu kujaribu tokea vigezo vingi vingine kubuni wapi atatokea.

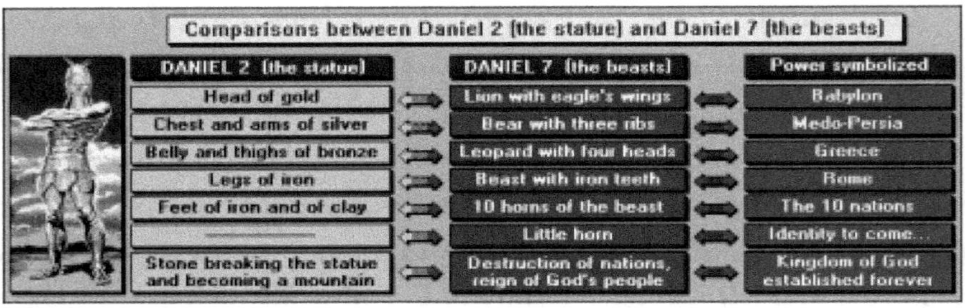
Comparisons between Daniel 2 (the statue) and Daniel 7 (the beasts)

DANIEL 2 (the statue)	DANIEL 7 (the beasts)	Power symbolized
Head of gold	Lion with eagle's wings	Babylon
Chest and arms of silver	Bear with three ribs	Medo-Persia
Belly and thighs of bronze	Leopard with four heads	Greece
Legs of iron	Beast with iron teeth	Rome
Feet of iron and of clay	10 horns of the beast	The 10 nations
——	Little horn	Identity to come...
Stone breaking the statue and becoming a mountain	Destruction of nations, reign of God's people	Kingdom of God established forever

Shuruti mpendwa utambue mpingaKristo anasimama vidoleni, na tena siyo katika haki, bali katika kufanya mapinduzi ya wafalme 3 kati ya hawa 10 watakao simama kuendea wiki la 70. Maandalizi ya mataifa haya 10 (ndani ya eneo la himaya ya Rumi ya kale) yanaendelea hata sasa, na ndiyo ajabu ya siri ya mstari wa wakati.

Tunajua kivuli chake cha awali mpingaKristo ni Antiokas IV Epiphanes (Mithradates) aliye kuwa Mgiriki. Basi uwezekano ni yeye kuwa Mgiriki kama ulivyo wa yeye kuwa Mrumi, au Mmisri, au Muajemi, au Msyria. Kifupi hatujui utaifa wake, maandiko yako bayana yasemapo; ni mpaka atakapo fichuliwa ndipo atakapo julikana.

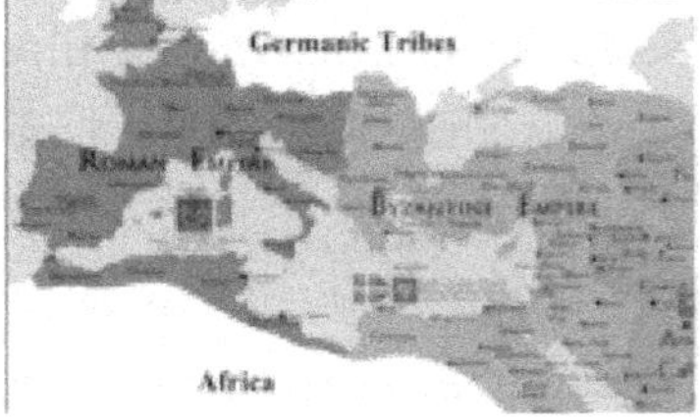

Ni fikra zetu katika kuzingatia uajabu wa mstari wa nyakati utendavyo duniani, kwamba ili Mataifa hayo 10 ya mwisho yasimame vinara vya ustaarabu wa Dunia, itabidi ukinara wa Marekani, China, Urusi, na wote wengine upite. Tunafikiri mataifa 5 vinara wa nyakati hizo duniani yatotaka upande wa ilipo kuwepo Rumi ya mashariki, na yaliyo bakia 5 upande wa ilipo kuwepo Rumi ya magharibi. Tunasema hivi sababu sanamu ya Nebukadneza ilikuwa na miguu miwili.

Kabla ya kutaja wasifu 10 maalumu za mpingaKristo kwa kadri ya utajiri wa unabii wa Daniel, tungeomba mpendwa usome kwanza maandiko haya ili kuelewa njia tupitiayo kutaja wasifu hizo: II Wathesalonike 2:3-12, Ufunuo 6:1-2, 13:1-18, 17:12-17, 19:11-12, na Matityahu 24:15. Sasa basi, wasifu wa mpingaKristo utakuja kuwa kama ifuatavyo: -

1. Tokea eneo la Rumi ya kale, mpingaKristo atachomoza kati ya mataifa 10 makuu yaliyo shirikisho la kiuchumi, kisiasa, na kijeshi (Ulaya-Afrika-Asia). Hii inamaanisha siyo Umoja wa Ulaya (EU), au Umoja wa Mataifa (UN), au mataifa 10 makuu (G10). Hili ni shirikisho jipya lijalo la mataifa kadhaa toka mguu wa magharibi, na mengine toka mguu wa mashariki kwa kadri ya ugawanyo wa Rumi ya kale (Daniel 7:7-8,23-24, 8:23).
2. Yeye atakuwa kichwa na msemaji wa hilo shirikisho na siyo Dunia nzima, bali ushawishi wao hawa 10 ni kwa Dunia nzima (Daniel 7:8).
3. Atatokea nje ya wafalme 10 watakao kuja toka eneo la himaya ya Rumi ya kale akiwang'oa 3 kati yao hao, na kujishinikiza juu ya 7 walio bakia. Hawa 7 hawatakuwa na himaya, bali heshima ya ufalme[70] (Daniel 7:8, 20-24).
4. Uonekano wake utakuwa tofauti na 7 wengine, atakuwa asiye wa dini zao, na mwenye kuenenda katika njia tofauti na wao. Ataendekeza uchawi na ukahaba, na matamanio maovu dhidi ya mtu kwa mwenzi wa jinsia yake (Daniel 7:20-25, 8:25, 11:37).
5. Katika kipindi cha awali cha Tabu ya Yahkob (miaka 3.6), kabla ya Yisrael kufichwa, Yisrael watapewa kwake akiwachosha na kuwataabisha hata kuwashinda kwa kipindi hicho tu (Daniel 7:21,25, 9:27).
6. Atajikweza binafsi na kujiinua juu ya miungu wote na kuzungumza

kufuru[71] kuu dhidi ya Mungu (Daniel 7:8,20-26, 8:25, 9:27, 11:21,36).

7. Atakuwa na umbo kubwa, imara mwenye nguvu (stout), mkali, mtu wa makamo aliye mjasiri na nia mathubuti ya kutenda hata katika hila, hadaa, na uchawi kwa kiini macho (Daniel 7:8-26, 8:23,25).
8. Atafikiri na kutamani kubadili nyakati na toraha, lakini pasipo mafanikio (Daniel 7:11,21-27).
9. Nguvu na uwezo wake wa kutawala, kutenda na kuzungumza itatoka kwa satani lucifer (Daniel 8:24-25, 11:36).
10. Mwisho wake utakuwa kushindwa (Daniel 7:26-27, 11:40-45).

Yako malumbano mengi leo kati ya wanazuoni waonao kwamba, mnyama huyu wa 4 hakika ni tofauti kabisa na wale 3 walio mtangulia, hata kumwita mchanganyiko maalumu (hybrid). Kiundani katika uelewa wetu sisi huona hivi; kama ilivyo dodoswa awali hapa, mnyama (beats) afumbiwaye hapa ni wawili, wa kwanza atokaye mbinguni (malaika) alikotupwa chini ni adui ibilisi lucifer, na atokeaye majini (mtu) ni mpingaKristo.

Wote tunajua dai la satani lucifer mbele ya Adonai Yeshua kwamba, falme zote za Dunia ni zake (Matityahu 4:8-9, Luka 4:5-7). Ni kwalo hili mnyama wa 4 yule atokaye mbinguni ndicho anacho shuhudia kwetu kwa pembe zake 6 na hii ya 7 kichwani mwake. Anatuarifu kwamba, yeye ndiye mmiliki wa falme za (1) Misri, (2) Asyria, (3) Babiloni, (4) Midia-Uajemi, (5) Ugiriki, (6) Rumi, na hata hii ya mwisho (7) Rumi mpya irudishayo zote za kale kusimama pamoja nayo. Hivyo dragoni kama alivyo beba falme 6 zilizo tangulia, pia ndiyo mmiliki wa hii mpya na ya mwisho ya 7 iliyo mchanganyiko wa zote.

Uelewa huu ndiyo upelekeao tamko la malaika wa Ufunuo 11:15 ... *Na malaika wa saba {7} alilipuliza {tarumbeta}; na hapo zilikuwepo sauti kuu Mbinguni, zikisema, Falme za huu ulimwengu zinakuwa za YAHWEH wetu, na za Kristo wake, na shuruti yeye atatawala milele na milele.* ... Amin

Haya yanaendana kabisa na sanamu ya ndoto ya mfalme Nebukadneza, kwamba ni pale zote zitakapo simama pamoja (kuwakilishwa), ndiyo jiwe lile litarushwa kuzivunjilia mbali hata zisiwepo tena. Kwa kuziondoa hizo, ndiyo malaika anatangaza falme zote zitakuwa chini ya Mfalme wa wafalme na Adonai wa adon, Yeshua Kristo kwa miaka elfu hapa-hapa duniani.

Ziko sili (seal) za aina mbili katika biblia, moja ni ikupayo hakikisho kuwa, habari uliyo pokea, au kifaa ulicho nunua, au bidhaa fulani, ni kweli (genuine article) na sahihi (authenticity). Na ya pili ni ile ifungayo habari, au jambo, mpaka astahiliye aipokee na kuikata sili, hata uweze soma kilicho andikwa humo. Unabii wa maono ya Daniel kwa andiko la Daniel 12:4,9 unapokea maana ya pili hapo juu mpaka ujio wa unabii wa maono ya Yokhana kwa Ufunuo 5:1-9, pale Adonai Yeshua Kristo atakapo zikata sili hizo 7 kuruhusu yaliyomo katika kurasa zake kutimilika duniani.

Ingetufurahisha sana kama tungepewa kuyazungumza haya, kuliko kuyaandika. Katika mazungumzo sisi tunge-kuonyesha ambayo ni madogo maandikoni hata udharau kutokuwa na maana, lakini umuhimu wake ni mkuu kupindukia. Kiko kipindi ambacho hata sisi tulishangaa yalivyo mengi, lakini nafasi yake ndogo na hivyo kuwa mzigo wa mateso kuyashindilia humo. Hata mmoja wetu alifikiri na kuzua kicheko pale alipo sema: hivi inakuwaje hata wakati wao bado, watutese?

Tunafanya haya yote ili wewe mpendwa utakaye achwa uweze chukua kitabu hiki, na toka wasifu wao huu, uweze kuwatambua mara moja, na kumpokea Adonai Yeshua Kristo hata ufe shahidi. Katika wiki la 70 usalama wako utakaye amini kwisha kuuona uchukuo, jiandae nafsi yako mauti ya shahidi, sababu lazima umchague yeye, uipinge alama ya mpingaKristo, na kamwe usiiabudu sanamu yake.

Wewe utakapo yatenda haya tukuongozayo hapa, kutamaanisha wampinga satani, na hivyo walio wake shuruti wakuue, ufe mauti ya mfia Kristo (marty) kwa kukatwa shingo (Ufunuo 20:4). Pale ufapo, utakusanywa pamoja na wengi wenzi wako chini ya madhabahu ya Mbinguni – ndani ya hekalu la Mbinguni. Kama hivi ndivyo, hivi lipo la kufikiri hata wewe sasa hivi usifungue ukurasa wa kwanza wa kitabu chako hiki, na kufanya Sala ya Ukombozi?!

Tulisema pamoja na kwamba haiwezekani kumjua huyu mpingaKristo ni nani mpaka atakapo tambulishwa, lakini nani asiye vutika na kamari ya kitaaluma kubuni utaifa wake? Hata sisi hapa na pale hukionja kilevi hiki, na siyo katika umaarufu au kulaghaiwa, bali katika kulipanua fikra kanisa lake hili tukufu lizungumzalo Kiswahili. Hata sisi tunao vijana wetu, wawezao kuyafanya wenzao wa Dunia waliyo yafanya na kushindwa. Je hawa wetu watashindwa pia?

Hebu angalia kudodosa kwetu hivi: Huyu mpingaKristo uonekano wake wa kwanza ni ule wa Antiokas Epiphany yule dikteta wa Kigiriki kule Asyria. Pale alipo tajwa yule mnyama wa 3 mbuzi mwenye manyoya (mfalme Alexander mkuu) ambaye alimshambulia beberu mwenye pembe mbili (moja kubwa Persia na nyingine ndogo Midia). Baada yake huyu alipo fariki majenerali wake 4 walitawala ndipo kwa mara ya kwanza pembe ndogo na wala asiye stahili Antiokas alitokeza katika historia ya siku zijazo za kwanza.

Huyu alikuwa Mgiriki, lakini katika mnyama wa 4 itakuwa ni marejeo dhaifu ya ufalme wa Rumi. Kwa jinsi hii yafikirika kwamba, kama katika ufalme wa Ugiriki ni Mgiriki, basi hata katika ufalme wa Rumi irejeshwayo, shuruti awe Mrumi (Mtaliano).

Kwa kuwa mnyama wa 4 ni tofauti sana na wale 3 walio mtangulia, na kwamba huku mwisho falme zote 4 za awali zajirudia (sanamu ya Nebkadneza), basi lolote lawezekana. Kwa fikra hii basi Muajemi (Persia na Midia), au Mgiriki waweza kuwa, lakini siyo Msirya au Mmisri. Wako pia wanaofikiri sababu awali alikuwa Mgiriki, kwa nini asiwe Mgiriki tena.

Tazama mchanganyiko wake maalumu huyu mnyama wa 4: umbo lake ni kama chui (Mgiriki), na miguu yake kama ya dubu (Muajemi), na mdomo wake kama wa simba (Mbabiloni), na ishara kuu kuliko zote na aitumiayo zaidi ni meno ya chuma (Mrumi). Hivyo basi, mpingaKristo kwa kadri ya usahihi wa taswira hiyo; ataonekana kama Mgiriki kitabia na kimavazi. Atakuja akitokea maeneo yenye barafu. Mdomoni atakuwa na maneno mengi kama ya wana wa Shem, lakini aliye jaa hila na kufuru aongeapo. Atatumia silaha zilizo tengenezwa kwa chuma kufanya mapinduzi, na kupigana vita, akiwararua kabisa mahasimu wake. Na akisha watekeza, hurudia tena na tena kuwaponda-ponda ijapo kuwa ni wafu tayari.

Tokea haya, wako wafikiriao kuwa, yawezekana akawa mtu aliye changanya damu toka himaya 4 za awali. Yaani upande mmoja wa wazazi wake (baba) ni mwana wa Yaphet tokea Ugiriki (magharibi), na mama yake, tokea lugha azungumzayo mdomoni mwake kuwa ya wana wa Shem, yaani Midia-Uajemi (mashariki). Je yawezekana mama yake akawa muamiaji wa Kiarabu katika maeneo hayo ya barafu hata dubu kuwepo? Je ni kwake huyo atarithi chuki ya Siyoni? Maandiko hayaonyeshi hata chembe kuwa satani lucifer atazaa na mwanamke mtoto huyu, hivyo hilo la mbegu mpya duniani, halitewezekana tena.

Kwa jinsi atajisikia nyumbani akiwa Italia ya leo, kama vile yuko Ugiriki. Na kwa upande wa pili Babylon au Yerushalem bado pia kutakuwa nyumbani. Je ni katika maeneo haya atakapo ishi ndani ya miaka 7 ya wiki la 70 la mwisho? Wako wanao fikiria; jiji la Rumi litakuwa makao ya bunge la shirikisho, wakati Babylon (Dubai, Neom?) itakuwa makao ya benki kuu ya shirikisho kufanyikapo maamuzi yote ya kiuchumi. Kati ya Yerushalem na bahari ya Meditaraniani, ndipo kutakuwa ikulu yake afanyapo mipango yote ya vita vya kusini, mashariki, magharibi na hata kaskazini.

Wale ambao wanataka kutumia namba ya jina lake kumtambua jina lake litakuwa nani, hao wanalo tatizo moja kubwa sana, je ni lugha ipi itumikayo kufanyia ujumlisho huo? Je watatumia Kiebrania lugha ya biblia? Hizo nazo ziko kadhaa, watatumia ile ya zama za Mosheh, au Yeshua, au Kiebrania kitumikacho leo? Kama unafikiri siyo Kiebrania, basi ni lugha gani nyingine? Aliyo andikia Yokhana? Hivyo unamaanisha Kigiriki? Vipi kuhusu Kitaliano ambao ni himaya yao ya kale izungumzwayo hapa? Labda ni lugha inayo ongewa na watu wengi duniani, siyo Kiingereza ni Kimandarini – je umesha-choka au tuendelee kubuni mpaka tubahatishe?

Wale watajao jina la Kaisari Nero (Neron Ceasar) wa Rumi kuwa ndiye mnyama (beats) aliye andikwa na Yokhana sababu jina lake ni sawa na herufi

50+200+6+50+100+60+200 = 666. Hawa husahau kitu kimoja, historia yaonyesha alijiua (commit suicide) hata kabla Yokhana hajaandika kitabu cha Ufunuo. Na aliye mfunga Yokhana kule Patmos ni Kaisari Dimitrian. Hili halikuwa fumbo dhidi yao ili kuruhusu uchapishaji, hiki ndicho kilicho endeleza unabii wa Daniel katika uelewa makini wa kesho ijayo mbele.

Wale wanao sema mpingaKristo shuruti awe Mrumi (Mtaliano), pia hutumia andiko la Daniel 9:26. Hapo hata sisi huona askari wa Kirumi watakao kuja 70AD kuteketeza hekalu la Yerushalem wakitajwa na Daniel kuwa watu wa 'mfalme ajaye.' Hawa husema mfalme huyo ajaye ndiye mpingaKristo na siyo Kaisari Vespasian aliye tawala 69AD – 79AD. Daniel alikuwa anatizama mbele, katika ufalme wa nne wa mwisho akiwa uchukuoni Babylon (ufalme wa kwanza), hivyo kwake ni Kaisari Vespasian ndiye mfalme ajaye (sababu pale akiandika mwaka 606BC hakuwepo).

Sisi tumegundua maana iliyo jificha zaidi kuhusu hilo neno mfalme ajaye. Tulipo kuwa tukitafuta jina la Kaisari wa zama hizo, hiki ndicho tulikiona. Jeshi hilo la Rumi liliongozwa na Jemedari Titus na chini yake alikuwa Tiberius Julius Alexander. Huyu Jemedari Titus baadaye ndiye aliye kuja kuwa Kaisari Titus tokea mwaka 79AD baba yake Kaisari Vespasian alipo fariki mpaka mwaka 81AD. Kwa jinsi hii hata yeye alitabiriwa kwa usahihi kabisa; yaani ndiye mfalme ajaye. Kwa wale wanao fanya hivi kwa nabii wa uongo, watafurahi kusikia msaidizi wake Kamanda Tiberius, alikuwa Myehudah aliye iacha imani yake.

Wale wanao buni mpingaKristo atatokea upande wa mguu wa mashariki wa sanamu ya Nebkadneza, hudai yeye atakuwa mwenye asili ya Uajemi au Arabuni. Nao hutumia andiko la Ufunuo 20:4 tuonapo waumini wa Kristo wakikatwa vichwa kwa ajili ya kumkiri Yeshua Kristo. Wao hudai hili tayari hata sasa latendeka duniani, na hususani tokea maeneo ambayo ushawishi wa dini ya Kiarabu ni mkubwa.

Kwetu sisi yako matatizo matatu kwenye nadharia hii; hili suala la kukata kichwa halikuanza na Waarabu (wala halitaisha na wao), sababu hata leo ziko kumbukumbu lukuki za kukatwa watu vichwa kwa upanga au mashine maalumu maeneo mbalimbali duniani. Tatizo la pili ni mafundisho yetu ya awali kwamba, maandiko takribani yote ya nyakati hizi za wiki la 70, hakuna mahali tunaona athari za uwepo wao kwa kutenda lolote au hata kutajwa tu. Ni kana kwamba wamefutwa katika ramani na historia ya Dunia. Na tatizo la tatu ni dini yao hawa, haitaafiki kwa namna yeyote mmoja wao kujiita mungu na tena kati yao.

Tupanue kidogo sana tusemayo hapa, ili nawe pia uone tusemalo. Dini yao hawa inampinga Kristo Yeshua kuwa Mwana wa Mungu, lakini inakubali kuwa nabii. Hatuoni utekelezi wa nabii zake kwao, sababu wanacho kitabu kingine muhimu zaidi wanacho kitekeleza. Wao wanakiri uwepo wa Mungu mmoja lakini tuna-tofautiana kuwa ni yupi, jina lake nani, na zipi wasifu zake. Kwa wao kuendelea na imani hii katika wiki la 70, tungeona mpingaKristo akipambana na makundi 3 katika uanzisho wa dini yake moja, tena ya kuabudiwa yeye na satani pekee (Ufunuo 13:4). Chungua maandiko uone, ni Yehudaizimu na Ukristo pekee anao hangaika nao. Je nini kimetokea kwao hawa, au kwa imani yao hii?

Pia iko fikra hii potofu isiyo kwisha kuwa, papa ndiye mpingaKristo. Haichukui hata dakika katika kutafuta mtandaoni (internet search), kuona utitiri wa fikra hii. Fikra hii ilipata nguvu zaidi kwa uhalalisho ndani ya kanisa la Rumi hususani kwa maandishi ya karne ya 16 kupinga mabadiliko (counter-reformation). Padri wa Ki-Jesuit Francisco Ribera (Robert Bellarmine) aliirasmisha katika mwaka 1585. Huyu anafikiriwa kuwa wa kwanza kuhalalisha nadharia hii katika “In Sacrum Beati Ioannis Apostoli, & Havangelistiae Apocalypsin Commentarij” ili kupinga ushambulizi wa wana mabadiliko wengi kuwa; papa kiongozi wa kanisa la Rumi, ndiye mpingaKristo. Wana mabidiliko hao ni kama Martin Luther, John Calvin, Thomas Cranmer, John Thomas, John Knox, Cotton Mather n.k.

Katika zama hizo hawa walidai unabii wataka mgawanyiko wa Rumi kwenye maeneo 10 , na toka hao 3 wataondolewa mbali. Na kwamba hao 3 ni Cecily, Vatican, na Ujerumani, ambao tayari katika zama hizo walikuwa chini ya papa. Historia imekwenda mbele sana kwa fikra hizi kuendelea kushamiri, lakini nazo yaonekana kubadilika na wakati huku zikichukua hoja mpya.

Leo hii liko dhehebu (kati yetu Wakristo) ambalo jukumu lao kubwa walilo jiwekea, ni kupambana na Wakristo wenzi wao kupitia hili. Hata sisi tunajua maandiko kadhaa rasmi, unabii, na matamko lukuki toka mapapa kadhaa ndani ya historia, ambao kwa hakika maandishi yao na maneno yao kwa msomi makini wa biblia, utahitaji ujasiri wa moyo. Lakini matatizo haya ya kiitikadi, hayafikii hata chembe ihitajikayo kwa mlinganisho na wasifu wa mpingaKristo tulio ufanya hapo juu. Hivyo upuuzi huu wa kumwita papa kuwa mpingaKristo uishe, na tena ukome mara moja kati yetu Wakristo.

Nabii wa Uongo

Maana ya jina nabii wa uongo maandikoni; ni mhalalishi wa mpingaKristo kuwa ndiye mungu (Yehezkel 28:2). Atatumia roho-uongo ya satani kufanya hivyo. Huyu atakuja baadaye, na tena tunafikiri atachomoza katika nusu ya mwisho ya kipindi cha Tabu Kuu. Maandikoni hatokezi pamoja na mpingaKristo mwanzoni mwa wiki la 70. Na uwekaji wa alama ya 666, muujiza wa sanamu kuongea, na miujiza mingine kwa kiini macho, vitakuja na huyu.

Katika wakati wake huyu, Kanisa tutakuwa tayari hatupo (isipo kuwa walio kombolewa kwisha uchukuo kupita), na kaka Yisrael atakuwa kesha fichwa. Katika wakati wake huyu, tazama asemacho Yeshua Kristo kwa Matityahu 24:24 ... *Kwani hapo shuruti wataibuka mashiah {wakombozi, wafalme} wa uongo, na manabii wa uongo, na shuruti wataonyesha ishara kuu na maajabu; kiasi kwamba, kama [ingekuwa] yawezekana, wange-walaghai wateule wenyewe. ...*

Aliye mfalme (mashiah/ kristo) wa uongo kuliko wote ni mpingaKristo, na kiranja wa manabii wa uongo wa nyakati zote, ni huyu tunaye mzungumzia hapa. Itakuwepo kibali kwa satani katika nusu hii ya pili ya miaka 3.5 kufanya yote awezayo. Ni tokea uelewa wa ruksa hiyo, Yeshua Kristo anataja ishara kuu na maajabu watakayo weza kufanya hawa wawili. Tumeileta hii kauli yake kuthibitisha kwa nini alimalizia kwa kusema "*kama [ingekuwa] yawezekana, wange-walaghai wateule wenyewe.*" Ni kwa sababu wateule Kanisa na Yisrael tutakuwa hatupo.

Wateule (watakatifu) ni wale wote ambao waliteuliwa tokea kuwekwa kwa misingi ya Dunia, hata majina yao kuandikwa katika kitabu cha uzima cha Mwanakondoo. Hata hawa ambao bado wako duniani (watakao amini baada ya uchukuo), hawataipokea alama yake, au kuiabudu sanamu yake. Hawa akili zao hazijapewa kwa udhalimu, hivyo hawa wanaijua kweli, na katika hiyo watafariki mashahidi. Hivyo kama ilivyo kuwa mwanzo kwa ushahidi wa mitume wake, ndivyo itakavyo kuwa mwishoni pia kwa ushahidi wa wafia Kristo hawa.

Hili jambo la kwamba hata wateule wangeweza kudanganywa nao hawa, siyo dogo au la kufanyia utani hata chembe. Katika Ufunuo 17:1-7 tunaona kivuli kingine cha uozo wa satani dhidi ya mwanamke wa Ufunuo 12:1 aliye valishwa jua, na mwezi nyayoni mwake, na kwenye taji lake nyota 12 zilizo makabila 12 ya Yisrael. Huyu wa kwake, ndiye kahaba aliye mama wa zile dini za siri ya ajabu za babiloni, dini ambazo zimesambaa ulimwengu mzima kuwalaghai wana-adam.

Mpaka hapa shuruti tayari unajua huyu wa kivuli cha satani ni kitovu cha uovu, na mama wa uozo na udhalimu wote duniani. Lakini twende sasa katika Ufunuo 17:6 uone jinsi pale Yokhana (mteuliwa mwenyewe) nini kilimtokea pale alipo ona jinsi alivyo rembwa na ulimbwende alionao. Andiko linasema alimshangalia alipo mwona (hakumchukia). Tena leo hii tunaweza kusema alibaki mdomo wazi kwa mshangao. Andiko pia limetofautisha hayo mawili. Sisi tunapata picha ya kijana rijali aliye mwona msichana mzuri kupindukia, hata abaki ameduwaa, mdomo wazi.

Kama unafikiri sisi tunamsingizia kama tulivyo fanya kwa Adam, tizama andiko la mbele yake Ufunuo 17:7, uone mshangao wa malaika pia, pale anapo mwona hata mtume wa Kristo yakimtokea hayo. Tena kumbuka maneno yote yanayo tumika hapa kuelezea hali yake hiyo, siyo mabaya ya uovu, bali ya kitu au jambo jema. Yokhana anarekodi kuulizwa na malaika: kwa nini una 'thaumazo?' (neno la Kigiriki) ambalo kwa Kiingereza lilitafsiriwa maandikoni mara 29 kama 'marvel' (kumstaajabia), mara 14 'wonder' (kumwajabia), na mara 2 'admire' (kupendezwa, kuvutiwa). Kwisha kumwuliza hivyo, ndiyo akamwambia: ngoja nikueleze siri ya ajabu ya mwanamke huyu, na satani aliye mbeba huyo.

Ulaghai wa adui yako ibilisi satani lucifer umejificha katika kugeza akitenda kwa vivuli vile vya Mungu. Katika maandikoni tunamwona Baba Mungu akiwa kichwa cha utatu, na Mwana wa Mungu Adonai Yeshua akiwa Kristo yaani Mfalme wa Dunia nzima. Na pamoja nao ni Ruak HaKodeshi, mtendaji aliye duniani na wana wa Mungu.

Hivyo ufalme wa kiza nao humweka satani lucifer kichwa cha udhalimu, na mpingaKristo akiwa mfalme wa Dunia kwa miaka 7 (ikimaanisha ukamilisho wake satani wa kuwa hivyo), na nabii wa uongo kama kuhani kiongozi wa mambo ya kidini, ambayo kwao humaanisha; uchawi, mazingaumbwe, ulaghai, viini macho, na utapeli wa mchana kweupeee. Matendo ya miujiza ya nabii wa uongo hutegemea haya kupitia roho wa satani aliye ndani yao wote wawili. Hiki ndicho kivuli batili, hafifu na cha uongo kuulaghai umma. Na usifikiri itakuwa rahisi kwao wa zama hizo kama usomavyo hapa, umkumbuke Yokhana, na kumbuka alicho onya Adonai.

Wako wanao sadiki kwamba, mpingaKristo siyo Myisrael. Hawa hutumia Ufunuo 13:1 ambako mnyama wa 4 anatokea baharini kunako maanisha watu wa mataifa ya Dunia (Daniel 7:3, Luka 21:25, Ufunuo 17:1). Lakini msaidizi wake nabii wa uongo, kwa Ufunuo 13:11 mbele yake kidogo, utaona akitokea katika nchi (land), neno ambalo huirejelea Yisrael. Pia kwa kufumbia Yisrael, anapewa pembe 2 (himaya ya Yisrael iligawanyika sehemu mbili), tena akionekana kama mwanakondoo. Kwa jinsi hizi, kimbelembele mnafiki huyu, anao uwezekano mkubwa wa kuwa Myisrael.

Atakuwa ni mtu asiye fuata mapokeo ya nduguze, akitokea labda kabila la Dan. Tumemtaja Dan sababu ya neno la Yahkob (Mwanzo 49:16-17), pia kwa neno la Mosheh (Torati 33:22), na kutotajwa kwake Dan katika kitabu cha Ufunuo (7:4-8) pale makabila yote ya Yisrael yalipo orodheshwa katika siku hizi za mwisho. Pia ndani ya kanisa la kwanza takribani mwaka 170AD-236AD, Hippolytus wa Roma aliandika fikra zake kwamba, mpingaKristo atakuja toka kabila la Dan. Alisema atakubalika kwa sababu ndiye atakaye lijenga Hekalu la III katika mlima wa hekalu, ili atawale tokea humo.

Chimbuko la fikra hizi ni pale tumuonapo Yahkob akitoa baraka kwa watoto wake walio kuja kuwa makabila 12 ya Yisrael. Dan ni mzaliwa wa kwanza kwa mjakazi wa Rachel, aliyeitwa Bilhah (Mwanzo 30:5-6). Baraka hiyo ya Yahkob yasomeka hivi: ... *Dani shuruti atahukumu watu {am – Yisrael} wake, Kama mmojawapo wa makabila ya Yisrael. Dani shuruti awe nyoka kandoni mwa njia, kipiribao*[72] *{nyoka mwenye sumu kali sana, au mtu wa hila na mdanganyifu} kwenye uchochoro, ambaye humng'ata farasi kisigino, hivyo kwamba mpandaji wake aanguke kinyume.* ... [Mwanzo 49:16-17].

Hatuna mapokezi ya Dan kuwa kiongozi hata ahukumu Yisrael, na wasifu wake hapa waonekana kushinda kwa njia za ulaghai. Atakuwa siye aliye kati, bali pembezoni ya yanayo endelea kwa hila na ulaghai. Na kwa kusema yeye ni nyoka, yamaanisha atajiunganisha na adui satani kwa namna moja au nyingine dhidi ya nduguze. Tazama uone pale ang'atapo kisigino cha farasi, ni ili aliye mpanda farasi (toraha) aanguke kinyume (apotoke). Hapa sisi tunamwona akiwa nabii wa uongo zaidi kuliko mpingaKristo.

Hebu twende mbele miaka 400 tumsikie naye Mosheh, ambaye neno lake kwao Yisrael ni sawa na la Elohim, asemavyo kwa Torati 33:22 ... *Na kuhusu Dani yeye alisema, Dani [ni] simba mtoto: yeye shuruti aruke tokea Bashan*[73]. ... Hata hapa yeye siyo wa kwanza, bali wa pili, na bado ataweza kukamata mawindo yake.

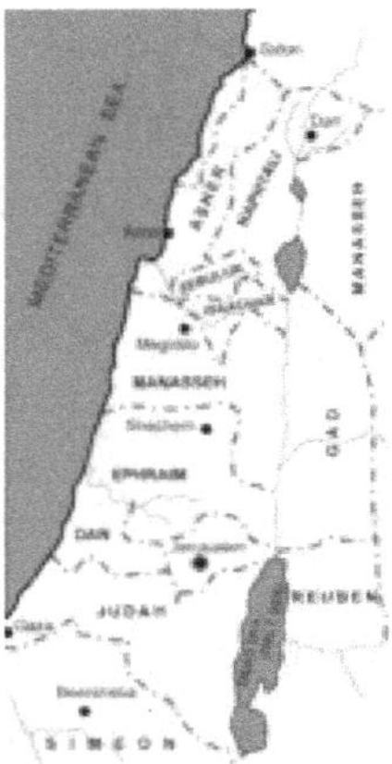

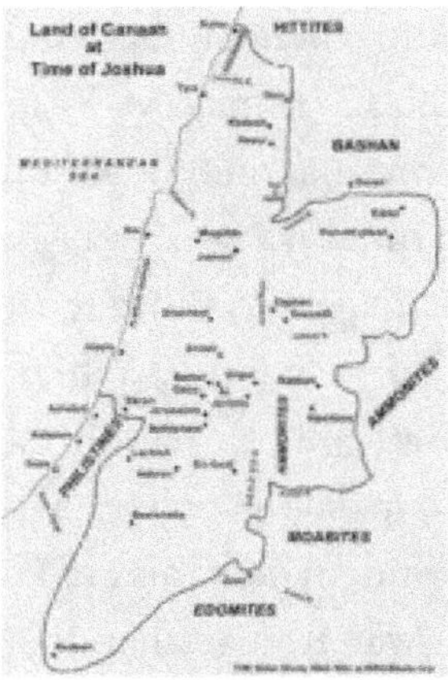

Uko mji wa Dan kaskazini ya Yisrael ambao uko ndani ya urithi wa Naphtali (kule Bashan), lakini urithi wa Dan kwa mgawanyo wa Yehoshua, unaonekana uko katikati akitenganisha koo zenye nguvu za Yehudah na Efrayim. Na kwa sababu wako hapo kati na Binyamin, basi mipaka yake Dani kiasili iligusa ile ya Yerushalem urithi wa kitinda mimba Binyamin. Hili pia ndiyo eneo la kati ya bahari mfu na bahari kuu ya Mediraniani kunako tajwa na Daniel 11:45.

Tunajua umeshaona Bashan iko pale ilipo Syria leo, kama hivi ndivyo, hiki ni kipi asemacho Mosheh hapa. Je ni kwa hii sababu wako watu wasemao mpingaKristo atatokea Syria? Au anasema Dan ataruka toka Joppa/ Tel Aviv leo kukamata windo Syria? Au ni kutoka Syria aliko potelea na makabila 10 kuikamata Tel Aviv kuwa makazi ya mpingaKristo?

Katika orodha ya makabila 12 kwenye Ufunuo 7:4-8 tunaona vijana rijali 144,000 wakitiwa mihuri. Pasipo maelezo hapa, tunaona Levi na Yosef wanarudishwa, na Efrayim na Dan wanaondolewa. Wana halisi wa Yisrael (Yahkob) walipo kwenda Misri walikuwa 12. Walipo kuwa Misri mpaka siku ya kuondoka utumwani baada ya miaka 430, walikuwa makabila 14, sababu Yahkob alijitwalia (adopted) watoto wawili wa Yosef mwanaye.

Mara baada ya kupokea toraha na ujenzi wa tabanako, Mungu alimtwa Levi (Lawi) kuwa wake, na mahali pa Yosef kutwaliwa na watoto wake Efrayim na Manase. Hivyo wakarudia kuwa makabila 12 tena. Katika Ufunuo mwishoni mwa nyakati, wako bado makabila 12 lakini pasipo Efrayim na Dan. Sisi tunafikiri Efrayim ndiye achukuaye jina la babake Yosef, na Levi anarudishwa sababu kwa Yehezkel tunaona ni mbari ya Sadock pekee watakao hudumu katika hekalu la milenia ya Mashiah wao. Hata hapa hatujui kwa nini Dan hayupo.

Je huu ndiyo mruko wake alipo wageuza nduguze windo, na je ni kwa madaraka haya mapya ndiyo atahukumu nduguze? Kweli akifanya hivi atakuwa ameacha Mungu wa mababa zake, na kweli kama Yisrael watamsikiliza huyu (nabii wa uongo), basi watakuwa wanashiriki uasi. Kwake tumeona maneno mawili nyeti sana yakitajwa; nyoka na kung'ata kisigino. Na maeneo yake yote mawili yamo ndani ya Rumi ya kale.

Wako wanaokuja kwenye utetezi wa Dan wakidai; wengi wa wakazi wa mji wa Tell Aviv/ Joppa siyo waumini, nao ni mji wa kibiashara, hata wasiwepo wengi kutosha idadi ya kupokea mihuri ndani ya kabila. Upungufu wa hii fikra ni kuwa inatizama leo, kipindi ambacho hata bado makabila 10 hayajarudi.

Wanazuoni wengi wanakubaliana kuwa, mpingaKristo ni kiongozi wa kisiasa, kijeshi, na kiuchumi, ajifanyaye kuwa mungu, wakati nabii wa uongo atakuwa kiongozi wa dini moja inayo mwabudu mpingaKristo na satani lucifer chini ya alama ya mnyama 666 (Ufunuo 13:12, 19:20). Kama vile Ruak HaKodeshi alivyo mhuri kwa watakatifu ulio kibali cha maisha ya milele, hivyo ndivyo 666 ilivyo alama na kibali cha uteketezi kwa mauti ya pili gehena.

Kama utakataa kuwa muumini wa dini hiyo mpya ya nabii wa uongo; wewe utakuwa mshamba, usiye kwenda na wakati, mpinzani wa maendeleo, na wa amani ya Dunia (new world order). Watakutenga usishiriki uchumi wao wa kununua na kuuza, aidha bidhaa au nguvu kazi yako. Pia watakuwinda kama mhalifu, ili wakushurutishe maendeleo, au ufe mhanga wa Kristo (marty) – chagua kufa mhanga!

Sisi tumemaliza kusema yale tuliyo itiwa kuyasema kwako, kuwahusu mahasimu hawa watatu. Sasa ni zamu yako nawe kupokea kijiti hiki, na ukikimbize hadi kwa mwingine. Mpendwa, hakuna baraka ishindayo ushiriki wako wa uhudumu huu wa habari njema. Baba Mungu ndiye mwanzilishi wa hili, ni yeye aliye mpa Yeshua Kristo awali kuileta duniani. Mitume wake walizunguka duniani kuifunza hiyo, na toka mapokezi yao hayo, leo imempendeza Roho wa Neema, hata na wewe uwe mshiriki wa mlolongo huu wa ukombozi wa mtu duniani.

Sasa mpendwa inuka na utende maongozi ya Roho wa Neema. Injili yake hii ni kweli, na ushahidi wetu huu ni hakika. Hivyo jiunge nasi kuifikisha kweli hii katika kila macho au sikio la anaye zungumza Kiswahili. Unaweza kufanya hivyo kwa wewe kutupeleka sisi, ili kama ilivyo kuwa kwako, ikawe pia kwa hao wote walio wako. Mpatie kila mmoja wao kitabu chake, na pale wafikapo hapa, watagundua lengo lako: kwamba ni ili akombolewe pia, hata muwe milele pamoja. Mnyororo huu ni wa baraka za daraja la juu zaidi duniani. Haya hima na utende sasa!

Eskatoloji ya Uyehudah

Kabla ya kufunga somo hili la wasifu wa satani lucifer na mpingaKristo ili tusonge mbele, liko jambo hili moja ambalo sisi tumelitoa kule alipo Yisrael (8.5), na kulichomeka hapa (9.3) kuendana na mtiririko wa mstari wa wakati. Tumechukua hili la leo Yisrael, tuka-lilinganisha na lile lilofanyiwa unabii kwalo takribani miaka 2000 iliyo pita. Lengo la kufanya hivi, ni ili tuweza tambua yajayo mwishoni mwa mbele yetu hii.

Neno eskatoloji (eschatology) juu, humaanisha sehemu ya theolojia ya kidini ihusiyo kifo, hukumu, mwisho wa siku (aharit ha yamim), na hatima ya milele ya roho na nafsi yako ukisha zaliwa hapa duniani. Hivyo hapa tutayatizama haya kwa mahusiano na eskatolojia ya Yehudaizimu (Judaism eschatology). Tufanye tena mapitio hapa, ili uweze kuona haya ya agano jipya la mwisho, katika uelewa makini wa agano la awali. Tokea utambuzi wa nabii wa uongo, na sasa haya, hakika utaduwaa na kubaki umeshang'aa kama siyo kubeba mawe, na kuturushia huku ukinadi kufuru, kufuru.

Hivyo katika kufanikisha hayo ya eskatoloji, imetupasa kufanyia mapitio ya theolojia na itikadi za wanazuoni wa Kiyisrael. Huu ndiyo uwekeji wa mambo pale yastahilipo kuwepo, hata kuleta uelewa na mtiririko makini kwako mpendwa. Tunajua vema yasemwayo na eskatoloji iliyo bakia, lakini kwa kuwa yafanyikayo humo ni ubadilishaji wa wahusika (role reversal) na majikwezo, inakuwa siyo makini kupoteza muda na nafasi hapa. Hayo yalitoka katika kina cha haya atufundishayo hapa.

Mafundisho yabebayo fikra za Kiyisrael za mwisho wa siku (aharit ha-yamim), yamekusanywa toka toraha, mapokezi (talmud, midrash, zohar)[74], simulizi za kale (oral history), manabii, na kutoka kwa wanazuoni makini walio bobea katika fani hii. Kama ilivyo kanisani katika malumbano yetu na makundi yafanyikayo toka hayo, ndivyo navyo walivyo watangulizi wetu Yisrael katika haya yote.

Huu ndiyo mtizamo wa eskatoloji ya Kiyehudah katika hayo yajayo: -

1. Uko mwisho wa ulimwengu na historia ya mtu kama inavyo julikana leo,
2. Hatima ya yote YHWH ataikomboa Yisrael, na kuwarudishia ardhi yao ya ahadi,
3. Yisrael atakuswanywa toka kila alipo tapanywa kurudishwa nyumbani milele,
4. Nyumba ya mfalme David itakuwa kama Mungu, na kutawala

Dunia tokea Yerushalem, na hakuna atakaye weza shindana nayo,

5. Hekalu litajengwa tena, na Sanhedrin kurejeshwa, maarifa ya Mungu yataijaza Dunia,
6. Kufikia haya atakuja Mashiah ben Yosef kuteka, na Mashiah ben David kutawala,
7. Watu wote watatambua kuwa, Mungu YHWH wa Yisrael ndiyo Mungu pekee na kumwabudu,
8. YHWH atawafufua wafu, na kufanya mbingu na Dunia mpya. Laana kama kifo, ukame, njaa, maradhi, ugonjwa hazita kuwepo tena.

Katika mwisho watakuwepo Mashiah wawili tofauti, ajaye kwanza ni Mashiah ben Yosef. Huyu atapigana kuwashinda na kuwatiisha adui zote wanao izunguka Yisrael leo. Atafanya mateka, kuteketeza, na kumilikisha tena ardhi kwa Yisrael. Huyu pia ndiye atakaye lijenga hekalu la Yerushalem na kusimika tena ibada na kafara za hekaluni.

Hivi vigezo viwili vya mwisho ndivyo vinavyo mtofautisha na mashiah wote wa uongo walio tangulia katika historia yote (kwa kadri ya mafundisho ya marabai). Pia hutumia hivi kusema Adonai Yeshua siye, sababu hakutekeleza haya mawili. Hawa huona hata Shimeoni ben Kosiba aliye julikana zaidi kama Bar Kokhba alitenda zaidi yake, kwani aliwashinda kwa kipindi Warumi, na kurejesha kafara hekaluni.

Inasimuliwa kuwa, akiwa katika hekalu huyu atakufa, na Mashiah ben David ndiye atakaye mfufua toka wafu. Hakuna mwendelezo wake kwisha hili kutendeka, bali tokea hapa yote na vyote huelekezwa kwa Mashiah ben David. Hapa liko jambo muhimu sana ambalo hata historia hulikiri hilo; hayupo mashiah yeyote aliyeisha wahi kudai cheo hiki pasipo kujitambulisha kama atokaye katika ukoo wa David.

Ni kwa hili Yisrael huona ujadilifu kanisani kuhusu ukoo wa Dan ni kupoteza wakati tu. Kwa jinsi hii hao hutatua suala la Mashiah wawili mmoja akiwa Mungu na mwingine mtu. Kubaki katika kasi yao, tafadhali fanya tafakari ya haya maandiko: Yeshayah 2, 11, 42, 59:20, Yirmeyah 23, 30, 33, 48:47, 49:39, Yezhkel 38:16, Hosheyah 3:4-5, Mikah 4, Sefanyah 3:9, Zekaryah 14:9, na Daniel 10:14.

Kipindi cha utawala wa Mashiah ben David, ndicho kipindi cha amani na mwisho wa vita vyote. Ulimwengu utaendelea kama ulivyo lakini chini ya uangalizi wake Mashiah ben David akiwa mfalme wa ulimwengu wote, akitawala tokea Yerushalem. Mataifa wote kwa vipindi maalumu watakuja Yerushalem hekaluni kumwabudu Mungu wa Yisrael. Itakuwepo dini na ibada moja pekee kwa Mungu wa Yisrael.

Vita ya Gog na Magog iko katika siku ya mwisho na mara ikiisha ndiyo umilele wa Yisrael katika vyote vilivyo tajwa awali huanza rasmi. Hii inakuonyesha wapi katika kalenda ya Daniel wao huweka mwisho wa nyakati. Hapa ndipo utawala wa Mashiah ben David unapo tajwa.

Pamoja na uelewa huu, bado wako kati yao wanazuoni wengi ambao kwa mafundisho yao, hudai maisha ya Dunia ni miaka 6000 (6999?) kabla ya ule mwisho kufika, na kwisha huo ndiyo Shabath kuu. Tazama wanavyo gawanya: miaka 2000 ya mwanzo ilikuwa pasipo Mungu, miaka 2000 iliyo fuatia ilikuwa ya toraha, na miaka 2000 baada ya hiyo (hapa tulipo) ni ya mashiah. Na miaka 1000 ya mwisho ndiyo Shabath kuu. Hii ni jumla ya miaka 7000. Sisi tunaafiki hili kuwa sahihi (kwa kadri ya uelewa wetu).

Tumesema haya yote katika ufupisho huu mkuu, ili pale tutakapo hitimisha iwe na maana kwako kama ilivyo kuwa kwetu. Sisi tunachelea wingi wa mafundisho haya kule Yisrael utaweza pelekea ukamilifu wa kile Adonai Yeshua (Mashiah ben Yosef) alicho wakanya kwa Yokhana 5:43 ... *Mimi nimekuja katika jina la Baba yangu, na nyie hamnipokei Mimi: kama mwingine atakuja katika jina lake mwenyewe, huyo nyie mtampokea. ...*

Pamoja na hili, ni lile neno la Marko 7:13 kwamba, desturi zenu (halakha[75]) zimepelekea maandiko ya tanak yasiwe na nguvu kwenu (Matityahu 15:2-6). Ni kwa jinsi hizi hata Kristo alipokuja kwao, ijapo kuwa walijua vema majira yake (Matityahu 2:4-6), lakini walio wake hawaku-mpokea (Yokhana 1:11).

Tazama kile Yisrael anacho subiria (tokea eskatoloji yao hii), mwishoni mwa siku: ni mashiah (mfalme) ambaye atawakomboa (savior), akiwa shujaa jemedari wa vita toka maadui zao wanao wazunguka. Tena yule ambaye atajenga na kisha kupelekea urejeo wa kafara za hekaluni. Hivi ndivyo vigezo 2 mama walivyo mhukumu navyo Adonai Yeshua awali kuwa, yeye siye. Na toka hivyo waligundua njia ya kujichunga (dhidi ya mashiah wa uongo), wakisubiria ujio wake huyo wa kweli (genuine article). Tokea hapo mashiah wa uongo (fake) walianza kumiminika. Hivyo vigezo hivi ndivyo kinga yao toka kudanganywa tena, ili ajapo wawe na hakika huyo ndiye.

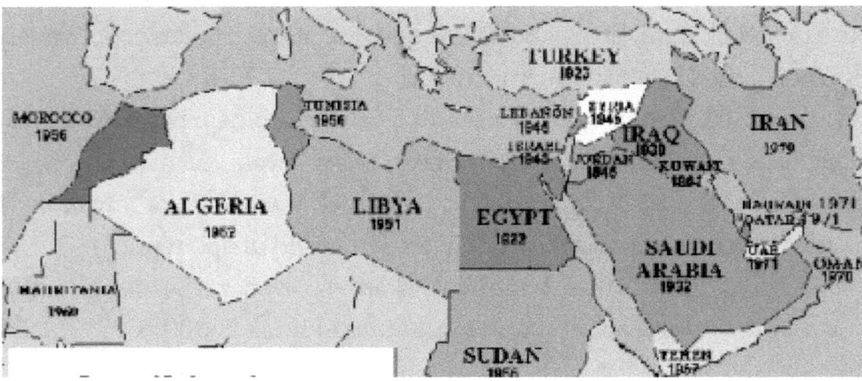

Kanisani kama ilivyo ndani humu, umefunzwa hivi: pale ajapo mpingaKristo shuruti aje na msaidizi wake nabii wa uongo afanyaye miujiza. Maandiko huonyesha kwamba, mpingaKristo atapigana vita na kupelekea utii toka mfalme wa kaskazini (Uturuki, Syria, Lebanoni n.k.) na toka mfalme wa kusini (Misri, Libya, Sudan) na hata wa mashariki (Saudi Arabia, Irak, Kuwait, Iran n.k.). Tumeacha Yordani (Ammon) sababu iliandikwa kwa Daniel 11:41 kuwa, Edom na Moab watamtoroka (tunafikiri ndipo Yisrael atakapo fichwa kwa miaka 3.5).

Sasa tunataka utulie na kufikiri nasi, je hawa siyo majirani hasimu wa Yisrael wanao mzunguka? Na hili siyo tegemeo lao toka kwa mashiah? Kama hivi ndivyo, je wafikiri nini sasa kuhusu ile kauli ya Adonai kuwa, yuko mwingine ajaye siyo kwa jina la YAHWEH, ambaye wao watampokea wakifikiri huyo ndiye? Andiko lile pia latupa uwezekano wa mpingaKristo ajapo asijiite Yeshua, bali atampinga kwa kufuru na kujitangaza kwa jina lake binafsi kuwa, yeye ndiye manabii walio mzungumzia. Na kinara wa kuhubiri hili, ndiye nabii wa uongo (na kama atakuwa Myisrael, basi itakuwa kazi kweli).

Kabla ya kuendelea mbele tungependa kuweka fikra gonganishi hadharani na ikiwezekana kuonyesha usuluhishi kwayo. Kila jambo hujenga juu ya mwenzake, na maandiko ndiyo hutafsiri maandiko. Sasa vipi hapa kuhusu ile vita ya Zaburi 83? Je majirani hawa wa ndani (inner ring) na nje (outer ring) kuwepo mpaka zama hizi za wiki la 70 hupelekea kwa vita hiyo kuwa baada ya ufufuo na uchukuo wa watakatifu?

Kama hivi ndivyo, je Hekalu la III litajengwa ndani ya wiki la 70 , au ipo nafasi ya vita hivi kwisha uchukuo na kabla ya uwekaji wa saini? Au ni hapa ndipo mpingaKristo anapo pigana pamoja na Yisrael dhidi ya majirani hawa, hata wawe marafiki na kuwekeana mkataba wa amani? Na kwamba mpingaKristo anapigana nao hawa kuishinda dini yao, na kuwatiisha kwake mfalme aliye pia mungu mpya wa Dunia, na ambaye ndiye mashiah wa Yisrael? Kama hivi ndivyo, je yeye ndiye atakaye lijenga Hekalu la III?

Mazingaumbwe yake kwenye vita, uchumi, na siasa yatampa umaarufu mkubwa. Kinyume na unacho fundishwa kanisani leo, huyu ataonekana kuipigania agenda ya Yisrael. Ataonekane kutimiliza yote tuliyo yataja awali. Hapo ndipo ulaghai ulipo na uelewa unapo hitajika.

Inafikirika ni hapa ndipo atakapo afiki ujenzi wa hekalu la Yerushalem, na humo ndimo atakapo pata jeraha la kifo (fatal wound). Maandiko hayataji atakufa, bali jeraha la kifo, na hivyo kuendana na mafunzo haya ya eskatoloji ya Kiyehudah kuhusu limkutalo mashiah ben Yosef hekaluni, itadaiwa amefufuliwa. Hilo ndilo litakalo mkuta mpingaKristo, kabla ya satani lucifer binafsi (mashiah ben David?) kuchukua mahali pake. Hivyo katika huyu, nabii wa uongo atahubiri lile Adonai Yeshua alilo fichua kwa Yokhana (5:19, 8:28, 14:10, 17:8) juu yake mpingaKristo.

Tazama mpendwa, hautakuwepo ufufuo wowote hapo, sababu hawezi hilo, bali ni kwa hadaa ya kiini macho cha uchawi wake, atapelekea watu waone hivyo. Hili latokea katikati ya kipindi cha Tabu ya Yahkob. Lakini pale ajikwezapo na kujiita mungu, akikaa ndani ya hekalu la Mungu, yaonekana kuzidi kipimo cha uvumilivu wa imani ya Yisrael hata wafarakane. Pia juhudu zake za kubadili sherehe za moedim, Shabath na toraha, zitapingwa katakata. Kuanzia hapa atatamani kuwateketeza wote, sababu ndiyo walio mleta/ mzaa Yeshua na kupokea toraha na injili kwa ajili ya ulimwengu. Hapa ndipo Mungu YAHWEH anapo waficha, kwani sasa uchungu wa uzazi wao huo, umefika.

Kwa uondoleo wao Yisrael, ndipo shinikizo la dini moja kwa Dunia nzima linapata kasi mpya. Hivyo ibada kwake satani ibilisi lucifer zina-shurutishwa duniani. Tokea kiini macho cha jeraha na ufufuo wa mpingaKristo atatwaliwa (posses) na lucifer hata aabudiwe kama mungu.

Alama ya adui 666 inashurutishwa katika mfumo mzima wa uchumi wa Dunia hata kupelekea uasi kila kukicha pande zote za Dunia, sababu haitawezekana kuuza au kununua pasipo hiyo. Amani iliyo ahidiwa, itakuwa hekaya za abunuwasi[76].

Kumbuka kwa eskatoloji ya Kiyehudah tokea kifo hiki cha mashiah ben Yosef (mpingaKristo), yaonekana kupotea na kutotajwa tena hatima yake. Na amfufuaye ndiye mashiah ben David (satani lucifer?) aketiye kiti cha utawala wa Yerushalem kama mungu na mfalme wa Dunia. Mpendwa, hii ndiyo hatari na athari za eskatoloji hii iliyo na agenda.

Sisi tulipo tulia kufikiri, tuliona eskatoloji ya Kiyehudah inamweka mpingaKristo katika mbari ya David pasipo ufahamu. Tunasema hivi siyo katika umbumbumbu, bali katika uelewa makini kuwa, kwa wao kuchezesha tafsiri za maandiko, ili kumwondoa Adonai Yeshua, hakika wanasogea sana katika maeneo ya vile atendavyo mpingaKristo, kuliko yale atendayo Mashiah wao pale ajapo. Haya mafunzo yanapoteza kizazi cha mwisho kumpokea wasio stahili kumpokea, na hivyo kupelekea kweli ya unabii Kristo Yeshua alio fanya juu yao, kukamilika.

Kama ukiwauliza leo Wayisrael: mtamtambuaje Mashiah kuwa ni wa ukoo wa David? Wao husema; ni yeye ndiye atakaye onyesha jinsi ya kufanya hilo. Hivi unafikiri huyu mzandiki[77] kibiritingoma[78] hili litamshinda? Ukisoma maandiko utaona, Daniel alionyesha bayana ukato (kifo) wake, na urejeo wake mawinguni katika wiki la 70, alimuashiria kuwa ni Mungu aliye na mwonekano wa Mwana wa Mtu. Na zaidi-zaidi katika urejeo wake wa wiki la 70, atarudi na mfalme David, na watakatifu wake, na majeshi ya malaika wake watakatifu. Je lipo linalo hitajika zaidi ya haya kaka na dada zetu Yisrael?!

Pale atakapo pata jeraha hilo la kifo ni kati ya miaka 3.6 ulio mwisho wa kipindi cha Tabu na mwanzo wa miaka 3.5 ya mwisho ya Tabu Kuu. Hapa tunaona sanamu yake ikisimikwa hekaluni kufanya kile nabii Daniel na Adonai Yeshua walicho kiita kufuru ya uharibifu. Tunaambiwa sanamu hii ina uwezo wa kuongea, na kutaja asiye iabudu kwa ajili ya adhabu ya kifo.

Leo hii tunaona mwanzo wa teknolojia 3 tofauti ambazo siku moja zitaunganishwa na kuwa moja madhubuti itendayo kazi vema. Ni kwa uelewa huu sisi huona hiki kuwa ni aidha sanamu (idol) au taswira yake (hologram) ionekanayo kama sanamu. Teknolojia ya kwanza ni akili bandia (artificial inteligent - AI). Teknolojia ya pili ni uhalisia kwa uonekano (virtual reality – VR), ambapo mpingaKristo ataonekana kabisa kama wewe uonekanavyo kimwili (3D) akiongea na kukujibu kupitia hiyo ya kwanza. Teknolojia ya tatu ni ile ya kurusha uwepo wake toka popote alipo kwa kutumia chombo maalumu (hologram projector system). Yote haya ni katika kugushi wasifu wa uwepo wa Mungu mahali pote na wakati wote (omnipresent).

Kwa kulinganisha joto la mwili, kuamka kwa sehemu fulani za ubongo, na mabadiliko ya kasi ya mapigo ya moyo wako; sanamu hii kama roboti ya utabibu leo, itaweza kujua (scanning) kama kusujudu kwako, na hofu[79] kwayo, ni hakika au lah. Toka kipimo hiki, na uonekano huu ,ndiyo huamuru adhabu ya kifo toka askari walio simama pembeni yazo kuitii sanamu au taswira-umbo hilo. Au kwa nini sanamu isipewe silaha (laser[80]) ya upanga utafutao (probe[81]) shingo kuikatilia mbali tokea ujuzi (memory chip) wake mkuu wa kushambilia (advanced weaponry and tactical deployment).

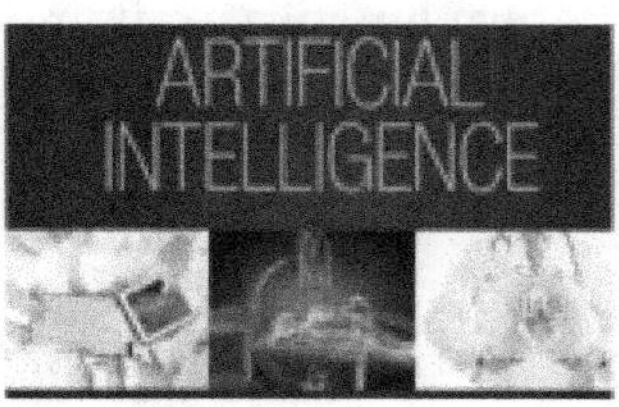

Kwa jinsi hii mpingaKristo hatakuwa na sababu ya kujibwetesha hekaluni Yerushalemu wakati wote ili kuabudiwa, au kupokea sadaka ya visanamu vyake vya dhahabu toka kwa mataifa yote atakayo yaamuru kuja mbele yake kumwabudu. Hili jambo ni gezo ya kile Adonai Yeshua Kristo wa Yisrael atakacho fanya kwao mataifa ndani ya milenia yake. Uliona wanazuoni wa Yisrael wakitaja uwepo wa dini moja Dunia nzima, na mataifa yote kuja Yerushalem kumwabudu. Huu uzungusho wa jambo jema kuwa ovu hivi, unatisha sana kwa wasomi makini wa maandiko.

Wanazuoni wa Yisrael katika juhudi zao kuondokana na tatizo la kuwepo mashiah wawili maandikoni kwa upande mmoja, na ung'ang'anizi wa theolojia ya Kikristo kwa upande wa pili, walivumbua eskatoloji hii ya mashiah wawili (ben Yosef na ben David) wajao pamoja na tena mwishoni mwa nyakati. Uvumbuzi huu ulicheza mchezo wa kujificha na maandiko, kupitia ujanja wao wa lugha Mungu aliyo wakirimia. Wanazuoni hawa wanajua bayana kuwa, katika maandiko yuko mashiah atesekaye (Mwanakondoo wa Mungu), na yupo Mashiah atawalaye Mfalme (Simba wa Yehudah).

Matokeo ya mchezo wao huu wa kujificha, utapelekea wao kushindwa kumwona tena mashiah wao kwa mara ya pili pale ajapo tena. Katika maandiko ya kitabu cha Ufunuo, sasa tunajua ni tokea theolojia hii Wayisrael wengi watakufa. Pale mpingaKristo atakapo anza kushinda vita dhidi ya maadui zao, na pale atakapo endeleza ujenzi wa hekalu, na urejeo wa kafara, basi wao watamwita huyo mashiah ben Yosef (Kristo mtu).

Kwa mwendelezo huu, na tokea muujiza wa ufufuo, pale atakapo jitangaza mungu na kudai kuabudiwa akidai yeye ndiye mashiah mungu (ben David), itakuwa vigumu sana kwao kumkataa. Kwa eskatoloji yao Mashiah ben David anao uwezo wa kiungu, na kwa utundu wake wa lugha na mazingaumbwe, wataafiki madai yake. Ni hapa ndipo Adonai Yeshua aliwaambia Yisrael; wakiona hili la uchafuzi kwa kufuru limefika, waikimbie Yerushalem.

Imetubidi tusimame na kugeuka nyuma kukutizama kaka Yisrael, ombi letu kuu ni wewe kutafsiri maandiko katika usahihi wa mapokezi yako pasipo agenda yeyote. Na kwenu Wakristo halahala, kwani nawe hauko salama tokea mbwa mwitu walio ivamia tasnia hii. Tayari wanapindisha kile kilicho bayana. Hivyo wewe kanisa unaye zungumza Kiswahili, shuruti utambue usahihi wa maandiko, maana kusidiwa katika nyakati za uandishi wake, na ipi maana hiyo leo. Adonai Yeshua ndiye Mashiah wa Yisrael. Amin

9.4 Hukumu ya Watakatifu

Hakuna jambo lilo makini kwetu kama kutumia maandiko matakatifu, na hususani maono (visions) ya Daniel na Yokhana (kwa Ufunuo), kutambua ni lini na wapi katika mstari wa wakati, Hukumu ya Watakatifu itafanyika. Pia kutumia hayo, kutambua ni nafsi ipi ya Mungu YAHWEH afanyaye hukumu hizo. Sote tunajua kwisha uchukuo, watakatifu tutakuwa Mbinguni na Mungu YAHWEH kwa miaka 7, na kwisha hiyo, tutarejea naye hapa duniani katika siku ya Harmagedoni. Na kesho yake ndiyo utawala wa miaka elfu ya Kristo utaanza duniani. Kama hivi ndivyo, je ni lini na wapi Mungu atawahukumu watakatifu wake?

Kwisha kusema hayo, shuruti pia iwe bayana kwako muumini kuwa, siku ya Hukumu za Watakatifu, ndiyo pia siku ya kupokea zawadi zetu. Kimsingi utoaji wa zawadi ndiyo hukumu, kwamba kila mtu atapokea wingi au ukuu wa zawadi kwa kadri ya utii wake wa toraha na injili (upendo) duniani. Tokea imani yetu kwake Kristo Yeshua, sisi uhesabiwa haki yake kupitia neema, hata turithi uzima wa milele tukiwa watoto wa Mungu kama yeye alivyo.

Adonai Yeshua alisema kwa Matityahu 6:19-20 kuhusu hukumu hii ya watakatifu kuwa; jiwekeeni hazina Mbinguni, ambako wadudu au kutu hawata iharibu, ambako wezi hawawezi vunja wala kuiiba. Pia tunaona tokea theolojia ya mtume Shauli kwa I Wakorintho 3:5-15 kwamba, kila mtakatifu katika siku hii ya hukumu, atapokea zawadi zake kwa kadri ya kazi/matendo (works/deeds) yake hapa duniani (Warumi 4:4).

Na hapa ndipo kigezo cha toraha husimama kama moto uchomao kazi/matendo hayo. Tokea moto huo kazi/matendo yako hutambulisha thamani ya zawadi yako, kama zawadi yako ni dhahabu itajulikana, kama ni shaba itajulikana, vito vya thamani, mbao, nyasi kavu, au ukindu[82] pia itajulikana. Na wako ambao hawatapokea zawadi, ijapo kuwa tokea imani yao kwa Kristo, wataishi milele (hawa ndiyo wadogo kati ya wote).

Ni vidokezo kama hivi maandikoni, vilivyo pelekea sisi kufunza humu kwamba, toraha inaendelea Kanisani, lakini siyo kwa lengo la ukombozi, bali kwa lengo la kuenenda katika haki mbele za Mungu YAHWEH. Tena kwa pateni ileile ya kaka Yisrael kwisha kupokea ukombozi wao toka utumwa wa Misrayim. Njia ya kuenenda maishani, hufunzwa kwake aliyepewa uhai. Na wala hakuna popote katika maandiko au kwao Yisrae,l toraha ni kwa ajili ya ukombozi wa mtu. Hii ni kweli.

Na hakika ya itikadi yetu hii ni kauli binafsi ya Adonai wetu Yeshua Kristo kama alivyo irekodi Matityahu 5:17,19 ... *Usifikiri kwamba Mimi nilikuja kuitengua {kuiondoa, kuifuta} Toraha, au Manabii: Mimi sikuja kuitengua {kuiondoa, kuifuta}, bali kuikamilisha {iwe timilifu}. ... Hivyo basi yeyote yule atakaye ivunja*[83] *{kutenda kinyume chake} mojawapo ya zilizo ndogo ya hizo mitzvot {maelekezo, amri}, na kufunza {fundisha} watu hivyo, huyo shuruti ataitwa mdogo katika Ufalme wa Mbinguni: Lakini yeyote yule atakaye zitenda na kufunza {fundisha}, huyo shuruti ataitwa mkuu katika Ufalme wa Mbinguni. ...*

Kama unafikiri sisi tunarudisha Kanisa nyuma ya msalaba, basi tueleze ni wapi huko wewe uliko jifunza kupingana na neno hilo juu la Adonai wako Yeshua Kristo? Tena orodhesha maandiko hayo hapa chini nasi tuyajue. Maandiko yako bayana, YAHWEH anasema wazi kabisa, kumpenda yeye ndiko kuitii toraha na injili yake. Na kumpenda huko ndiyo sheria kuu kuliko zote maandikoni, kwani kwayo hiyo toraha nzima hukamilika. Upendo wa Mungu hushurutisha hukumu ya haki (justice), na ni kwalo hili toraha ilishushwa duniani.

Sasa basi, kama kigezo cha hukumu ni utii wako kwa toraha, na toraha ndiyo mzani wa haki, na kwa sababu tayari tunajua hukumu ya watakatifu ni ugawio wa zawadi, basi zawadi yako mtakatifu hupimwa kwa upendo wako kwake Mungu YAHWEH unapo kuwa humu duniani. Upendo huonekana tokea ujumlisho wa yote; yaani uwako wa hisia zako, uelekeo wa dhamira yako, utamko wa kukiri penzi hilo, na matendo kwa kazi za haki zinazo thibitisha hisia, dhamira na kukiri kwako huko.

Kwa kuwa hili ni jipya, na bado ni muhimu sana kwako kanisa uzungumzaye Kiswahili, acha tulete ushahidi wa maandiko 3 zaidi toka kitabu cha Ufunuo. Lengo ni kuthibitisha kwako kwamba, toraha iliendelea siyo kwa kanisa la kwanza, bali hata kwa la mwisho, ndiyo sembuse sisi tulio hapa kati?

Kwa Ufunuo 12:17 tunaona kwisha satani kuona Yisrael kafichwa, inatajwa kwamba aliwageukia sasa mabaki ya Mzao (walio amini katika zama hizi), ambao wanatajwa kuwa na sifa 2 tu: wameitunza toraha ya Mungu, na wanao ushuhuda wa Yeshua Kristo. Katika Ufunuo 14:12 tunaona usubirifu wa waumini wa vipindi vya Tabu ya Yahkob ni katika kuitunza toraha ya Mungu, na imani kwake Kristo. Mpendwa fungua macho na uone, ni mara ya pili hapa toraha inatajwa kabla ya imani kwa Kristo. Na mwisho ni Ufunuo 22:14 itamkwapo; wabarikiwa ni wale wanayo itenda toraha, na kwa hilo wanayo haki katika mti wa uhai, na wataliingia Jiji kupitia malango yake.

Kwisha kufichua kigezo cha hukumu kuwa ni toraha, acha sasa tusonge mbele kwayo yale mengine 3 tuliyo yataja awali: 'kutambua ni lini na wapi katika mstari wa wakati Hukumu ya Watakatifu itafanyika. Pia kutumia hayo, kutambua ni nafsi yupi afanyaye hukumu hizo.' Katika kufikia ujulifu wa haya, tuanze kwa kutafuta wapi na lini viti vya enzi (thrones) vinawekwa kwa ajili ya watakatifu maandikoni. Tokea maandiko tayari unajua watakatifu katika milenia, na labda hata milele, tutajulikana kama wafalme (Ufunuo 20:4,6, Matityahu 19:28). Hivyo ni desturi na kawaida kwa mfalme kukalia kiti cha enzi (Luka 22:30, I Petros 2:9). Tena mfalme hufanya hivyo pale afanyapo hukumu kama ishuhudiwavyo na I Wakorintho 6:2.

Katika Daniel 7:7-14, 20-22 tunaona himaya ya 4 iliyo Rumi ikisimikwa duniani. Ni ndani yake hiyo tunamwona mpingaKristo akichomoza. Halafu ghafla katika Daniel 7:9 tunaona maelezo hayo ya Rumi yakikatizwa na maono ya upangaji wa viti vya enzi yakifunuliwa (Ufunuo 20:4,6, Matityahu 19:28, I Petros 2:9, I Wakorintho 6:2). Hii kuashiria uandaaji wa siku ya hukumu ya watakatifu unaanza hata kabla ya kufikia tamati ya wiki la 70 la unabii wa Daniel. Ni hapa ndipo kiti cha enzi kikuu cha Mungu Baba kinatolewa maelezo ya ukuu wake. Kisha tunapelekwa mbele mpaka utawala wa mpingaKristo kupita na yeye kutupwa kwenye moto wa milele gehena.

Kisha Daniel kwa maono mengine (labda siku nyingine), anapewa tena mwendelezo wa maono yaliyo tangulia. Anamwona mmoja ajaye na mawingu ya mbingu aliye kama Mwana wa Mtu, na huyu aliletwa mpaka kwa Mkale (Baba Mungu). Hukumu kwanza ikafanyika kwake huyu (utoaji wa zawadi) tokea utii wake kwa toraha ya Mungu, na imani yake kwake

YAHWEH. Hivyo akapewa utawala, utukufu, na ufalme juu ya watu, mataifa, na lugha wamhudumie yeye. Na utawala wake ni wa milele.

Sasa turuke mpaka Daniel 7:20-22 tuone ufafanuzi zaidi wa siku hii ya hukumu iko wapi. Hata mpaka sasa bado mlolongo wa matukio unaonyesha ni kwisha tu uteketezi wa mpingaKristo na genge lake ndiyo hukumu ya watakatifu itafanyika kama isomekavyo kwa Daniel 7:22 ... *Mpaka Mkale wa Siku {anaye heshimiwa/ enziwa kwa umri wake mkuu} alipo kuja, na hukumu ilitolewa kwa watakatifu wa Elyon; na wakati ulifika kwamba watakatifu wamiliki ufalme. ...*

Mpaka sasa tumesha ona Hukumu ya Watakatifu anaifanya Mkale, ambaye ndiye Mungu Baba, atambulishwaye maandikoni kama Mungu YAHWEH, yaani kichwa cha utatu mwenyewe. Na tena kumbe, hukumu hiyo ina wahusu watoto wake wote, akianzia na mzaliwa wetu wa kwanza Adonai Yeshua Kristo. Kama ilivyo kwa desturi za urithi Yisrael, yeye akiwa mzaliwa wa kwanza wa kiume, anapokea hukumu ya urithi wa Ufalme wote wa Mbinguni na Dunia, pamoja na mali zake zote, akijumlisha watu wote, na vyote vilivyo ndani humo (Matityahu 28:18, Yokhana 13:3, 17:6-10).

Lakini kwa maandiko ya Yokhana 5:22, Warumi 14:10, II Wakorintho 5:10, na Ufunuo 20:4-6, tunajulishwa bayana kuwa; Baba Mungu hata-mhukumu mtu yeyote yule, kwani ni Mwana afanyaye hivyo. Tena hawapo mashahidi, sababu kila mtu atakiri utii wake kwayo toraha kwake, na kutolea maelezo hilo. Vile-vile hayupo mshtaki sababu adui tayari yuko katika kifungo cha miaka elfu. Hivyo watakatifu wote tutakuja mbele zake Kristo Yeshua kupokea hukumu (zawadi) kwa kadri ya matendo yetu katika mwili, yaani hapa duniani.

Na hakika ya maono ya Daniel yaliyo fungwa kwa sili, tunaona yakifunguliwa sasa na Kristo Yeshua kwa maono ya Yokhana katika Ufunuo 20:4-6 ... *Na mimi niliona viti vya enzi, na wao walikaa juu yavyo, na hukumu ilitolewa kwao: na [niliona] nafsi za wale ambao walikatwa vichwa {chinjwa[84]} kwa ajili ya ushahidi {ushuhuda} wa Yeshua, na kwa ajili ya neno la Elohim, na wale ambao hawaku-msujudia {mwabudu} mnyama {mkali}, wala sanamu {muonekano, taswira} yake, wala hawa-kupokea alama [yake] juu ya mapaji ya nyuso zao, au katika mikono yao, na wao waliishi na kutawala na Kristo {Mashiah} kwa miaka elfu {1,000}.*

Lakini wafu walio bakia hawa-kuishi tena mpaka miaka elfu {1,000} ilipo kamilika {malizika}. Huu [ndiyo] ufufuo wa awali[85]*. Aliye barikiwa na mtakatifu [ni] yule aliye na sehemu katika ufufuo wa awali: kwao hao mauti ya pili hayana uwezo {mamlaka*[86]*}, ila wao shuruti watakuwa makuhani*[87] *wa Elohim na wa Kristo. Na wao shuruti watatawala pamoja naye kwa miaka elfu {1,000}. ...*

Yokhana anaonyesha ni sisi watakatifu ndiyo tunao kalia viti hivyo lukuki vya enzi ((Ufunuo 20:4,6, Matityahu 19:28, I Petros 2:9, I Wakorintho 6:2). Hatuna hakika na nini kinafanywa kwao wafia Kristo wa zama za Tabu ya Yahkob, aidha ni watazamaji tu, au nao wanapokea hukumu/zawadi. Kama kwa namna yeyote ile upo utofautisho wa walio mpokea Yeshua zama hizi za kipindi cha Kanisa/Neema (kati ya wiki la 69-70), na watakao mpokea katika wiki la 70 hata wawe wafia Kristo, yeye YHWH anajua. Ujadilifu wa mtizamo wetu ulishafanyika awali.

Neno watakatifu linatumika hapa likimaanisha ni aidha Myisrael aliye amini katika Kristo Yeshua, au sisi Wamataifa tulio amini katika Kristo Yeshua. Pia Yokhana ana onyeshwa kwamba, hapa ndipo pia wafia Kristo wa nyakati za mwisho ndipo watakapo pokea miili yao ya utukufu kwa maisha ya milele pamoja na watakatifu (wa zama za kipindi cha neema ya Kanisa). Pia ni hapa inapo thibitishwa kwako kuwa, sisi watakatifu wake, tutawala pamoja naye milenia yote hapa duniani.

Swali lilo bakia ni hukumu hizi za watakatifu zinafanyika hapa duniani au juu Mbinguni? Kama ingekuwa ni Mbinguni, Daniel asinge muona Mkale akija, sababu tayari yuko humo, hivyo ni fikra zetu kwamba ni hapa duniani. Na fikra hii inakaziwa na mtiririko wa matukio unao onyesha, ni kwisha tu kwa mpingaKristo kuhukumiwa mauti na Mungu YHWH, ndipo hukumu za watakatifu hufuatia. Kumbuka hata sisi watakatifu wake tulikuja naye duniani siku hii ya Harmagedoni. Hivyo sote tutakuwa humu duniani, na hivyo tunafikiri itakuwa ni humu duniani.

Katika uchunguzi wake hili maandikoni, na hususani tokea eskatoloji ya mtume Shauli, tunamwona akitaja pasipo shaka ajaye duniani siku hiyo ni Mungu YAHWEH mwenyewe. Tunajua alimaanisha Mungu Baba, pia tunajua anajua Adonai Yeshua pia anakuja. Na kama Kanisa tupo siku hiyo, basi ni hakika Roho wa Mungu, Ruak HaKodeshi naye anakuja. Tokea fikra hizi, sisi uhukumu ajaye siku hiyo ni Mungu YAHWEH katika utatu mkamilifu. Hata maandiko huita siku hii, Siku ya YAHWEH.

Hili suala la wapi hukumu hizi zitafanyika kieneo (area) kwa mtizamo wa mahali (place), au nafasi fulani (space) pale (location) hukumu hizi za watakatifu wana wa Mungu YAHWEH zifanyikapo, siyo rahisi kama lionekanavyo sisi kulitaja juu. Kumbuka kwamba; zama hizi tulizopo tayari zinao mwingiliano wa vile vya kiroho na hivi vya kimwili. Huu ni mchanganyiko fulani wa daimesheni hii yetu ya wakati, na ile ya Mbinguni iliyo ya milele. Ni kwa jinsi hii pekee eneo hilo laweza tosha kukalishwa mabilioni ya watakatifu, na wote kupokea hukumu zao (mmoja mmoja kwa wakati mmoja).

Tunasema mabilioni ya watakatifu sababu idadi yao hujumlisha watu wa lugha na mataifa yote, pamoja na Yisrael. Wale wote walio kufa kale yote ya kabla ya msalaba wa Adonai Yeshua Kristo, ambao walipata nafasi ya kuhubiriwa injili kuzimu, na kama tulivyo uliza awali, nani mjinga kati yao hata akataye nuru hiyo, iliyo wafikia humo gerezani (I Petros 3:19, 4:6). Kisha jumlisha Wayisrael na Wamatiafa wote walio amini tokea mauti yake wiki la 69 mpaka mwanzo huo wa wiki la 70 (tayari miaka zaidi ya 2000 imeshapita na wiki la 70 bado). Tumeacha watakao fariki zama za wiki la 70, sababu andiko la Ufunuo 20:4-6 liliwatenganisha hivyo pia. Sasa vipi kuhusu wale wa milenia?

Shuruti sasa umepata picha kwa nini tuli-ji-ingiza ghafla kwenye mchanganuo wa maneno mbalimbali yahusiyo utambuzi wa hili hapo juu. Sisi tuliamua hukumu hizo hufanyika duniani tokea kina cha uelewa mzito wa Zaburi 50:4 ... *Yeye shuruti ataziita mbingu tokea juu, na kwendea Dunia, ili aweze hukumu watu wake.* ... Tungependa sana kusema mengi hapa, lakini siyo pake, na wala siyo leo.

Shuruti mpaka hapa, tuwe tayari tumesha hitimisha yale malengo yetu manne (4) tuliyo jiwekea moyoni kufanya hivyo kwako mpendwa: -

1. Kufichua kigezo cha hukumu kuwa ni kwa toraha ya Mungu,
2. Kutambua ni lini katika mstari wa wakati Hukumu ya Watakatifu itafanyika,
3. Kujua ni wapi Hukumu ya Watakatifu itafanyikia,
4. Na kumtambulisha ni Nafsi ipi afanyaye Hukumu ya Watakatifu.

Kama hivi ndivyo, basi somo hili nalo limekamilika. Lakini kabla ya kulifunga, hebu turejelee hili suala la zawadi kama hukumu kwetu watakatifu humaanisha nini. Mpaka hapa ulipo fika, kwa kadri ya mtizamo wa zawadi, na tokea kile tukijuacho, yaelekea kuwepo makundi 3 hivi: wako watakatifu watii wa toraha, ndipo watakatifu lakini pasipo utii wa toraha, na mwisho ni wafia Kristo wa zama za Tabu ya Yahkob. Ulimwengu wa milenia utatawaliwa kwa toraha ya kimwili, lakini wa milele ni kwa ile ya kiroho. Hivyo ni kwayo hii vigezo vya ukuu wa mtakatifu, au udogo wake huamuliwa.

Katika agano jipya la mwisho toraha huandikwa katika mioyo yetu waumini, na hivyo ni dhamira ya kila mmoja wetu ndiyo ijifunuayo hukumuni. Na tokea hiyo wingi wa mataji yako hujulikana, au kutokupata taji pia hujulikana. Katika Kristo sote tumeitimilisha toraha, lakini vipi waudhihirisha ukombozi huo ulio pewa bure, ndiyo dhamira yako hufichua. Wewe hufanya hivyo kwa kupitia matendo yako ya imani, na hayo ndiyo ushuhuda wako kwa kinacho hukumiwa hapa. Hiki ndicho kisicho hitaji mshtaki au shahidi, bali dhamira yako kuisemea nafsi (nia, hisia, akili). Huko ndiko kukiri kushindako kote mbele ya Hakimu Kristo (Yokhana 8:4-11).

Tokea kundi la kwanza la watakatifu watii wa toraha, ndiyo Yeshua aliwatambulisha hao kama wakuu wa milele. Ni fikra zetu hawa ndiyo pia wanao vaa mataji kadhaa vichwani mwao kwa kadri ya utii wao huo. Pia sisi tunafikiri ufalme wa milenia utaruhusu viongozi wa watu asili kwa kila taifa au lugha au aina ya watu duniani. Hawa ndiyo watakuwa chini ya mtakatifu mfalme wa daraja la mataji fulani.

Kundi la pili ni hawa waumini wenzetu katika Kristo ambao hawaitii toraha wakidai hiyo ni laana, imepita, na Yeshua aliipigilia msumari kwenye msalaba wake. Watakatifu hawa hawatekelezi agizo la kutolea ushuhuda ukombozi wao hapa duniani, ili wengine waone na kutamani kuwa kama wao. Hawa hawatastahili zawadi ya mataji vichwani mwao, sababu hawakumtii Mkombozi wao. Hivyo hawa katika Ufalme wa Mungu, milele watakuwa wadogo kati ya wenzi wao wale walio wakuu. Ni fikra zetu kwamba, ukosefu wao wa mataji utapelekea madaraja kama ya yale malaika waliyo kuwa nao tokea uumbaji. Lakini sasa daraja la mtu hulichagua kwa utii wake wa toraha na injili.

Kama hivi ndivyo, hawa watakatifu wadogo (least) watakavyo kuwa, je huu udogo wao unamaanisha nini katika milenia na kesho yake katika milele? Sisi tunafikiri hawata-wekwa juu ya watu asili ambao maisha yao hutegemea utii wao kwayo toraha. Hivyo hawa ni wasaidizi katika idara mbalimbali, na kwao watakatifu wakuu (great). Hivyo hawa wataishi milele wakitawala katika maeneo maalumu ya huduma zao, lakini siyo juu ya mwingine yeyote.

Pasipo hakika upande wetu, tunasimika kundi hili la 3 la wafia Kristo katika nyakati za Tabu ya Yahkob chini yao watakatifu wadogo. Tunafanya hivi kwa sababu, katika nyakati zilizo wekwa maalumu kwa ajili ya ukombozi wa mtu kwa imani, watakatifu wadogo walikata shauri. Hawa wafia Kristo walibaki pasipo kuamini mpaka udhihirisho wa yale yaliyo funzwa kwa imani yalipo anza kutokea, ndiyo nao waliamini na kukombolewa kwa njia ya ushahidi wa damu. Kama hivi itakuwa sahihi, basi nao pia hawatakuwa na taji, na watatawala kimadaraka chini ya watakatifu wadogo. Watakatifu wa zama za milenia watajadiliwa mbele.

Kuhusu haya, tafadhali tafakari binafsi yako maandiko haya: Torati 32:35-36, Ruthi 2:12, II Shamuel 22:21, II Kronikozi 15:7, Zaburi 18:21/ 20, 58:12/11, 62:12, 135:14, Mithali 13:13, 24:12, Yeshayah 35:4, 40:10, 62:11, Yirmeyah 31:31, Daniel 7:27, Matityahu 5:11-12, 10:41-42, 16:27, 19:29, 25:15-29, Luka 6:23, 12:48, Yokhana 1:8, 4:10, Warumi 2:5-6,16, 4:4, 5:15-18, I Wakorintho 3:8, 11-15, 9:25, II Wakorintho 5:9-11, Wafilipo 4:1, Wakolosai 3:24, I Wathesalonike 2:19-20, I Timotheo 6:15, II Timotheo 4:8, Waebrania 8:8, 10:30,35, 11:26, 12:24, Yahkob 1:12, I Petros 1:7, 5:4, na Ufunuo 2:7,10, 17, 26, 3:5,11-12, 21. 11:18, 19:12, 16, 22:12.

Tokea wingi wa uchunguzi wetu maandikoni, bado tunaona zawadi ambazo zatajwa kuwa ni mbili (2) tu, ambazo ni kutawala pamoja naye, na kupokea mataji ya kichwani. Hizi zawadi pia hutambulishwa maandikoni kuwa ni: zawadi ya maisha ya milele na Mungu katika Yerushalem mpya, zawadi ya kula mti wa tunda la uhai, zawadi ya kutofutwa jina lako toka kitabu cha uzima cha Mwanakondoo, zawadi ya mwili mpya wa utukufu, na zawadi ya maji ya uzima. Sisi tunaona watakatifu wafalme wote hushiriki haya, isipo kuwa tofauti iko kwenye mataji pekee.

Pamoja nazo ni zawadi za kupewa ufalme kutawala chini yake Mfalme wa wafalme, zawadi ya kuhesabiwa kuwa kuhani wa kifalme, zawadi ya jina jipya katika jiwe jeupe[88], zawadi ya kula mana iliyo fichwa, zawadi ya vazi jeupe la kuvaa, zawadi ya utukufu milele, zawadi ya Adonai Yeshua kutaja jina lako mbele za Baba Mungu na malaika zake, zawadi ya kuwa nguzo katika hekalu la Mungu, zawadi ya kuandikwa jina la Mungu na jina la mji wa Mungu juu yako[89], na zawadi ya urithi wa kutawala ulimwengu pamoja na Kristo Yeshua ukikaa katika kiti chake cha enzi, kama yeye anavyo kaa sasa katika kiti cha enzi cha Baba Mungu. Hizi nazo, watakatifu wafalme ushiriki zote kwa pamoja.

Zawadi ya mataji hutajwa kwa majina tofauti kama; mataji ya utukufu, taji la uzima, nakadhalika. Sisi tunafikiri watakatifu 70 kati yao wakuu watakao ongoza kwa wingi wa mataji vichwani mwao, ndiyo watakao wekwa juu ya falme za mataifa 70 yatakayo kuwepo duniani katika milenia. Lakini hakuna atakaye zidi wingi wa mataji yaliyo kichwani mwa Kristo Yeshua. Sisi tunafikiri nchi zote 193 katika mgawanyo wa leo, zitarudhishwa katika mataifa yao 70 pekee duniani.

Kuhusu mataji haya, tazama biblia isemavyo kwayo: Zaburi 21:3 inataja wale walio pokea baraka za wema wake, watapokea taji la dhahabu safi vichwani mwao. Mithali 16:31 inasema; apatikanaye katika njia ya haki, atapokea taji ya utukufu. Tunaona jina la YAHWEH katika mapaji ya waumini ni taji la utukufu, kama vile watakatifu walivyo mataji yake ya utukufu kichwani mwake, tena kwa kadri ya wingi wao (Yeshayah 28:5, 62:3, Yirmeyah 13:18, Ufunuo 22:4).

Pia inatamkwa kwa I Wathesalonike 2:19 na II Timotheo 4:8 kuwa; wamsubirio hupokea taji la burudiko, pamoja na taji la haki. Kwa Yahkob 1:12, na Ufunuo 2:10 tunaona taji la kufia dhambi kwa upendo wako kwake ni taji la maisha. Kwa Ufunuo 12:1 liko taji takatifu la nyota 12. Watakatifu ambao kazi zao za utii zitakutikana ni manyasi, hizo zitaungua na hivyo kuwepo pasipo taji kichwani.

... Kwani Mwana wa Mtu ana karibia kuja katika utukufu wa Baba yake pamoja na malaika zake, na katika wakati huo atamzawadia kila mtu kwa kadri ya matendo yake {kazi zake[90]} ... Na tazama, Mimi naja haraka, na ujira wangu uko pamoja nami, kumpatia kila mtu kwa kadri ya matendo yake {kazi yake[91]} shuruti iwe. ... Amin

9.5 Utawala wa Miaka Elfu

Lakini hukumu shuruti itakaa, na wao shuruti watauchukua • • • *{watauondoa} usultani*[92] *{himaya} wake, kuuangamiza na kuutekeza [usultani wake] mwishoni. Na Ufalme na usultani, na ukuu wa Ufalme chini ya mbingu yote, shuruti utapewa kwa watu {am – Wayisrael} watakatifu wa Eliyon {Eli aliye Juu Zaidi}, ambao ufalme wao [ni] ufalme wa milele, na masultani {wafalme} wote shuruti watamtumikia na kumtii yeye {Waefeso 1:10, I Wakorintho 15:24-28, Ufunuo 22:5}.* ... [Daniel 7:26-27].

Somo hili la Utawala wa Miaka Elfu hutukumbusha sisi kivuli cha sherehe ya jubilee (yobeli). Katika sherehe ya jubilee inayo fanyika kila mwaka wa 50 ambao ni mwaka unao fuatia tokea jubilee za miaka 7 mara 7 yaani miaka 49. Ni mwaka wa uachio kwa sababu, katika siku hiyo kila Myisrael aliye mtwaa utumwani nduguye, humwachia huru arudi nyumbani kwake. Na wale walio poteza ardhi ya urithi wao kwa kuiuza, au kulipia madeni, ardhi hiyo hurejeshwa kwao bure. Hivyo kila mtu hurudi kupumzika katika urithi wa baba zake.

Wakati lile la kwanza la kuachiwa toka utumwani ndiyo kivuli cha urudisho wa Wayisrael walio tapanywa Dunia nzima (diaspora), hili la urudisho wa ardhi ndicho kivuli cha Yisrael kukabidhiwa ardhi yake yote ya ahadi. Hakika yake kweli hizi imetuama katika kina cha maandiko ya Walawi 25:4-15, Hesabu 36:4, Yeshayah 14:16-17, na Zaburi 69:33/34.

Katika kulichimbua hili, sisi tulikutana uso kwa uso na mambo mawili ya ajabu sana: kwamba ni katika siku ya 50 kwisha kukombolewa toka utumwa wa Misri, ndiyo Yisrael walifika na kupokea toraha toka kwa Mungu kule mlima Sinai (Kutoka 12:6, 19:1-8). Na kwamba ni siku hii-hii ya 50 toka ukombozi wa msalaba kwa kifo cha Yeshua Kristo, ndiyo sisi Kanisa pia tulimpokea Ruak HaKodeshi. Hiyo ilikuwa ni siku ya sherehe ya Shavuot (Pentekoste), iliyo siku ya 50 tokea sherehe ya Pesaka. Ajabu ya siri hiyo kama ilivyo milenia ni kwamba; katika yote haya mawili, Mungu anashuka na kuishi kati na ndani ya watu wake. Hapa ndipo tulipo uona ukamilifu wa ukivuli wake hili la jubilee kwayo milenia ya Kristo.

Wakati tunafanya marejeo ya eskatoloji ya Yisrael, ulishirikishwa taarifa kwamba, Kristo ana tarajiwa kuwasili rasmi siku moja kabla ya kuanza kwa milenia ya 7 iliyo Shabath kuu. Nayo hii itadumu tokea mwaka wa 7000 mpaka mwaka wa 7999. Hii inaashiria kwamba, mara tu mwaka wa 8000 utakapo ingia, hapo ndiyo ule mwanzo mpya kwa maisha ya milele utawasili. Shabath kuu ya ulimwengu wote ndiyo pia kipindi cha Ufalme wa Mungu kuitawala Dunia chini ya Adonai wa Shabath Yeshua Kristo.

Tunasoma hili kwa Marko 2:27-28 ... *Na yeye alisema kwao, Shabathi ilifanywa {alipelekea iwepo} kwa ajili ya mtu, na wala siyo mtu kwa ajili ya Shabathi: Hivyo basi Mwana wa Mtu ni Adonai wa Shabathi pia. ...*

Hii ni kweli isiyo pingika tena maandikoni, kwamba Mungu Baba amemkabidhi ufalme wote Mwanakondoo wa Mungu, Adonai Yeshua Kristo. Yeye pamoja na watakatifu wake wana wa Mungu tutatawala kwa miaka elfu falme zote, nchi zote, na watu wote wa Dunia hii milele. Kama vile falme za watu asili zitakavyo rudishwa kwa watu asili, ndivyo navyo Yisrael kwa upekee watapewa mtakatifu mashiah David kuwa mfalme wao, tena kwa milele yote. Na hakika ya haya ni II Shemuel 7:9-17, Yehzekel 37:22-25, 34:22-24, Hosheyah 3:4-5, Yirmeyah 30:8-10, na Zaburi 2:1-12.

Katika somo hili sisi tunayo agenda; kwamba kwanza tuthibitishe kwako mpendwa kuwa, utawala ujao wa Kristo Yeshua wa miaka elfu hapa duniani ni kweli, na hakika ya kimaandiko. Na pili ni kuushika mkono wako, ili uweze gusa ukitizama yale yote yatakayo jiri katika kipindi hicho. Tutafanya hivyo kwa kadri ya madokezo machache sana yaliyopo maandikoni.

Kwisha kufichua malengo yetu hayo, tulijifungia kitabuni na kuona makundi 3 ya nabii ziendazo juu kufikia ukamilifu wake yote haya, kama ifuatavyo: -

1. Ngazi ya kwanza: ahadi za wazi, na hakika kwamba, atarudi na kuishi Yerushalem kwa maana halisi ya neno hilo.
2. Ngazi ya pili: yasema siyo tu ataishi Yerushalem, bali atatawala ulimwengu wote tokea humo. Kwazo nabii hizi mbili za awali, ndiyo ile kauli maarufu kwamba; atakaye tawala Yerushalem,

ataitawala Dunia.

3. Ngazi ya tatu: ni nabii ambazo hutupa marefu ya nyakati na kipindi cha utawala wake huo pale ajapo duniani, na kwamba siyo yeye pekee ajaye, bali atafanya hivyo pamoja na watakatifu wake wote.

Tutaanza na utajo wa nabii hizo kwayo makundi hayo 3 juu. Na tukisha maliza hilo la uthibitisho wa hayo 3, ndiyo tutaingia katika ujadilifu wa mada hii. Kwa ajili ya kurahisisha uelewa wako kanisa unaye zungumza Kiswahil, sisi tumeligawanya somo hili katika maeneo 3 muhimu kama ifuatavyo: -

1. Unabii: -

i. Unabii wa atarudi na kuishi Yerushalem,
ii. Unabii wa Atatawala Dunia tokea Yerushalem,
iii. Unabii wa marefu ya kipindi cha utawala.
    1. Utangulizi
    2. Hekalu la IV.
    3. Maisha ndani ya Milenia:

i. Kisiasa - nani anatawala, na mfumo wa utawala wake ukoje,
ii. Kidini - nani anaabudiwa, na taratibu za ibada kwake zikoje,
iii. Kiuchumi - vipi watu huishi, na wanajikimu vipi mahitaji yao,
iv. Kijamii - upi ni utamaduni, na ustaarabu wa zama hizo.

Unabii

Ngazi ya Kwanza - Atarudi na Kuishi Yerushalem:

Yeshayah 65:9, Zekaryah 2:10 ... *Na Mimi nitamleta mbele {nita-mtoa nje aje} Mzao {mbegu} toka Yakob, na toka Yehudah mmiliki {ashikae eneo kwa kuwaondoa wakazi wa awali hata amiliki/ arithi badala yao} wa milima yangu: na mteule wangu shuruti amiliki hiyo, na watumwa {watumishi[93]} wangu shuruti wafanye maskani {makazi} yao hapo. ... Imba na furahi, oh binti wa Siyoni: kwani, tizama, Mimi naja, na nitafanya maskani yangu kati yenu, asema YAHWEH. ...*

Zekaryah 8:3, 2:11 ... *Hivi asema YAHWEH; Mimi narudi Siyoni, na nitafanya maskani kati ya Yerushalem: na Yerushalem shuruti itaitwa Mji wa Kweli; na mlima wa YAHWEH Tsabah Mlima Mtakatifu. ... Na mataifa mengi shuruti yatajiunganisha kwa YAHWEH katika siku hiyo, nao shuruti watakuwa watu {am – Wayisrael} wangu: na Mimi nitafanya maskani yangu kati yenu nyie, na nyie shuruti mtajua {tambua} kwamba YAHWEH Tsabah alinituma Mimi kwenu. ...*

Yokhana 10:16, Yoel 3:17 ... *Na kondoo wengine Mimi ninao, ambao siyo wa zizi hili {Yeshayah 56:8}: hao pia lazima Mimi niwalete, na wao shuruti wataisikia sauti yangu; na hapo litakuwepo kundi moja, [na] mchungaji mmoja. ... Hivyo shuruti nyie mtajua kwamba Mimi [ndiye] YAHWEH Mungu wenu aishiye katika Siyoni, mlima wangu mtakatifu: ndipo Yerushalem shuruti iwe takatifu, na hapo hatakuwepo mgeni {alalaye nyumba ya wageni, kuzini} apitaye kati yake yeye[94] {nafsi ya kike} tena. ...*

Ngazi ya Pili – Atatawala Dunia tokea Yerushalem:

Daniel 7:27, Yirmeyah 23:5 ... *Na Ufalme na usultani[95], na ukuu wa Ufalme chini ya mbingu yote, shuruti utapewa kwa watu {am – Wayisrael} watakatifu wa Eliyon {Eli aliye Juu Zaidi}, ambao ufalme wao [ni] ufalme wa milele, na masultani {wafalme} wote shuruti watamtumikia na kumtii yeye {Waefeso 1:10, I Wakorintho 15:24-28, Ufunuo 22:5}. ... Tazama, siku zaja, asema YAHWEH, kwamba Mimi nitalichepusha {fanya lichipue} kwake David Tawi la Haki, na Mfalme shuruti atawale na kufanikiwa {makini, mwenye akili, hekima, na uelewa}, na shuruti atafanya hukumu na haki duniani. ...*

Ufunuo 2:27, 5:10, 3:21 ... *Na yeye shuruti atawatawala {kama mchungaji alishaye} wao kwa fimbo ya chuma {nondo}; kama vyombo vya mfinyanzi shuruti wao watavunjwa vipande-vipande {Zaburi 2:9}: tena kama Mimi nilivyo pokea kwa Baba yangu. ... Na ametufanya sisi kwa Elohim wetu wafalme na makuhani: na sisi shuruti tutatawala katika Dunia. ... Kwake yule ambaye atashinda Mimi nitamruhusu akae na Mimi katika kiti changu cha enzi, tena kama vile Mimi nilivyo shinda, na nimekalishwa chini pamoja na Baba yangu katika kiti chake cha enzi. ...*

Ufunuo 11:15, Daniel 2:34-35 ... *Na malaika wa saba {7} alilipuliza {tarumbeta}; na hapo zilikuwepo sauti kuu Mbinguni, zikisema, falme za huu ulimwengu zinakuwa za YAHWEH wetu, na za Kristo wake, na shuruti yeye atatawala milele na milele. ...*

Wewe uliona mpaka pale jiwe lilipo katwa pasipo mikono, ambalo liliipiga sanamu juu ya miguu yake ya chuma na mfinyanzi, na kuivunja vipande-vipande. Kisha ikawa chuma, udongo wa mfinyanzi, shaba, fedha, na dhahabu, zimevunjika vipande-vipande pamoja, na zimekuwa kama makapi {mapepe} kwenye viwanja vya kupigia-pigia nafaka nyakati za kiangazi; na upepo ulizipeperusha, hata pasiwepo mahali kwazo kuonekana: na lile jiwe liloipiga sanamu likawa mlima mkubwa, na kuijaza Dunia nzima. ...

Ngazi ya Tatu na Mwisho - Marefu ya Kipindi cha Utawala:

Ufunuo 20:4,6 ... *Na mimi niliona viti vya enzi, na wao walikaa juu yavyo, na hukumu ilitolewa kwao: na [niliona] nafsi za wale ambao walikatwa vichwa {chinjwa[96]} kwa ajili ya ushahidi {ushuhuda} wa Yeshua, na kwa ajili ya neno la Elohim, na wale ambao hawaku-msujudia {mwabudu} mnyama {mkali}, wala sanamu {muonekano, taswira} yake, wala hawakupokea alama [yake] juu ya mapaji ya nyuso zao, au katika mikono yao, na wao waliishi na kutawala na Kristo {Mashiah} kwa miaka elfu {1,000}. ...*

Aliye barikiwa na mtakatifu [ni] yule aliye na sehemu katika ufufuo wa awali: kwao hao mauti ya pili hayana uwezo {mamlaka[97]}, ila wao shuruti watakuwa makuhani[98] *wa Elohim na wa Kristo. Na wao shuruti watatawala pamoja naye kwa miaka elfu {1,000}. ...*

Mpaka hapa tumesha thibitisha kwako mpendwa kimaandiko; na tena kukuonyesha ahadi za wazi, na hakika kwamba, Kristo Yeshua atarudi na kuishi Yerushalem. Na zaidi umeona atatawala ulimwengu wote tokea hapo Yerushalem. Na la mwisho lilikuwa ni sisi kukuonyesha wewe marefu ya nyakati na kipindi cha utawala wake huo pale arudipo duniani. Hili pia tumefanya, hata ujue atatawala kwa miaka elfu.

Utangulizi

Kwisha kuhitimisha hayo muhimu, sasa tuendelee na mada yetu. Ni fikra zetu kwamba, kwa ujio huu wa Ufalme wa Mungu, Dunia inapewa nafasi kuona vile ambavyo katika baraka pasipo laana (iliyo kuja na uasi wa Adam wa kwanza), ingestahili kuwa. Utawala na watawala hawa wapya, tutaigeuza Dunia yote kuwa kama vile bustani ya Eyden ilivyo stahili kuijaza Dunia. Uharibifu wa hali ya hewa, hali ya nchi, uchafuzi wa bahari, na uharibifu wa vyanzo vya maji, aufanyao mtu leo utakoma.

Siyo chakula tu kitaboreshwa, bali hata afya za watu asili, kiasi kwamba mtu kufariki akiwa na miaka 100 itakuwa kama kafariki mtoto mchanga (Yeshayah 65:20). Utawala wetu huu katika Kristo Yeshua, hautakuwa na lengo la kurejelea maisha ya Eyden katika ujima, la hasha! Teknolojia stahilifu tuliyo pewa kwa zama zote mpaka hapa, itaboreshwa kupokea ufanisi wa juu zaidi katika kumhudumia mtu. Teknolojia hizo bora na muujiza hazitakuwa na tofauti. Kile tu kiletacho amani ya nafsi, utulivu wa moyo, furaha, na afya tele, ndicho kitakacho bakishwa.

Elimu itakuwa kweli. Nia na hivyo sera (policies) za ufalme zitakuwa haki kwanza, kujitosheleza kwa wote, ustaarabu wa kiungu (holiness), utofautisho wa kila kitu kwa namna na jinsi yake katika upekee wake (siyo usawa), theokrasi (itasimama juu ya demokrasi), usalama, burudani (mfano mashindano ya muziki, na vichekesho safi), amani (utimilifu wa kila hitaji), starehe (raha isiyo anasa, mfano kutalii duniani), lishe bora, afya (na siyo matibabu), na juu yazo sera zote hizi, ni kanuni ya dhahabu ya upendo kwa Mungu na kwa kila mwenzi wako.

Kwa kuwa ndiyo mara tu tutakuwa tumetoka katika kipindi kiovu kuliko vyote ulimwenguni, basi ufalme pasipo ajizi utajikita katika: usafisho wa aina zote za maji na vyanzo vyake, hakika ya upatikanaji endelevu wa chakula, na mahitaji yote ya mtu-asili kujikimu kimaisha. Kurejesha miundombinu, usalama, na ujenzi wa makazi kwa wote. Hatakuwepo fukara, ombaomba, au mwendawazimu tena.

Pia tutasimamia uteuzi na chaguzi za viongozi wa aina na ngazi zote duniani, uvunjaji wa majeshi ya kila nchi, na uteketezi wa silaha zote duniani. Usimiko wa mfumo mpya wa elimu ya teknolojia, elimu jamii, na zaidi-zaidi elimu dini. Biashara ya haki na isiyo ubaguzi au upendeleo, bali iletayo faida sawa kwa wote, itasimikwa ndani ya jamii, na kati ya nchi. Toraha ya Mungu itakuwa katiba ya ulimwengu, na kila nchi au mji, utahakikisha sheria zake ndogo-ndogo (by law) zinaafikiana nayo hiyo. Toraha itakuwa ndiyo kigezo na msingi wa haki duniani. Na mwisho ni uhakikisho wa hija ya Yerushalem kwa kadri ya maandiko.

Utawala wa watu asili utafanyiwa kivuli kionekanacho (mirroring hierarchy) kimoja tu, na wafalme watakatifu walio chini ya Mfalme Adonai Yeshua Kristo. Hakuna kinacho weza fichika kwao hawa walio na miili ya utukufu. Kama walivyo malaika leo katika Ruak, ndivyo uhusiano wetu na kiti cha enzi hekaluni Yerushalem utakavyo kuwa. Sote kama mwili mmoja wa Kristo, hukalia kiti hicho kimoja cha enzi pamoja naye, kama vile naye akaliavyo leo cha Baba Mungu. Na kwa jinsi hii tutaitawala Dunia kwa maongozi ya Ruak na toraha ya Mungu, ikiwa ndiyo fimbo ya chuma ya kifalme (scepter) isiyo pinda.

Kama wewe unafuatilia ukristo duniani kwa karibu, shuruti hata sasa wajiuliza: watakatifu wafalme wateuliwa wengi namna hii, watapatikana toka wapi? Katika usiku mmoja, wakati mmoja wetu akiwa kalala, alijikuta katika ujadilifu wa kina kuhusu haya. Naye alifikiri hivi: Leo tukiandika hapa, wako duniani Wakristo takribani bilioni mbili. Hivyo akakisia wale walio twaliwa na Yeshua Kristo toka kuzimu (4000BC–33AD), wa vizazi vyote vya awali (miaka 4000) tuseme ni takribani waumini bilioni moja. Kisha alijumlisha walio fariki wakiamini tokea msalaba wa Kristo mwaka 33AD mpaka mwaka 2000AD kuwa ni takribani waumini bilioni tatu. Na mwisho ni waumini wa tokea mwaka 2000AD mpaka ujio wa pili mwaka (6,999 – (2000+4000) = 999) 2999AD alio kisia kuwa waumini takribani bilioni tatu. Hivyo hao watakuwa watakatifu wateuliwa wafalme takribani bilioni 7 katika milenia.

Namba hii yaweza hata kuwa hata mara 3 yake, kwani sisi tumeichagua hiyo kwa ajili ya ujadilifu tu. Pia tambua kwamba, kwisha kwa kipindi cha Tabu ya Yahkob, kitaacha watu duniani kuwa adimu sana. Lakini idadi yao itaongezeka, sababu ni matarajio yetu miaka 1000 inavyo zidi kwenda mbele, ndivyo Mfalme pamoja na sisi wafalme wake tutakavyo ifanyia marekekatika Dunia kwa haraka sana. Hivyo miaka ya maisha nayo mara ghafla itaanza kuinuka toka 150 kwenda 300. Tufikapo nusu ya milenia tayari umri utafikia miaka 500. Kwa wale walio zaliwa ndani ya milenia, hao watafikia umri wa miaka hata 930 ya Adam wa kwanza.

10 Countries with the Largest Number of Christians

Countries	Estimated 2010 Christian Population	Percentage of Population that is Christian	Percentage of World Christian Population
United States	246,780,000	79.5%	11.3%
Brazil	175,770,000	90.2	8.0
Mexico	107,780,000	95.0	4.9
Russia	105,220,000	73.6	4.8
Philippines	86,790,000	93.1	4.0
Nigeria	80,510,000	50.8	3.7
China	67,070,000	5.0	3.1
DR Congo	63,150,000	95.7	2.9
Germany	58,240,000	70.8	2.7
Ethiopia	52,580,000	63.4	2.4
Subtotal for the 10 Countries	1,043,880,000	40.4	47.8
Total for Rest of World	1,140,180,000	6.3	52.2
World Total	**2,184,060,000**	**31.7**	**100.0**

Pew Research Center's Forum on Religion & Public Life • Global Christianity, December 2011

World Christian Population by Region, 2010 and 2050

	Year	Region's Total Population	Region's Christian Population	% Christian in Region
Europe	2010	742,550,000	553,280,000	74.5%
	2050	696,330,000	454,090,000	65.2
Latin America-Caribbean	2010	590,080,000	531,280,000	90.0
	2050	748,620,000	665,500,000	88.9
Sub-Saharan Africa	2010	822,730,000	517,320,000	62.9
	2050	1,899,960,000	1,112,390,000	58.6
Asia-Pacific	2010	4,054,940,000	287,100,000	7.1
	2050	4,937,900,000	381,200,000	7.7
North America	2010	344,530,000	266,630,000	77.4
	2050	435,420,000	286,710,000	65.8
Middle East-North Africa	2010	341,020,000	12,710,000	3.7
	2050	588,960,000	18,180,000	3.1

Source: The Future of World Religions: Population Growth Projections, 2010-2050
Population estimates are rounded to the nearest 10,000. Percentages are calculated from unrounded numbers.

PEW RESEARCH CENTER

Katika kalenda ya Yisrael, siku ya tarehe 28 Oktoba 2016 (tufanyapo hesabu hili) ni sawa na tarehe 26 Tshrei 5777, ni hivi kwa sababu tulijenga hoja awali hapo juu kuwa, milenia itaanza kwisha kufika mwaka 6999 (fikra tuliyo pokea toka eskatoloji ya Yisrael). Kama tuko sahihi, basi itakuwa tumebakiza miaka 1,222 kimahesabu, lakini hesabu sahihi ni kwa kalenda ile ya Mbinguni. Tazama mpendwa, huu ni mchezo wa namba, ili tuweze fanya ubunifu wa idadi ya watakatifu katika zama za milenia. Hii ni njia mojawapo rahisi ya kuhesabu ili kufanyia makisio ya idadi.

Kwa namna yeyote ile, huu siyo utabiri wa iadha siku yeyote muhimu kimaandiko ijayo mbele. Na kama unafikiri tumefanya hivyo, basi bora tukwambie hadharani, mwaka huo au siku hiyo, siyo hiyo kabisa! Sisi tunapinga kwa nguvu zetu zote, na kwa kadri yote inavyo wezekana katika kuandika au tamka; ufanyikaji wa utabiri wa siku au saa, kwani huko ni kulidanganya Kanisa. Yeshua kwa Matityahu 24:36 alisema kuhusu siku au saa, hakuna mtu au malaika, hata yeye, aijuaye bali Baba Mungu pekee.

Je yuko yeyote ambaye kwisha kuvuka wiki la 70 la Daniel lililo miaka 7 ya Tabu ya Yahkob, awezaye sema pasipo soni eti uovu umepungua kadri tulivyo kuwa tunakaribia ujio wa pili wa Kristo Yeshua? Hapana, hakuna mtu huru (pasipo kifungo cha itikadi) awezaye sema hivyo. Wote tumeona udhalimu na uovu ukiongezeka mpaka kilele chake kufikia. Kama hivi ndivyo, je yuko ambaye bado anafikiri duniani kwa sasa tuko katika milenia? Au yuko aliyeona huko nyuma Kanisa tukishika hatamu duniani, na kukabidhi kwa Kristo Kanisa linalo itawala Dunia?

Tunataka mpendwa usiwe mjinga katika mambo haya. Uovu duniani siyo unapungua, bali watu waovu wanagundua njia mpya za kuutenda huo kwa wingi, na kwa kasi ya juu zaidi, na kwa mara nyingi zaidi kuliko ilivyo isha wahi kuwezekana awali. Hebu tizama picha za utupu (pornongraph) zilizvyo kwa kila aina, jinsi na namna, na urahisi wake kuziona, kila mahali, kwa kila mtu, na wakati wote. Uovu huu ndani ya nchi moja leo, waweza kuzidi uovu huo wa kuchungulia utupu wa vizazi vyote vilivyo tangulia tokea kuumbwa kwa Dunia. Pia tizama aina za uchafuzi leo ndani ya masinagogi, na kasi ya kuukana ukristo bara Ulaya (apostasy).

Hiki ndicho kigezo tulicho tumia katika hesabu zetu awali, pasipo kukitaja kwako. Haya ndiyo yalikuwa makisio ya hesabu zile: kama hesabu ya kizazi ni miaka 100, na idadi yao leo ni bilioni 2, basi kwa miaka 1222 iliyo bakia kuna vizazi 12 ambavyo ni sawa Wakristo bilioni 24 (ukizingatia hakuna anaye toka, au wanao toka wanajaziliwa na wale wapya wanao jiunga au zaliwa). Kama hivi ndivyo, kwa nini unafikiri sisi tulisema idadi yao kuwa bilioni 7 tu? Je bado unafikiri hesabu zetu ziko sahihi?

Sisi tuliweka chujio (filter) dogo tu linalo tumia tafsiri yetu ya Mkristo ni nani: ni yule anaye amini kwake Adonai Yeshua Kristo, kuwa ni Mwana wa Mungu, na injili yake yote aliyo pewa na Baba Mungu kutuletea ni kweli. Anaye amini biblia ni neno la Mungu, na toraha ndiyo msingi wa jinsi ya kuishi kwa wote walio watakatifu wake. Anaye amini katika miujiza na maajabu ya Mungu, na kwamba malaika wako, na Ruak HaKodeshi yuko duniani anaongoza Kanisa lake. Chekeche hili liliwapunguza sana bara Ulaya na Amerika ya kaskazini.

Tokea tafsiri yetu hii ya Mkristo ni nani, tayari hata seminari zao huko zinazalisha wasio Wakristo kwenda kufundisha Ukristo?! Takribani nusu ya seminari za bara Ulaya na Marekani ya kaskazini zinazo tambulika kama za Kikristo, zinapingana na kila kitu tulicho kisema kwenye tafsiri yetu ya Ukristo hapo juu. Kwao Yeshua ni mtoto wa Miryam kwa seremala Yosef. Alikuwa mwalimu wa falsafa ya upendo (humanism). Katika biblia watu wa kale walitumia miujiza kuficha maana, na kwamba hakipo kitu kama hicho, na kitabu cha Daniel ni cha kughushi na ha Ufunuo ni mafumbo tu. Huu ni ufupisho wetu wa kirafiki, wanayo mengi yanayo weza kukusononesha kwa siku kadhaa.

Acha tukuonjeshe moja tu tokea mlolongo wao huo mrefu kupindukia. Hapa tuandikapo[99], majalizi haya, tayari nchi kadhaa bara Ulaya na Amerika ya kaskazini wamepitisha sheria za kejeli kwao Ukristo iitwayo hotuba ya chuki (hate speech), kana kwamba ukitenda hilo wakiuka upendo. Hii kimsingi inamaanisha; kusema lolote lilo kinyume na ndoa za jinsi moja (same sex marriage), au kusagana, au usenge. Kwa sheria zao leo, mambo yote hayo ni makosa ya jinai kwako Mkristo kupinga, au kusoma hadharani kile biblia isemacho kuhusu hayo.

Tayari Canada wako wahudumu walio fungwa na wengi wanapigwa faini (fines). Unajua Marekani leo kwako Mkristo mwenye bekari[100] (bakery) kukataa kumpikia keki anaye funga ndoa ya jinsia moja ni tendo la chuki dhidi yao, na hivyo wewe uhesabiwa mhalifu wa sheria hizo mahakamani? Wamebakiza hatua chache sana wapige marufuku biblia hata kwa wakubwa, sababu tayari watoto wa shule wanazuiwa aidha kuja nayo shuleni, au kusoma toka hiyo darasani, ijapo kuwa wako kimya kabisa kwa dini nyingine kuja na vitabu vyao, na hata kufanya sala zao mashuleni.

Uanguko (apostasy), tayari umeshaanza kwao wapendwa wetu hawa. Mara tu, hata akili zao zitapewa kwa udhalimu, sababu wameita kweli ya YHWH uongo, na uongo wa satani kweli. Kama alivyo onya mtume Shauli kwa Warumi 1:25-29, utelezi huu hukuangushia katika kusagana na ushoga. Hivyo wametungia hata sheria kwenye mabunge yao (wawakilishi wa raia wote wa nchi hizo), ili kuyalinda matendo potofu hayo. Haya yote aliyo fanyia unabii mtume Shauli, ndiyo leo mtindo, na jambo la kuigwa hata kupigiwa mfano huko.

Tumesema yale tuonayo tokea pale tusimamapo leo katika mstari wa wakati, siyo ajabu mtoto wa mjukuu wetu (kama Kristo anachelewa) atafanyia uhariri kitabu kujumlisha yatakayo jifunua zaidi miaka 200 ijayo mbele, akihukumu kama hali inaboreka au inaharibika zaidi. Lakini kwetu sisi, acha wakati wetu ufikapo tulale katika amani yake, au atupendelee kwa uchukuo turudi nyumbani pamoja naye. Lakini wewe mpendwa; shuruti umwandae mwanao katika kweli yote ya YAHWEH, huku ukidumu katika sala, ili yeye akusaidie kumlea. Tafakari

Hekalu la Nne

Zekaryah 6:12-13, Matendo 15:16 ... *Na ongea kwake, ukisema, Hivi asema YAHWEH Tsabah, asemapo, Mtizame mtu ambaye jina lake [ni] Tawi {Semah}; na yeye shuruti atachipua {samah} tokea mahali pake, na yeye shuruti atalijenga hekalu la YAHWEH {Zekaryah 3:8, Yeshayah 4:2, Yirmeyah 33:15}: Tena huyo shuruti atalijenga hekalu la YAHWEH; na yeye shuruti ataibeba fahari kuu, na atakaa na kutawala juu ya kiti chake cha enzi; na yeye shuruti atakuwa kuhani juu ya kiti chake cha enzi {Tafsiri ya Jewish Publication Society 1917, hutumia neno 'mbele' badala ya neno 'juu'}: na ushauri wa shalom {hakuna kinacho kosekana: amani, mafanikio, usalama, utulivu, ustawi n.k} shuruti utakuwa kati yao wawili {kwa tafsiri hii wawili ni ofisi ya mfalme na ofisi kuhani mkuu itakuwa moja, na kwa tafsiri ya Jewish Publication Society 1917, wawili ni mfalme Zerubabel na kuhani mkuu Yehoshua}. ... Baada ya haya mimi nitarudi, na nitalijenga tena hema la David, ambalo linaanguka chini; na mimi nitayajenga tena magofu yake hapo, na nit-lisimamisha wima. ...*

Kwa nini hili linalo tajwa hapa siyo Hekalu la III? Ni kwa sababu hili alijengaye ni Mfalme wa wafalme, Adonai Yeshua Kristo. Sawa, kwa hili tumeelewa, lakini kwa nini hili siyo Yerushalem Mpya? Tazama mpendwa, Hekalu la IV linajengwa na Adonai akiwa hapa duniani. Jiji la Yerushalem Mpya litashuka duniani toka juu Mbinguni kama bibi harusi, tena katika ulimwengu mpya utakao umbwa baadaye kwisha huu kuteketezwa kwa moto. Hili litabakia hapo kati ya Dunia, juu yake patakapo itwa Yetushalem Mpya.

Katika mstari wa wakati, haya mawili ni tofauti kabisa, kwani moja hufuatilia kwisha tu kwa wiki la 70 la Daniel lilo Tabu ya Yahkob, wakati Yerushalem Mpya (isiyo na hekalu ndani mwake) hufuatilia utakaso wa Dunia kwa moto kuchoma kazi zote za mikono ya watu. Hekalu la IV ni kwa ajili ya makazi ya Mfalme wa wafalme Yeshua Kristo, pamoja na watakatifu wake wafalme kwa miaka elfu. Yerushalem Mpya ni kwa makazi ya Mungu YAHWEH na wenye haki watakatifu watoto wake wote milele. Maandiko yako bayana kuwa, jiji hili la milele halitakuwa na hekalu ndani mwake (Ufunuo 21:22).

Kwa kuwa daimesheni za kiroho na kimwili zimesha changanyika, na hivyo miujiza imeshakuwa jambo la kawaida duniani, ni fikra zetu kwamba, ujenzi wa makazi ya Mfalme wa wafalme Adonai Yeshua na watakatifu wake, palipo pia makao makuu ya serikali ya Yisrael chini ya mfalme wao David, yaani Hekalu la IV, ujenzi wake utakuwa kwa neno la utamko. Anasema kwa Amos 9:11 ataliinua lile la kale lilo-anguka tokea mabaki yake, na atalijenga tena kama lilivyo kuwa katika siku za kale. Hapa ndipo wafalme wa mataifa watakapo kuja kushiriki sherehe za tabanako Yerushalem, mwaka hadi mwaka.

Je nabii Amos alipo sema kama lile la kale alimaanisha Hekalu la I la Shelomoh? Na pale kiongozi wa mitume Yurushalem Yahkob, kaka wa Adonai Yeshua, anapo nukuu andiko hilo la Amos (kwa Matendo 15:16), je yeye alimaanisha Hekalu la II lile la Herode liloanguka? Tunafikiri naye alimaanisha lile la Shelomoh, kwani lile la pili la Horode lilikuwa bado lasimama halija bomoka. Hekalu la I alilojenga Shelomoh ni sahihi kuitwa la David, sababu ni yeye ndiye alipewa ramani (blueprint), na kukusanya vifaa vya ujenzi huo kwa ajili ya mwanaye.

Vipi kuhusu fikra kwamba, neno 'tabanako la David' hapo, limaanishalo 'nyumba ya David,' humaanisha ufalme wake wa milele kwao Yisrael, na siyo ujenzi wa tabanako (sanctuary) lilo ndani ya hekalu (temple)? Kama hivi ndivyo, vipi maelezo kuhusu kuziba nyufa zake, kutumia mabaki yake ya kale, na kulijenga tena humaanisha? Kuziba nyufa ni kurudishwa kwa walio tapanywa, na mabaki ni hao Yisrael watakao kuwepo nchi ya ahadi wakati wa ujio wake wa pili?

Mpaka hapa tulipo utakubaliana nasi kwamba, kama ana zungumzia ujenzi wa hekalu lile la kale tena, basi shuruti vipimo vya hili jipya vitashabihiana na vile vya lile la kale kwa namna fulani. Sisi tunajua, lile la kale (la kwanza) kwa vipimo vyake vile, halitamudu matumizi haya mapya ya hili la nne yanayo tajwa kuja kutimiliza. Hili tutalirudia tena mbele, na kulitolea hukumu tokea kigezo hiki.

Sisi tunafikiri ujenzi wake Hekalu la IV utakuwa kwa utamko wa neno, nalo kutokeza. Sisi tunasema hivi kwa sababu, hauta-kuwepo tena muda wa kusubiria miaka kadhaa ya ujenzi wake hili. Pia tayari miujiza na maajabu ya YHWH ni kawaida duniani. Hivyo Mungu Neno atatamka neno la kuamuru: na mara eneo lote la ujenzi litasafishwa na watu kusogezwa toka hapo. Malighafi zote zinazo hitajika kama sementi, mchanga, udongo, maji, vioo, vyuma, mbao, madini ya kila aina, misumari, na vyote vingine vitakusanyika hapo. Kama maono yale ya bonde la mifupa mikavu katika Yehzekel 37, ndivyo ghafla shughuli za ujenzi zitaendelea hapo kwa kasi isiyo mfanoe (Matityahu 17:20, 21:21, Marko 11:23). Pia kumbuka katika siku ya Armagedoni (jana yake), alirudi pamoja na majeshi ya malaika, na sisi mabilioni ya watakatifu wake.

Na katika kufumba na kufumbua; hekalu la Mungu YAHWEH, Muumbaji wa vyote na wote, litasimama juu ya vilima vya Siyoni, katika ukamilifu mzuri kupindukia wa tabanako, hekalu, ukumbi, na uwanja mkubwa wa hekalu kwa ajili ya sherehe za miadi. Kumbi kubwa na maridhawa zitatokeza na kuwepo, vyumba vya hazina na ofisi za watakatifu wafalme, vifaa na mavazi ya huduma vitakuwepo. Malango na kuta za kuzunguka hivi vyote zitakuwepo.

Wakati ufanyikaji huu wa majengo na maeneo maalumu pamoja na kuta za eneo la hekalu ukiendelea, pia ufanyikaji wa kila aina ya kifaa kihitajikacho humo, nao pia utakuwa unaendelea. Navyo hivi vitakusanywa pale vihitajikapo kuwepo kwa ajili ya huduma za hekaluni. Humo vitakuwepo vifaa na vyombo vya dhahabu safi, shaba na fedha, yatakuwepo mazulia, magodoro, mapazia, na nguo za huduma kwa kila namna na jinsi. Hakuna hitaji la watakao ishi humo, au watakao hudumia humo, au watakao kuja hapo, halitazingatiwa na kukamilishwa katika utambuzi makini wa Roho wa Mungu.

Na kwisha haya kukamilika, ndipo vile viti vya enzi vya hukumu ya watakatifu wafalme, navyo vitaletwa mbele na kuandaliwa rasmi kwa tukio hilo. Ni hapa pia kile kiti cha enzi kikuu cha huruma cha Mungu Mwana, Mfalme wa wafalme Adonai Yeshua Mashiah kitawekwa juu zaidi. Yatakuwepo manzari na bustani nzuri mno hapo, na wanyama wasafi kuvinjari ndani yake. Hata mbegu za kale za miti ya bustanini Eydeni zitachipua na kushamiri tena duniani. Je umeanza kupata picha ya ukubwa wa hekalu hili jipya?

Haya yote ni tokea nia safi za mioyo yetu, matumaini mema kwa Mungu wetu, na furahisho kuu la nafsi zetu. Je nani ampendaye YAHWEH aliye tayari kutulaumu kwa kuthubutu kufikiri haya yote kwamba yeye anaweza, na tena kwa neno la utamko tu? Je imani haidhihirishwi katika maneno na matendo ya mtu? Je kanisa litafunzwa kwa tumaini la kufikirika tu? La hasha! Lengo ni wewe upate picha inayo gusika hata uweze kuivinjari ujionee maboresho yajayo, ambayo ni makuu kuliko hayo. Je tumaini la mioyo ya miti mikavu itazidi ile kweli ya Mti Mbichi? Kamwe!

Sisi tunaamini kwa dhati ya mioyo yetu kwamba, neno la Mungu huumba, na uumbaji huo hata sasa tayari uko katika maandiko, lakini hakuna aliye jasiri wa kutosha katika imani kulisimamisha, au hata kuamuru mlima wowote utoke hapo ulipo uhamie pengine (Marko 11:22-24). Miaka zaidi ya 2000 sasa imepita tokea atupe changamoto hilo la mlima, na bado hayuko hata mmoja wetu anaye thubutu (na wale wanao jaribu kuanza uthubutu, hukemewa sinagogini na kushurutishwa kukaa chini). Afadhali mtume Petros alitembea kidogo juu ya uso wa maji.

Njia hii ya ujenzi wa Hekalu la IV kwa utamko wa neno, wawezekana sababu yaenda sambamba na kile alicho tufunza kuhusu jinsi imani kama mtumishi wako hutenda kazi. Pia kumbuka jinsi alivyo tufundisha kwa Matityahu 17:20 kwamba, ukiwa na imani hata iliyo ndogo kama punje ya haradili, waweza uamuru huu mlima ondoka hapa, hamia pale, nao utaondoka, na hakuna ambacho kitashindikana kwako. Na ni hivyo-hivyo kwa Marko 9:23, na 10:27 kuwa; kama wewe waweza amini, basi kila kitu chawezakana kwako uaminiye. Amin

Kama ilivyo kuwa katika siku ya uumbaji[101], Ruak HaKodeshi atavuma katika eneo hilo, na mbele ya halaiki yote, hakika nyumba ya Mungu isiyo jengwa kwa mikono ya watu itasimama duniani. Iliandikwa hivi kwa Matendo 17:24 ... *Elohim aliye ufanya ulimwengu na vyote vilivyomo ndani mwake, akiona kwamba yeye ni Adonai wa Mbinguni na duniani, haishi katika mahekalu yaliyo jengwa kwa mikono; ...*

Tena kuelewa tusemacho, tazama hali ilivyo kuwa katika eneo la ujenzi wa lile la kale kwa I Wafalme 6:7 ... *Na nyumba, wakati ilipo kuwa ikijengwa, ilijengwa kwa mawe yaliyo tengenezwa tayari kabla ya kuletwa hapo: kiasi kwamba haikuwepo nyundo au shoka [wala] kifaa chechote cha chuma kilicho sikika katika nyumba, wakati ilipo kuwa ikijengwa. ...*

Katika biblia, manabii Yehezkel na Zekaryah wanatajwa kuwa wa kabila la Levi, na toka kwao hawa wawili, tumepokea nabii bayana za takribani kila kitu kihitajikacho kwa uachio wa imani katika tamko hilo la ujenzi wa Hekalu la IV. Tokea Zekaryah 6:12 tunajua Adonai Yeshua, Kristo wa Yisrael, ndiye Mjenzi wa Hekalu la IV:

Zekaryah 6:12-13 ... *Na ongea kwake, ukisema, Hivi asema YAHWEH Tsabah, asemapo, Mtizame mtu ambaye jina lake [ni] Tawi {Semah}; na yeye shuruti atachipua {samah} tokea mahali pake, na yeye shuruti atalijenga hekalu la YAHWEH {Zekaryah 3:8, Yeshayah 4:2, Yirmeyah 33:15}: Tena huyo shuruti atalijenga hekalu la YAHWEH; na yeye shuruti ataibeba fahari kuu, na atakaa na kutawala juu ya kiti chake cha enzi; na yeye shuruti atakuwa kuhani juu ya kiti chake cha enzi {Tafsiri ya Jewish Publication Society 1917, hutumia neno 'mbele' badala ya neno 'juu'}: na ushauri wa shalom {hakuna kinacho kosekana: amani, mafanikio, usalama, utulivu, ustawi n.k} shuruti utakuwa kati yao wawili {kwa tafsiri hii wawili ni ofisi ya mfalme na ofisi ya kuhani mkuu itakuwa moja, na kwa tafsiri ya Jewish Publication Society 1917, wawili ni mfalme Zerubabel na kuhani mkuu Yehoshua}. ...*

Mpendwa shuruti bado wakumbuka mafundisho yako ya awali katika nyakati za mapigo yale 21 ambayo kwayo upo usawazisho wa milima yote duniani. Katika uingio wa Kristo Yeshua na majeshi ya watakatifu na malaika zake duniani, pia uko usawazisho wa milima tokea tetemeko kwa mpasuko wa sauti ya ngurumo za uingio wake. Tokea haya mawili, ni fikra zetu kwamba, kila eneo lilo inuka au mlima litakuwa tambarare. Hii ndiyo shuruti sasa iwe picha kichwani mwako, isipo kuwa katika mji wa Yerushalem pekee.

Ni pale juu ya mlima wa Mizeituni alipotulia (landed), huo uligawanyika sehemu mbili, na mlima Moriyah ukainuliwa. Na mbele yake bonde kubwa kati ya mlima Mizeituni lilo gawanyika kaskazini na kusini liendalo mpaka Azal. Hivyo kwa pamoja mlima Moriyah, Mizeituni na vilima vya Siyoni, vikawa mlima wa juu zaidi kuliko yote duniani. Ni juu yake hapo ndiyo Hekalu la IV litasimama kwa miaka elfu. Na makuhani wa mbari ya Zadok (mtoto wa Eliazar, aliye mtoto wa Aharon wa kabila la Levi) pekee ndiyo watakao simama mbele za Kristo Yeshua kutoa kafara za mafuta na damu kwa Mungu YAHWEH (Yehezkel 44:15, 48:11).

Vipimo vyake hili ni kubwa zaidi kwa mlinganisho na yote mengine yaliyo litangulia. Kwa sababu hii, eneo hili litajulikana kama Mlima wa YAHWEH. Kwani wote watajua yeye ndiye Mungu YAHWEH aishiye Siyoni, mlima wake mtakatifu. Ndipo Yerushalem itakuwa takatifu, na hatakuwepo mgeni aivukayo hiyo tena. Amin

Mpendwa, pale Mungu awapo katika hekalu lake, nyumbani mwake humo hugeuka ikulu, yaani kasri la kifalme aishipo na familia yake, na pia ilipo ofisi yake amkapo kwenda kazini. Katika Hekalu la III la zama za Tabu ya Yahkob, uliona ukumbi ukipewa kwa mataifa, lakini kamwe siyo ukumbi wa Hekalu la IV. Ni Yisrael pekee atakaye ruhusiwa kuingia humo, na safari hii pasipo utenganisho wa wanaume na wanawake tena. Toraha itasimama pekee pasipo hata tone la mapokezi ya halakha (Matityahu 15:2-6, Marko 7:3-13).

Katika Hekalu la IV Yerushalem, kitakuwepo kiti cha enzi cha huruma cha Mfalme wa wafalme Yeshua. Yeye atatawala ulimwengu kwa fimbo ya kifalme ya chuma (iron scepter). Hili lamaanisha utawala imara katika kanuni na taratibu zote za toraha. Na haki yake hiyo, italindwa kwa nguvu zote za ufalme, hata amani istawi duniani mwote kwa miaka elfu.

Unabii wa andiko la Zekaryah 6:12-13 juu, bado kukamilishwa, sababu kwao iko ukamilifu kadhaa (duality of reality). Siyo hapa tu Kristo Yeshua atajwapo maandikoni akitambulishwa kama TAWI, kwani sisi huona hivyo-hivyo tena katika Zekaryah 3:8, Yeshayah 4:2, 11:1, na Yirmeyah 23:5, 33:15. Kote huku yeye hutajwa kuchomoza tokea mbari ya David.

Na kwa andiko la Matendo 15:13-17 ambalo ni nukuu ya Amos 9:11-12, tunaona ahadi ya kungojolea kwa tumaini urejeo wake Kristo Yeshua kutimilisha yote ya toraha, na ahadi YAHWEH alizowapa manabii wake kuhusu mboni ya jicho lake Yisrael. Watakatifu wa Mungu katika tanakh ni Yisrael, na ahadi lukuki humo kwa nabii zake ni kwao hao pekee, sababu watakatifu Kanisa tulikuwa bado kuwepo, ijapo kuwa ujumlisho wa mataifa katika urithi huo, ulishatajwa pia katika zama hizi za manabii.

Hivyo yako ya Yisrael katika mwili ambayo shuruti nayo yakamilike kwao, kama yakamilikavyo kwetu sisi tulio unganishwa nao kupitia mbari ya Yehudah kwake David, kama Adonai wetu Yeshua alivyo. Ni lango lao hawa sisi tutakalo ingilia ndani ya Yerushalem Mpya wakati wake ufikapo. Ndiyo, wewe mpendwa uzungumzaye Kiswahili, ni Myisrael kiroho, tokea mbari ya Yehudah.

Tofauti na Hekalu la I, II, na la III, sisi huona hili la IV pekee kuwa na umaridadi wa vipimo, na undani wa maelezo ya litakavyo kuwa, kana kwamba liko tayari lasimama ndani ya Mungu. Ni kwalo hili pekee sisi uhukumu ujenzi wake kuwa ni kwa neno la imani kwayo maelekezo hayo yote katika Yehezkel 40:5- 48:35. Kwa neno hilo la utamko wa Mungu Neno, kwao unabii huu wenye sura 9; ghafla litahamishwa toka fikra-picha (model, blueprint) ndani ya Mungu, na kujengeka katika uhalisia juu ya vilima vya Siyoni, Yerushalem.

Je nini wafikiri kitatokea, kama Kristo Yeshua, akisimama juu ya vilima vya Siyoni (Zaioni) na kutamka lifuatalo: **Eeh Aba, kwa kadri ya ramani, michoro, vifaa, samani, na picha iliyoko ndani yako, na tokea yote ya unabii ulio nitangulizia kwa Yehezkel 40:5 - 48:35 kwa ajili ya siku hii. Mapenzi yako Aba yatimizwe leo hii hapa duniani, kama ilivyo juu Mbinguni – Nakuamuru Hekalu la Mungu tokeza na uwepo sasa, na ujengeke hapa.** Amin

Akisha maliza kusema hivyo, na tena wakati Ruak HaKodeshi akianza utendaji wake hapo wa yale yote tuliyo yabuni awali (endaikawa ndivyo itakavyo kuwa). Yeye Mfalme wa wafalme ana ondoka, na tayari anapokea toka malaika ripoti ya makusanyo ya Wayisrael toka duniani kote wakikusanywa Yerushalem, kusubiria ugawanyo wa ardhi kwao. Kwisha hekalu kukamilika watakatifu wafalme wanaongozwa na Ruak kila mmoja kukali kiti chake cha enzi kupokea hukumu/zawadi kwa matendo yake katika mwili.

Kwisha hili kukamilika kama ulivyoona ujadilifu wake kwenye somo la 9.4 Hukumu ya Watakatifu, anaanza kuwatia wakfu watakatifu wafalme 70, watakao kuwa juu ya mataifa 70 ya Dunia. Na kwisha hawa ndipo mfalme David naye anarudishwa katika ufalme wake juu ya Yisrael asili wote. Anakabadhiwa ardhi ya urithi wao na baba zao Abraham, Yitzhak na Yahkob. Chini yake anapewa mitume 12 wa Adonai kuyahukumu makabila 12 ya Yisrael. Hawa wanasonga mbele na ugawanyo wa ardhi ya Yisrael kuu, kwao wote mabaki (remnant) walio mbele zao.

Kwa kuwa leo ndiyo jioni ya siku tuliyo rudi, tayari ana waachia hawa 70, kwenda kusimamia utekelezaji wa agenda zake huko. Na wao nao wanakusanya watakatifu wafalme wengine (kwa kadri ya mataji vichwani mwao) kama wafalme wa maeneo yote ndani ya maeneo yao hayo 70 kwa kadri ya aidha lugha, au utaifa au kabila, na hima tayari wako huko. Huku nako Yisrael na mfalme wao David na kuhani mkuu Zadok wanamfuatilia Mfalme wa wafalme na Kuhani Mkuu wa ulimwengu, awapatie kibali cha kafara ya shukrani, na taratibu za ufunguzi wa hekaluni jipya.

Pamoja na Ruak HaKodeshi kuwepo katika eneo la ujenzi, lakini nia ya Mfalme Yeshua, kama vile ilivyo nia ya Baba Mungu duniani, zinawafikia watakatifu wafalme husika pasipo uhitaji wa kikao, bali kwa hayo kuwepo nafsini mwao. Uunganisho wa watakatifu na kiti cha enzi katika Ruak HaKodeshi ndiyo unao pelekea muunganiko huo (uplink), wakati maelekezo na maongezi na watakatifu wafalme na Mungu (Baba na Mwana) ni ya moja kwa moja (real time) wakati huo-huo (live).

Haya ni kinyume na udondosho wa nafsini ndani mwetu (download), au kusali (upload) kulivyo leo hii katika zama hizi za neema. Yeshua alienenda kwa jinsi hii alipo kuwa duniani (Yokhana 3:32, 8:38, 14:24). Na katika kasi hii siku ya kwanza itakwisha, na tayari siku ya pili ufalme wa Dunia utakuwa katika uthibiti imara mikononi mwa Mfalme na wafalme wake.

Tuliahidi nyuma kidogo kwamba, tokea ukubwa wa Hekalu la IV tutatoa hukumu kama lile la Shelomoh na hili yatakuwa sawa, au yanafanana. Tokea utambuzi wa vipimo vyake hili jipya, ni vema tukahitimisha ule ujadilifu hapa kwa kusema: haya mawili ni tofauti kabisa, tena ni sawa na kulinganisha mchicha na msonobari (hivyo andiko lile lilijadili yale iliyo yafumbia).

Tunaona vipimo vya Hekalu la IV katika Yehezkel 42:8-20 na 43:1-27. Tokea vipimo vya Yehezkel 40:5 hata kwa tafsiri ya kale ya agano la awali kule Alexandria Misri iitwayo 'Septuagint,' eneo lake lazidi mji wote wa kale wa Yerushalem, na bado eneo zaidi uhitajika. Nabii Yeshaya anataja kuonyeshwa hili Hekalu la IV lilo Nyumba ya YAHWEH, kujengwa juu ya vilima kazaa vya Siyoni (Moriyah, Mizeituni, na Siyoni).

Yeshayah 2:1-4 ... *Neno ambalo Yeshayah mwana wa Amos aliona {maono} kuhusiana na Yehudah na Yerushalem. Na itakuja kuwa katika siku za mwisho, [kwamba] mlima wa nyumba*[102] *ya YAHWEH shuruti utasimikwa katika vilele vya milima, na shuruti itainuliwa juu ya vilima; na mataifa yote shuruti watatiririka kwayo hiyo.*

Na watu {am – Wayisrael} wengi watatembea na kusema, Njooni nyie, na acha sisi tukwee {tupande} kwenda mlima wa YAHWEH, kwenye nyumba ya Elohim wa Yakob, na yeye atatufundisha sisi kuhusu njia zake, na sisi tutatembea katika uchochoro {upito} wake: kwani tokea Siyoni shuruti ije toraha, na neno la YAHWEH tokea Yerushalem.

Na yeye shuruti atahukumu kati ya mataifa, na atakemea watu {am – Wayisrael} wengi: na wao shuruti watafua {yeyusha} silaha zao kuwa majembe {ya kulimia}, na mikuki yao kuwa fimbo za kupogolea[103] *{matawi ya mizabibu}: Taifa halitainua silaha dhidi ya taifa {jingine}, wala hawat-jifunza vita tena. ...*

Hata hapa tayari unaona agenda ya Mfalme Yeshua kwayo mataifa ya Dunia ni nini. Ona agenda ya kwanza ni kufunza utekelezaji wa toraha kwa mataifa yote mara moja, sababu kwayo hiyo pekee ataitawala Dunia. Pia ona kwamba, wale watakatifu wafalme 70 wenye mataji mengi zaid na wasaidizi wao walio ondoka pamojai, ni wale walio itekeleza na kuifunza toraha.

Agenda ya pili ni amani (shalom), na ya tatu ni kilimo, kurejesha umma katika uzalishaji wa chakula tokea uharibifu uliopita. Na hizi agenda mbili za mwisho ana zitekeleza kwa kugeuza vifaa na teknolojia ya vita kuelekea katika ufanisi wa kilimo. Kumbuka mvua zitafika kwa wakati wake, isipo kuwa katika nchi ambayo hawa-hakuja Yerushalem kujumuika katika sherehe ya tabanako (Zekariah 14:17).

Kwisha kubainisha hivi vipaumbele 3 vya kwanza vya Ufalme wa Mungu duniani, sasa turudi nyuma kidogo kuingalia katiba itumikayo katika Ufalme, yaani toraha. Je wewe unafikiri ni kwa nini toraha inarudi tena katika zama hizi, ikiwa jambo muhimu zaidi katika maisha ya watu asili? Swali linaonyesha kana kwamba injili siyo sehemu ya toraha, injili ni midrashi[104] (commentary) za toraha, isipo kuwa kwa mpango wa ukombozi na maisha ya milele (familia ya Mungu). Kwayo haya mawili ndipo toraha ilipo inuliwa toka jambo la kimwili mpaka kuwa la kiroho, kama tuonavyo utimilisho wake hilo kadri tuendeleavyo humu.

Ziko sababu mbili kuu ambazo sisi tunaziona kuwa kisa cha toraha kushika hatamu katika zama hizi. Sababu ya kwanza ni tokea hoja zile mbili toraha iliyo weka kwa uwepo wa jubilee; kwamba Yisrael akusanywe toka kila alipo tapanywa (kwa umateka), na arudishwe nyumbani. Na kwamba akisha rudishwa akabidhiwe ardhi yake, na ajitawale sasa chini ya mfalme wake mwenyewe kwa milele yote. Hili ni kwa ahadi zote za kimwili.

Sababu ya pili inatokana na mchanganyiko wa daimesheni ya kiroho na hii ya kimwili katika milenia, kwamba hili litapelekea yale ya kiroho kuonekana na wa kimwili pia. Ni katika hali hii sisi tunaona sasa vipi mtu ahitaji tena imani, kwa kile ambacho tayari anakiona kwa macho yake haya ya kimwili? Ni kwa jinsi hii upendo wako kwa Mungu YAHWEH shuruti uudhihirishe kwa matendo yale ambayo siyo tu alikuagiza uyatende, bali pia ndiyo yanayo mpendeza yeye (Yokhana 14:15, I Yokhana 2:3-6, 5:1-3). Sababu kutii neno lake ndiko kumchagua, na kumchagua ndiko kumpenda, na kumpenda ndiyo utimilifu wa mitzvoth zote 613 (Waebrania 11:1, Yokhana 20:29, Yahkob 2:8).

Tunaambiwa kwa Yirmeyah 3:17 ... *Katika nyakati hizo wao shuruti wataiita Yerushalem Kiti cha Enzi cha YAHWEH, na mataifa yote shuruti watakusanywa kwao huo, kwenye jina la YAHWEH, kwenda Yerushalem: Wala wao hawata-enenda tena kwa kufuata fikra za mioyo yao miovu. ...*

Ni katika Zekaryah 14:16-21 ndipo tunapo soma agizo lile la milenia kuwa, watu asilia (wenye miili isiyo ya utukufu), wale wote walio bakia duniani mpaka milenia, na wale mataifa yao yalio kuja dhidi ya Yerushalem, itakuwa shuruti kwao kila mwaka kuja Yerushalem kumwabudu Mfalme, YAHWEH Tzevaot. Ndiyo! Hatimaye tumesema hili, na tunakihisi mwanazuoni unacho fikiri ☺

Pia itakuwa shuruti kwao kuazimisha sherehe ya tabanako, kwani mwenye Tabanako, yumo ndani nyumbani mwake. Na familia ambazo hazitakuja kumwabudu, juu yao haitakuwepo mvua, lakini kama hao ni wa Misri, mafuriko ya mto Nile yatazuiwa. Pamoja na hayo ni madhila ya aidha magonjwa, au wadudu au wanyama kuharibu mazao yao, au mfadhaiko. Na wachuuzi hawata kuwepo tena hekaluni (Yokhana 2:13-17, Zaburi 69:9).

Yisrael watarudi wote nyumbani, na binti za Yisrael walio olewa na mataifa, watakuja nyumbani mwao hekaluni mwake: Tsefanyah 3:10 ... *Tokea kuvuka mito ya Kush {Ethiopia} mafukizo {ya uvumba} wangu {waniabudio}, [tena] binti wa nilio wasambaza, shuruti wataleta minkah yangu. ...* Mstari wa 15 YAHWEH anatoka nje kwenda kuwalipiza walio watesa, na adui mkuu lucifer atamtia kifungoni kwa miaka elfu, wakati Mashiah wao Yeshua akiishi kati yao. Yisrael hataogopa uovu wa aina yeyote tena.

Na moyo wa Mfalme wa wafalme utakuwa hivi safari hii juu yao: ... *YAHWEH Mungu wako aliye kati yenu [ni] shujaa mwenye nguvu; yeye ataokoa {atakufungulia uwe huru}, yeye atafurahi juu yenu kwa shangwe; yeye atanyamaa katika pendo lake, yeye atashangilia juu yenu kwa kuimba. ...* [Tsefanyah 3:17]. Je uko tayari kuimba na Kristo Yeshua katika mitaa na makonde ya Yisrael? Fanya Sala ya Ukombozi iliyo mwanzoni mwa kitabu chako hiki uje kujionea.

Ndiyo! Yeshua ni nafsi Mwana wa Mungu katika Mungu YAHWEH mmoja. Ni juu yake iliandikwa kwa Habakuk 2:20, na Hagai 2:9 ... *Lakini YAHWEH [yumo] ndani ya hekalu lake takatifu: acha Dunia yote ikae kimya mbele zake. ... Utukufu wa hii nyumba ya mwisho {ijayo} shuruti uwe mkuu kuliko ule wa ya awali {zamani}, ametamka YAHWEH Tsabah: na katika mahali hapa Mimi nitawapa shalom {hakuna kinacho kosekana: amani, mafanikio, usalama, utulivu, ustawi n.k}, asema YAHWEH Tsabah. ...*

Mikah 4:1 ndilo andiko la kurudia lile la Yeshayah 2:2 kwamba, mlima wa hekalu la YAHWEH utawekwa juu ya kilele cha vilima (Moriya, Mizeituni, na Siyoni). Na kwamba hekalu litainuka juu ya vilima vya Siyoni, na kwamba watu watalijalia. Hili jambo kurudiwa mara mbili siyo dogo, bali kuu sana!

Zekaryah 1:16 ... *Hivyo basi hili asema YAHWEH, Mimi narudi Yerushalem pamoja na huruma: nyumba yangu shuruti itajengwa ndani mwake, ametamka YAHWEH Tsabah, na kamba {waya} shuruti itanyooshwa kwenda mbele juu ya Yerushalem. ...*

Yehezkel 43:7,12 ... *Na yeye alisema kwangu, Mwana-adam, mahali pa kiti changu cha enzi, na mahali pa soli za nyayo zangu, ambako Mimi nitafanya maskani yangu kati ya wana wa Yisrael milele, na jina langu takatifu, shuruti nyumba ya Yisrael wasilitie tena unajisi, [wala] wao, au wafalme wao, kwa ukahaba wao {kuabudu sanamu}, wala siyo kwa mizoga ya wafalme wao katika maeneo yao ya juu[105]. ... Hii [ndiyo] toraha ya nyumba[106], Juu ya kilele chote cha mlima juu hapo kuzunguka [shuruti pawe] patakatifu pa patakatifu[107]. Tazama hii [ni] toraha ya nyumba. ...* Maranatha

Maisha Ndani ya Milenia

Hapa ndipo upanuzi wa maandiko machache yaliyopo kuhusu kipindi hiki ufanyikapo, labda mpaka mwisho wake. Na hili latutishia hata sisi kusoma zaidi ya kilicho andikwa. Ni katika uzi huu mwembamba wa buibui, sisi hutembea humu. Mengi ya tunayo zungumza kuhusu kipindi hiki cha aharit ha yamim[108] ni mageni katika masikio ya wengi tuzungumzao Kiswahili.

Hivyo pamoja na kuhakikisha kwamba, kila tusemalo hapa shuruti liafikiane na mstari wa wakati, lakini ni lengo letu pia tukushike mkono uone, uguse, unuse na hata ulowee katika milenia. Ni katika kufanya hivi pekee, sisi tutaweza kuuvunjilia mbali mzizi wa fitina akilini mwako mpendwa kuwa, Dunia imesha ivuka Tabu ya Yahkob (II Wathesalonike 2:3), na sasa tumo ndani ya milenia, na labda tokea mwaka 70AD pale Hekalu la II lilipo bomolewa (takribani milenia 2 zimepita?!).

Katika kufikia lengo hili, unawekwa mkakati wa kuchambua mada hii ndogo kwa jinsi ya kawaida leo hii. Tutafanya kwa mtindo ule ambao wanataaluma huichambua historia ya jamii fulani vyuoni, au vile ambavyo vyombo vya habari kama magazeti na televisheni wafanyavyo kila siku. Hivyo sisi tutayaangalia Maisha Ndani ya Milenia kwa jinsi hizi nne: -

1. Kisiasa - nani anatawala, na mfumo wa utawala wake ukoje,
2. Kidini - nani anaabudiwa, na taratibu za ibada kwake zikoje,
3. Kiuchumi - vipi watu huishi, na wanajikimu vipi mahitaji yao,
4. Kijamii - upi ni utamaduni na ustaarabu wao.

Lengo la kufanya hivi ni ili wewe uweze jihisi uko humo (experience), tokea madokezo mbalimbali maandikoni. Kikubwa zaidi katika kipindi hiki, ni utimilifu wa takribani yote yaliyo ahidiwa na Mungu YAHWEH kwao Yisrael. Hizi ahadi ni nyingi takribani kwa kila nabii, na kupata picha kidogo ya tusemacho, tazama nasi nabii za Zekaryah 13:1–6, 14:16-21, Zephaniyah 3:9-17, Yoel 3:17-21, na Yeshayah 66:20-21.

Haya unayo shirikishwa hapa, ni mambo mengi sana mazuri, hata isiwezekane kwa wewe kuyatunza moyoni mwako pekee. Moyo wako hautoshi, shuruti ujiunganishe katika upendo na wenzi wako, ili nawe upate pumziko, kama sisi tupatavyo toka usikivu wako. Kitabu hiki kama biblia, nacho kiliandikwa maalumu kabisa, ili kisomwe kwa sauti. Jaribu kukusanya marafiki, tena waombe nusu ya muda tu, wewe ufanye jaribio la kuwasomea kitabu chako. Hapo utashangazwa na ajabu ya hisia zinazopita nyusoni mwao. Jaribu uone, kisha tuandikie matokeo yako ukimpa sifa Mungu YAHWEH.

Kisiasa:

Kisiasa serikali na dini vitakuwa kitu kimoja kama istahilivyo, na hiki ndicho kisa cha kutaja urithi wa kidamu katika monaki (monarchy). Toraha itakuwa katiba ya Dunia, ambako toka hiyo kila nchi huruhusiwa kutunga sheria zake ndogo ndogo (by-laws). Hivyo mfumo wa utawala kisiasa utakuwa theokrasi (theocracy). Kauli ya Mfalme (Aliye Mungu) itakuwa sera zinazo tekelezwa chini ya taratibu za kitoraha. Ahadi zote za manabii zitakuwa manifesto zinazo tekelezwa na himaya.

Dhana ya utenganisho wa mambo ya Mungu na utawala wa watu kisiasa (separation of church and state), ni uongo wa adui kwa vizazi vyote hivi vyetu katika kivuli cha demokrasia. Demokrasia au mfumo wowote katika historia, shuruti ungefanya kazi chini ya toraha na injili, na siyo vinginevyo. Uongozi kwa toraha na injili ndiyo uongozi pekee wa Mungu YAHWEH.

Mfumo wa theokrasi utatumia urasimu (bureaucracy) mahali pa demokrasia kutawala. Watu watachagua viongozi wao, na viongozi wa watu ndiyo watakaye mchagua mfalme wa nchi hiyo. Hii ni sawa na kusema leo; bunge la nchi litamchagua raisi/mfalme wa nchi hiyo. Huyo itabidi aidhinishwe na Mfalme Yeshua kabla ya kuanza madaraka yake.

Mfumo wa utawala wa nchi utakuwa na bunge la watawala (wanao mchagua rais/mfalme), na baraza la maaskofu. Maaskofu hawa hupatikana toka viongozi wa masinagogi ya nchi, yanayo ufanyia kivuli utawala wa nchi. Bunge la watawala litakuwa bunge la chini (house of representative/ house of common), na baraza la maaskofu bunge la juu (senate/ house of lords). Sheria (by-law) inayo tungwa na bunge la chini, shuruti ipitishwe na bunge la juu, kabla ya mfalme mtakatifu wa eneo hili kuafiki na hivyo raisi wa watu asili asaini kuanza kutumika.

Mfalme wa wafalme atakuwa kiongozi wa siasa (Raisi wa Dunia), na kiongozi mkuu wa kidini (Kuhani Mkuu wa Ulimwengu) kwa wakati huo-huo. Hivyo pamoja na utii kwa Mfalme, pia ibada na kumwabudu Mfalme kutatakiwa. Hiki ndicho adui alicho jaribu kugeza maandikoni katika himaya zake za awali duniani. Hivyo kauli ya Mfalme wa wafalme itakuwa ya mwisho. Mabaraza ya maaskofu ya kijimbo, kiwilaya, kimkoa, na hata kitaifa, ndizo ngazi pia za mahakama ya rufaa, sababu uongozi wa sinagogi wa eneo, ndiyo mahakama za maeneo kwa misingi ya toraha.

Malengo ya watawala kisiasa yatakuwa ni kutekeleza sera za Mfalme wa wafalme kuhusiana na: haki, maendeleo, ustaarabu wa kiungu (holiness), utofautisho wa kila kitu kwa namna na jinsi yake katika upekee (siyo usawa), usalama, burudani (mfano mashindano ya mpira, muziki au vichekesho safi), amani (utimilifu wa kila hitaji), starehe za raia (raha isiyo anasa, mfano kutalii duniani), lishe bora, na yote mengine atakayo amuru Mfalme wa wafalme.

Watakatifu wafalme watasimamia yote haya wakiwa juu ya vyote na wote, kwa kadri ya migawanyo yao kieneo na kiidara. Migawanyo yao hiyo hutambulishwa kimadaraka na mataji mtakatifu mfalme aliyo nayo kichwani mwake. Hawa wote watasimamia juu ya serikali za watu asili, utekelezaji wa maelekezo ya Mfalme wa wafalme kwao watawala wa ngazi zote duniani. Huu ndiyo uhudumu katika ukuhani wa kifalme (I Petros 2:9).

Awali kule juu kuhusu mada ndogo hii ya kisiasa, tulitaja nia yetu ni kumtambulisha nani anatawala, na mfumo wa utawala wake ukoje. Ni imani yetu kwamba mpendwa unajua atawalaye ni Mfalme wa wafalme Adonai Yeshua, pamoja na sisi watakatifu wafalme wake. Na kuhusu mfumo wa utawala wake, shuruti umeitambua katiba yake ambayo tayari iko duniani, na pia umegundua utawala wetu ni kwa mahusiano ya kidamu-kidini, yaani theokrasi.

Yako maandiko mengi sana mpaka kukithiri ambayo tunaweza kukupa, ili tukupe picha wapi tunapotoa hoja zetu hizi maandikoni. Badala ya kufanya hivyo, acha sisi tuongee na wewe: Je unakumbuka jinsi Yisrael walivyo jitawala walipo kuwa jangwani? Chukua hayo, kisha jazia na maboresho ya mfalme David na mwanaye Shelomoh.

Halafu ruka mpaka zama za ujio wa kwanza wa Adonai Yeshua. Mfalme wao alikuwa kibaraka wa Rumi, na kuhani mkuu bado alikuwa kiongozi wa baraza la Sanhedrin. Kama ilivyo tokea huku kwetu, ndivyo hivyo hata nchi takatifu, kwani ukoloni siku zote huangamiza utawala wa kikabila, na hivyo mwana huyo wa David wa zama hizo, hakuwa na mamlaka kabisa, au hata hakujulikana tena. Baraza la Sanhedrin tayari lilisha geuka kongamano la migawanyo yao kimadhehebu.

Katika mwanzo wa utaifa wao Yisrael, kule Misri na jangwani, Mungu YAHWEH alimchagua mtu kati yao na kumfanya huyo kiongozi wao mkuu katika yote. Hivyo Mosheh alikuwa juu ya viongozi 12 wa kikabili. Na kwa kuwa ni yeye aliye mtawaza kuhani mkuu Haron nduguye, basi ni sahihi kusema kwa muda, hata huyo alikuwa chini yake. Pamoja na hawa wawili, ni yeye aliye anzisha baraza la Sanhedrin la kwanza, pale alipo wateua watu makini 70 tokea watu wa kawaida, hata hawa kurithi jina la viongozi wa watu.

Sisi bado tunaona watu 3 katika ngazi ya juu kabisa kiutawala Duniani, lakini yeye akiwa kati yao, na juu yao hao wawili walio mkono wake wa kuume na kushoto (wakati wa sherehe tu). Mkono wake wa kuume atakuwa kuhani mkuu wa Hekallu la IV Zadok. Huyu pia ndiye kiongozi wa baraza la maaskofu wakuu 70 wa Dunia (Sanhedrin). Na mkono wake wa kushoto atakuwepo mtakatifu mfalme David aliye mwenyeji, na wa kwanza kati ya wafalme 70 wa mataifa yote ya Dunia (kiongozi wao watakatifu wafalme 71 hawa, ni Mfalme wa wafalme Adonai Yeshua). Hawa siyo washauri wake, hukaa hapo kiishara (ceremonial) ya ngazi za kiutawala duniani zilivyo.

Mfumo wa utawala duniani leo umegawanyika sehemu tatu tofauti: sehemu ya kwanza ni dola (executive/state) inayo unda serikali itawalayo nchi kwa urasimu. Sehemu ya pili ni bunge (legislature), linalo tunga sheria zinazo tumiwa na viongozi wa serikali kutawalia nchi. Na sehemu ya tatu ni mahakama (judiciary), wafanyao hukumu juu ya masuala ya raia na raia, au nchi/raia au raia/nchi hata yale ya nchi na nchi.

Katika kila ngazi yake haya, tokea mtaa/ kijiji, kata, tarafa, wilaya, mkoa, jimbo na taifa alipo kiongozi mtu asili, atakuwepo kivuli chake mtakatifu mfalme, kwa kadri ya mataji yao. Mabaraza ya maaskofu ya watu asili kwa kutegemea ngazi zote hizo, ndiyo watakuwa mahakama za mwanzo, wilaya, mkoa, jimbo, taifa, na rufaa kwao baraza kuu la maaskofu 70 wa Dunia (Sanhedrin). Baraza hili la Sanhedrin hukaa chini ya uenyekiti wa Zadok. Na juu ya wote na vyote ndiyo Mfalme wa wafalme Adonai Yeshua.

Makao makuu ya serikali ya Dunia, itakuwa ikulu (kasri la kifalme) iliyo sehemu ya Hekalu la IV Yerushalem. Tokea humu wafalme watakatifu watatimilisha mahitaji yote ya umma, na serikali itakuwa shupavu katika haki na hodari wa kutatua matitizo ya raia zao wote. Sisi tunafikiri watakatifu wafalme tutaweza kusafiri kwa kasi ya kudhamiria, kuwa pale tuhitajikapo (teleportation), mara tuhitajikapo (instateneously), tokea maelekezo ya Ruak HaKodeshi.

Tutakuwa na uwezo siyo tu wa kusafiri ndani ya Dunia, bali ulimwenguni mwote, hata kwenda Mbinguni kwa Baba tokea wito maalumu. Tofauti nasi, Mfalme wa wafalme (kama ilivyo kwa Baba na Ruak), atakuwa na uwezo wa kuwepo na kushiriki yote na vyote mahali pote, na bado pia wakati huo-huo yuko hekaluni Yerushalem (Yokhana 16:12-14, 25). Hata sasa tayari anatenda kwa jinsi hii.

Yisrael zitakuwepo tofauti kadhaa kwa mlinganisho na mataifa mengine. Tunaona kuhani mkuu akitambulishwa kuwa ni mtakatifu mfalme Zadok au mtu asili yule wa uzao wa Zadok, ndiye atakaye kalia kiti hicho. Tumesha tamka hili kutendeka kwa mfalme wao David aliye mtakatifu mfalme kurejeshwa katika kiti hicho, na siyo mtu asili yeyote yule wa uzao wake.

Pia tunasoma kwa Matityahu 19:28 kuwa; mitume 12 wa Adonai Yeshua ndiyo watakuwa watakatifu wafalme 12 juu ya makabila 12 ya Yisrael. Sisi tunafikiri mitume 12 watakuwa juu ya watu asili viongozi 12 wa kikabila, walio viongozi wa serikali za makabila 12, na siyo juu ya maaskofu 12 (sanhedrin ya taifa) ya watu asili toka makabila 12 (Luka 22:30).

Yako mambo mawili hapa ambayo yeyote aliye makini tunafikiri umesha yaona mpaka sasa; kwanza, Yisrael urithi wao unarudishwa kwa misingi ya kikabila. Je hii ina maanisha kuwa hata mataifa 70 yatagawanywa kwa misingi ya kikabila, na kupelekea kila kabila kujitawala binafsi? Hili linaleta mbele jambo la pili; kwamba ni lengo la Ufalme wa Mungu kurejesha kila kitu katika asili ya uumbaji wao, na kwa kufanya hivyo kupanua zaidi tofauti, na kamwe siyo kuleta usawa katika vyote na yote. Kama hii hoja ya pili ni makini, basi hivyo ndivyo kama Yisrael ilivyo, ndivyo itakavyo kuwa dunia nzima.

Kidini:

Tumesha taja awali kuwa; Mfalme wa Dunia na ulimwengu wote atakuwa ndiye Mungu, naye pamoja na Baba Mungu wataabudiwa na kila raia wake. Pia tulikuonyesha jinsi mfumo wa utawala kidini utakavyo kuwa juu ya mfumo wa utawala kisiasa. Na juu ya mifumo hii miwili ya kimwili, watakuwepo watakatifu wafalme walio wa kiroho (na kimwili), wakitimiza uhudumu kwa daraja la ukuhani wa kifalme.

Katika milenia ya Kristo, ni Mungu YAHWEH pekee atakaye abudiwa, pamoja na Mwana wake Mfalme wa wafalme. Hii ndiyo itakuwa dini pekee ulimwenguni, na tena isiyo na madhehebu, bali utekelezaji wa toraha, injili, na manabii. Dini itakuwa msingi wa elimu zote duniani, ikionyesha kweli ya Mungu kwa wana wa Adam wote. Sheria za nchi zitakuwa zile zisizo pingana na toraha. Mfumo wa haki za kimahakama duniani utakuwa chini ya viongozi wa kidini (maaskofu), wakiwa mahakimu (sanhedrin ndogo) na majaji (sanhedrin ya taifa).

Neno la Mfalme wa wafalme duniani, litakuwa agizo kwa kauli ya Mungu litakalo utekelezaji tu. Haitakuwepo rufaa duniani ya lolote au ya chechote juu yake Mfalme wa wafalme. Katika yeye na watakatifu wafalme wake, nia ya Mungu Baba itatekelezwa mpaka nukta yake ya mwisho duniani.

Itakuwa hivi kwa mara ya kwanza duniani, na hili litasimamiwa kwa nguvu zote, kuhakikisha ndilo pekee kila mtu analo tekeleza ndani ya miaka elfu (fimbo ya kifalme ya chuma).

Tokea awali ya yote, falme za Dunia zilitakiwa kujiendesha kwa jinsi hii, Mungu YAHWEH pekee akiwa sehemu ya kwanza, na ndipo mtu. Vile-vile na toraha yake na injili yake mahali pa juu kwanza, ndipo sheria zao tokea hayo mawili pekee. Mfumo wa babiloni ulitungwa na satani ili kumpotosha mtu katika haya. Hivyo tokea huo, dini za siri ovu na mfumo wa uchumi usio haki, ilisimikwa duniani (Ufunuo 14:8, 17:5, 18:2).

Hekalu la IV Yerushalem litakuwa nyumba ya Mungu na watakatifu wake (hekalu ndiyo ikulu). Na Levii kupitia ukoo wa Zadok pekee, watarudi tena kuhudumu katika nyumba ya Mungu wao. Ni hawa pekee, sababu pale kaka zao walipoasi, wao waliendelea katika huduma kwa toraha na taratibu stahilifu za hekaluni. Ni fikra zetu kwamba, kafara ya dhambi haitakuwepo tena (Waebrania 10:10), ila zile zote nyingine za shukrani, heshima, utakaso na kuabudu zitaendelea.

Ni fikra zetu kwamba, urudisho wake kafara hizo ni kwa sababu yale ya imani sasa tayari yanaonekana kwa macho haya ya kimwili. Hivyo tafsiri ya imani kwa Waebrania 11:1 na ile ya II Wakorintho 4:18, zitakuwa zimepitwa na wakati. Sababu pale pa imani kwa sasa itakuwa ni uchaguzi kwa matendo halisi ya utii wa toraha, kuonyesha aidha wamkubali Mfalme Yeshua Kristo kuwa Mungu na Mkombozi wako, au wampinga.

Hivyo imani yako hiyo kwake, ndiyo sasa itaongoza tendo lako hilo la kumpenda Mungu kwanza, na hivyo kuitii toraha yake (Marko 12:28-33, Yokhana 14:15,23). Adonai Yeshua alisema kwa Matityahu 23:23 kuwa, matendo yako ya toraha shuruti yachanganyike na imani yako kwake. Na hiki-hiki ndicho alicho kisema yule aliye ishi naye nyumba moja kwa Yahkob 2:14-26 kuwa, imani pasipo matendo ni mfu. Hivyo kile ulicho kichagua kwa imani, wewe utakidhihrisha kwa matendo yako.

Kwisha kutenda haya, ndipo wewe utapokea neema ya maisha ya milele na Mungu YAHWEH. Ukombozi wa zama hizi utapatikana kwa kumwabudu Yeshua na Mungu Baba kwa misingi ya toraha, kama ilivyo inuliwa juu na injili. Tena hiki ndicho toraha hutoa nafasi kwa wale waishio katika Dunia, ambayo tayari imesha kombolewa tokea siku ya Harmagedoni. Je ukombozi huo siyo kama ule wa Misrayim? Na nini kilifuata kwao Yisrael kwisha kukombolewa toka utumwa wa Farao na sasa mpingaKristo? Yisrael waliona utukufu wa Shekinah tabanakoni, lakini sasa atakuwepo Mungu Mwana, tena akivinjari pamoja nao hadharani duniani kote.

Nyumba zote za ibada duniani zitakuwa ni kwa Mungu YAHWEH. Nyumba hizo zitajulikana kama sinagogi, jina lile-lile lilotumika alipo kuja kwa mara ya kwanza. Hizi zote zitakuwa chini ya hekalu la Yerushalem (kwa namna na jinsi ilivyo tajwa kwako awali). Kafara hufanyika hekaluni pekee, na kamwe siyo sinagogini, hivyo kafara zitakuwa zikifanyika Yerushalem pekee. Na kwa kusema hivi, shuruti umeona ni kwa jinsi gani endaikawa urudisho wa kafara ni kwa utendaji wa hekaluni kupitia makuhani wa mbari ya Zadoki pekee, na labda siyo mtu asili yeyote mwingine duniani.

Masinagogi yote yatafanya kazi moja ya kufunza toraha, na kuonyesha historia yake katika biblia. Pia watafunza manabii kama ushahidi wa Mungu YAHWEH kuwa ndiye mmiliki wa mstari wa wakati. Halitakuwepo dhehebu tena, au tofauti kati ya Myisrael na Mmataifa kuhusu kumwabudu Mungu YAHWEH. Hata katika zama hizi, watakuwepo watu asili watakao ikubali kweli hii, na watakuwepo watakao ipinga. Tunajua hili kwa sababu ya matumizi ya fimbo ya chuma kushurutisha baadhi ya watu, na kwamba kwisha miaka hiyo elfu, na satani kumaliza adhabu ya kifungo chake, utatokea uasi kwa baadhi ya watu asili duniani.

Pale mtu asili anaye mpinga Mfalme Yeshua anapo fariki ndani ya milenia, huyo huburuzwa chini hadi kuzimu na malaika waasi. Huyo kama wenzi wake wote wa awali wasio muamini Yeshua Kristo, hukusanywa humo kusubiria siku ya hukumu kuu ya wafu (wale ambao hawakupokea ufufuo toka mauti ya kwanza). Hukumu hiyo ni kwa mauti ya pili, yaliyo mateso ya kuchomwa moto milele gehena.

Je nini hutokea kwa mtu asili mwenye haki (anaye itii toraha, na kumtiii Mfalme Yeshua) pale anapo fariki, labda tuseme kwa ajali akiwa na umri wa miaka 700? Tokea pateni ile ya kwetu watakatifu wafalme, sisi tunafikiri naye huyo atatwaliwa na malaika watakatifu hadi juu Mbinguni, akikusanywa kusubiria ufufuo wa wafu wenye haki mwishoni mwa milenia.

Ni fikra zetu kwamba, hawata kuwepo tena watu wengine wa daraja kama la watakatifu wafalme. Tuliona hivi hata kwa wale walio amini (kwisha kuona) katika nyakati za Tabu ya Yahkob, wale wafia Kristo, na sasa kwao hawa wa milenia ambao hawaitaji imani, kwani wanamwona. Hivyo

Mtakatifu Mfalme wa wafalme, Mzaliwa wa Kwanza, Yeshua Kristo, ndiye wa daraja la kwanza kati ya watu, chini yake ndiyo sisi watakatifu wafalme tulio wa daraja la pili (na kati yetu zipo ngazi tofauti kwa mataji ya vichwani mwetu). Na daraja la mwisho la tatu ni watakatifu wafia Kristo, pamoja na hawa watakatifu wa milenia.

Tunasema hivi sababu hatuoni hukumu ya pili ya watakatifu, sababu iko moja tu. Na katika hiyo moja tunaona wanao hukumiwa (kupewa zawadi) ni wale walio amini pasipo kumwona akiwa katika utukufu wake (hii yajumlisha walio mwona katika ufukara wa ujio wake wa kwanza). Hii ndiyo pateni tunayo iendeleza hata kwao hawa watu asili wa milenia pale wanapo fariki. Kwamba wao pia kama wale wa kipindi cha Tabu ya Yahkob, katika mwisho huo watapokea miili mipya ya utukufu, na maisha ya milele.

Jambo ambalo ni bayana lijalo akilini mwako kidini, ni je mwenye haki na anaye mtii Mfalme wa wafalme Yeshua afikapo mwisho wa milenia, nini hutokea kwake? Hapa tume-gawanyika katika nadharia mbili; wako wanao ona hapo mwishoni kuwepo ufufuo na uchukuo, ambao kwao watapokea miili mipya ya utukufu hata waishi milele. Hili hutokea katika siku ya mwisho wa Dunia, na tena kwisha kuzimwa kwa uasi wa satani na genge lake.

Nadharia ya pili hukubali kutwaliwa kwao hadi kwa Mungu, wakati mbingu na Dunia zina-teketezwa kwa moto wa usafisho, ili kufanya mpya zitakazo dumu milele. Mwisho wa mbingu na Dunia ndiyo pia mwisho wa toraha (Matityahu 5:18). Na mwisho wa toraha, ndiyo mwisho pia wa uwepo wa dhambi duniani. Tofauti na nadharia ya kwanza, kutwaliwa kwao huku ni kwa kimwili (kama Hanok na Eliyah), na hubakizwa hivyo watu asili pasipo ubadilisho wowote.

Nadharia hii ya pili huwafanya hawa ndiyo watu asili toka mataifa yote ya siku hizo duniani, watakao ishi milele wakizaliana na kuongezeka kuijaza mifumo ya nyota na galaksi zote zitakazo kuwepo katika Dunia na mbingu mpya zijazo. Tukisema hivi kwa nadharia hii ya pili, shuruti iwe bayana kwako sasa kuwa, nadharia ya kwanza huita uumbaji mpya wa watu asili. Hivyo hao wapya, ndiyo watakao ishi milele wakizaliana na kuongezeka kuijaza mifumo ya nyota na galaksi zote zitakazo kuwepo katika Dunia na mbingu mpya zijazo. Kuhusu haya yajayo, acha tuishie hapa tu, kwani ujadilifu wake uko mbele kidogo.

Liko jambo dogo tunataka tuliseme hapa kabla ya kuendelea mbele. Watu asili wa milenia ambao tumewaita wenye haki, wakiwa watii wa toraha na wanao mkubali Mfalme wa wafalme Yeshua; hupokea jina hilo watakatifu wa milenia, kwa sababu wamemkubali Yeshua kuwa Adonai na Mkombozi wao (injili). Na hapo ndipo ilipo zawadi ya maisha ya milele. Utii wao kwa toraha na kutubu katika jina la Yeshua Kristo kila waangukapo, ndiko kuliko tumika kudhihirisha upendo wao kwa Mungu YAHWEH (Yahkob 2:20-26).

Kamwe mpendwa usiafiki ulaghai wa satani kuwa; mzani wa hukumu hupimwa kwa uzito wa wema dhidi ya uzito wa uovu. Kamwe matendo yako mema hayalipizi uovu wako. Matendo mema hukupa wasifu mwema, na malipizi ya uovu wako hulilia utakaso. Je utakaso kwa kafara ya damu za wanyama kwake Muumbaji wako YAHWEH watosha? Hautoshi. Anahitaji utakaso wa damu yenye thamani zaidi, hata akamtoa Mwana wake wa pekee afe mauti ya kafara ya aibu ya msalaba kwa ajili yako (Waebrania 10:1-21). Haipo njia nyingine ya kuishi milele zaidi ya hii, tena haijalishi rangi ya ngozi yako, dini yako, dhehebu lako, utaifa wako, kabila lako, au wewe ni nani.

Pazia (paroket) la ugawanyo ndani ya tabanako hekaluni, tayari Kristo Yeshua katika ujio wa kwanza alisha-lipasua kati tokea juu mpaka chini, na kufanya patakatifu pa patakatifu (kodesh ha kodashim) alipo Mungu, na mahali patakatifu (kodesh) wanapo hudumu makuhani, kuwa eneo moja. Sisi watakatifu wafalme ni makuhani wa kifalme (ijapo kuwa siyo wahudumu wa hekalu kama Zadok, bali wahudumu wa Ufalme), hivyo tutaishi katika makasri ya hekaluni (ikulu), kama yeye aishivyo humo (Waebrania 3:1, 4:14, 5:1-5,10, 10:19).

Acha tupanue kidogo zaidi hili la sisi watakatifu wafalme kuishi hekaluni, sababu hekaluni pia ndipo ikulu. Tizama mpendwa, kila raisi wa nchi huishi ikulu pamoja na familia yake, lakini ikulu pia ndipo ofisini kwa rahisi huyo na wasaidizi wake wote. Tunajua kwa jinsi ya kibinanadamu unasema lakini wasaidizi hao wa raisi nao hawalali ikulu – uko sawa, wasaidizi ni wale wana wa Zadok, watakatifu wafalme ndiyo watoto wa Baba Mungu, na Yeshua ni Kaka Mkubwa, na hekalu ni nyumbani kwa YAHWEH, hivyo hapo ndipo sisi watoto wake wote tuishipo pia.

Tunajua bado gumu kufikia tunalo taka wewe ulione; achana na fikra za mabilioni ya vitanda, magodoro, vyumba, na yote ya jinsi hizo za kimwili, kumbuka sisi sasa ni wa kiroho katika mwili wa utukufu na tutaishi milele. Tokea ufufuko wa Adonai tunajua hata sisi tutaweza kula chakula cha watu na kile cha malaika. Pia tunajua maisha ya wa kiroho hayategemei chakula bali neno la Mungu. Hivyo tutakuwa kamwe haipo sababu ya kulala, au kuchoka, kuoana, au kusikia njaa, au kuchukua nafasi, na yote mengine ya mtu asili kimwili. Hivyo kwa hakika hekaluni ni ikulu palipo ofisi na nyumbani.

Maandiko humtaja Adonai Yeshua Kristo kuwa Kuhani Mkuu wa watakatifu (saints), na sisi makuhani wake wa kifalme. Ukisema maneno haya Yisrael kwa watoto wa shule ya Shabath ifunzayo kitabu cha Levii kwanza, tayari watafahamu usemacho: ni uwezo wa kuingia mahali patakatifu pasipo kuwa wa mbari ya Aharon, na tena kwa Hekalu la IV, ambalo ni shuruti uwe wa mbari ya Aharon ukitokea mstari wa uzazi (bloodline) wa Zadok pekee.

Acha tukuonyeshe ajabu kuhusu ukuhani huu mkuu wa Kristo Yeshua, na tena katika Hekalu hili ambalo halikujengwa kwa mikono ya watu kama inavyo someka pia na Marko 14:58, Matendo 7:48, 17:24, na Waebrania 9:24. Tunasoma hivi pia kwa Waebrania 9:11 ... *Lakini Kristo akiwa amedhihirishwa Kuhani Mkuu wa mambo mazuri yajayo, kwa tabanako bora {kuu, kubwa} na kamilifu, ambalo haliku-jengwa {fanywa}*[109] *kwa mikono, huku ni kusema, siyo la uumbaji huu; ...*

Swali la msingi kwayo haya yote ni: Je watakatifu wafalme tulio pia makuhani wa kifalme, tutaruhusiwa tabanakoni (sanctuary) kuliko uwazi mmoja ndani ya Hekalu la IV? Ndiyo, yeye akiwa enzini juu pale sanduku la agano lilipo kuwa awali, sababu yeye ndiye agano jipya lilo ukamilisho wa yote ya awali. Kwa jinsi hii, sisi tutakuwa mbele zake chini kidogo, pale palipo itwa zamani mahali patakatifu. Kumbuka hatuchukui nafasi, hivyo twaweza wote kuwa hapo mbele zake.

Je nini sababu ya kuendelea kufanya sherehe (moedim) ya tabanako katika milenia? Ni kwa sababu bado YAHWEH katika ujumla wote (Godhead) hajaishi kati ya watoto wake milele ndani ya Yerushalem Mpya. Kwa jinsi hii katika zama za milenia, hii ndiyo itakuwa sherehe ya miadi pekee ambayo bado kutimilizwa. Leo hii tunapo andika hapa, tayari sherehe

4 za masika (spring) zimesha pita, na zilizo bakia ni zile sherehe 3 za vuli (falls).

Sherehe za masika zilizo pita ni Pesaka iliyo kifo cha Adonai Yeshua. Kisha sherehe ya wiki la mikate isiyo tiwa chachu (Matzah), ambazo ndiyo siku 3 Adonai Yeshua alizo kuwa kaburini. Na ndipo sherehe ya matunda ya kwanza (Bikurim), iliyo kuwa ufufuo wa Adonai Yeshua. Na ya mwisho ni sherehe ya pentekoste (Shavuot), iliyo kuwa ujio wa Ruak HaKodesh.

Sherehe 3 za vuli zilizo bakia ni sherehe ya matarumbeta (Terua), itakayo kuwa siku ya ufufuo na uchukuo wa Kanisa (kwa hakika hii ndiyo tunayo isubiria). Kisha ni sherehe ya upatanisho (Kipurim), itakayo kamilika kwa vita vya Harmagedoni kwisha mapigo yale 21 ya ghazabu na hasira za YHWH kukamilika. Ukamiliko wake hii ndiyo Siku ya YAHWEH. Na ya mwisho ni sherehe ya vibanda (Tabanako), itakayo kuja kamilika katika milele na YAHWEH ndani ya jiji la Yerushalayim Mpya.

Tunasoma kwa Zekariyah 13:2-5 kuwa, katika milenia manabii na unabii utakoma, na sababu makini ya kuwa hivi tunaipata toka kwa farisayo na mtume Shauli kwa I Wakorintho 13:9-12. Hili ndilo lile la ukomo wa imani pale udhihiriko utakapo kuwepo. Hekalu litabaki moja Dunia nzima, na masinagogi duniani kote. Majengo ya ibada yasiyo kuwa leo sinagogi (anako abudiwa Mungu YAHWEH na aidha Wayisrael au Wakristo) hayo yatafutiliwa mbali, na mahali hapo kutumika kwa shughuli za kijamii.

Itakuwa kufuru kugeuza majengo hayo kuwa masinagogi, kama ilivyo kwa milenia kadhaa sasa duniani.

Siku ya Shabath itakuwa ya mapumziko Dunia nzima. Siku nyingine za wiki zitatambulika kwa namba: Sikumosi (jumapili), Sikupili (jumatatu), Sikutatu (jumanne), Sikunne (jumatano), Sikutano (alhamisi), na Sikusita (ijumaa). Neno siku ni sahihi zaidi kuelezea masaa 24 kuliko neno juma, ambalo humaanisha siku 7 au masaa 168.

Zitakuwepo sala 3 (macheo, adhuhuri, na machweo) kila siku isipokuwa Shabath, katika masinagogi yote duniani. Makuhani wa kifalme, siyo tu watakuwa na uwezo wa kutambua ugonjwa/maradhi (Walawi 13-14, Matityahu 8:4, Marko 1:44, Luka 5:14, 17:14), bali pia katika jina la Adonai Yeshua Kristo, wataponya kupitia karama za Ruak HaKodeshi. Na kwayo yote haya, utukufu utaelekezwa kwa Mungu Baba juu Mbinguni.

Tokea haya na yote mengine, shukrani na sifa zitamea na kuchomoza kila mahali uduniani kote (Yeshayah 61:11). Ibada za Yerushalem hakika zitakuwa siyo za Dunia hii! Ndani ya hekalu kabla haujamwita, yeye atakujibu. Na sala za ulimwengu mzima zitajibiwa duniani, kwani kiti cha Ufalme wa Dunia, kitakuwa sasa kimeunganishwa tena na kile kikuu cha enzi juu Mbinguni. Amin

Kiuchumi:

Tuanze kwa kuangalia pateni ambayo yaonyesha jinsi Mungu alipanga mtu aishi, au mwanzo wa maisha yake uweje. Tunasema mwanzo ilipasa kuwaje, sababu yeye alimuumba mtu kwa mfano wake. Hivyo tokea huyo alitarajia uongezeko wa hekima na maarifa katika kuyatawala mazingira yake. Pamoja na hayo, Mungu alimpa mtu mamlaka juu ya uumbaji wake wote duniani.

Hivyo katika mwanzo huo, alipo kwisha kumuumba (created) mtu, alipelekea uwepo wa bustani ya Eyden iwe mahali mtu atakapo ishi mara akisha mtengenezea mwili. Hivyo pale alipo mfanya (made), ilirekodiwa maandikoni jinsi alivyo muagiza tokea vyanzo vya bustanini humo, ajikimu kwa mahitaji yake yote ya kimwili maishani.

Jambo lilo bayana hapa ni hakika kwamba, Mungu alimuumba mtu ajitosheleze kwa kila kitu utajirini, yaani kutumia hadi kusaza. Na hili lifanyike kwa kutumia baraka ya utajiri na afya toka kwa Mungu. Hili la laana ya ufukara katika njaa, umaskini, na magonjwa, mtunzi wake ni ibilisi satani lucifer. Ilikuwa hivi pale alipo walaghai Adam na Havaa kufanyia uasi agizo la Mungu, ili waanguke pamoja naye dhambini. Hapa ndipo mtu alitolewa katika utegemezi wa Mungu (Eydeni), na kujikuta mhanga wa babiloni iliyo kuja baadaye.

Kwisha kipindi kupita, ndipo satani alimwinua kahaba babiloni katika dini ovu za uongo, na katika utegemezi wa soko potofu la ubadilishano wa mali kwa mali, au mali kwa kazi. Katika mpanuko wake hili, ndiyo soko lenye mzani potofu lilipewa pesa kuwa njia ya ubadilishano. Haya yote yalipelekea ulaghai na ubinafsi kushamiri katika juhudi za mtu kujitafutia malimbikizo ya utajiri. Malimbikizi haya yalitakiwa kumletea mtu amani na pumziko, lakini yakamletea mashaka na wasiwasi wa kupoteza. Kwa kifupi sana, haya mawili ndiyo mfumo wa babiloni duniani.

Maandiko yanafunza baraka katika kutoa (sadaka) na kusambaza huduma (service), ili kuongezeka zaidi. Lakini ubabiloni kwa laana husisitiza katika kuhodhi (holding) na kuhifadhi ukiondoa katika mzunguko kwa hofu ya mwingine asije twaa. Pale upendo ulipo tawala, ubabiloni ulisimika badala yake ubinafsi. Hili likaleta tamaa ya umiliki isiyo kikomo, na kulimbikiza kusiko mwisho, na hivyo ukosefu na uhitaji mkuu kwa wengine. Hali hii ndiyo msingi wa umaskini kwa wengi, magomvi katika jamii, na vita kati ya mataifa.

Katika milenia ya Kristo, mfumo huu wa ubabiloni utapisha mfumo wa toraha ya Mungu ijaliyo haki sawa kwa wote. Hivyo pale ubinafsi ulipo tawala, hapo upendo utatawala. Na pale malimbikizo na uhifadhi yalipo kuwepo, hapo utawanyo kuhudumia wote wahitajio utakuwepo. Hivyo hayo yatapisha furaha iliyo kithiri katika kusaidia, utajirisho katika kila uhitajicho, ukomo wa hofu, na urudio wa amani ya nafsi, na hivyo ushirikiano kati ya wana wote wa Adam.

Mapigo yale ya majanga 21 duniani kwa Ufunuo, yata-uvunjavunja kabisa mfumo wa uchumi wa babiloni duniani, hata pale milenia ianzapo ujikute umepiga magoti mbele ya Mfalme wa wafalme Yeshua ukimsujudia. Kumbuka hili ni utendaji wa Mungu, kwani yeye ndiye aliweka kwao wafalme 7 wa mwisho kuteketeza dini zake ovu, na mfumo wake wa uchumi, ili wao wajimilikishe vyote, hata dini iwe moja tu anayo abudiwa swahibu wao mpingaKristo na satani lucifer pekee (Ufunuo 17:1-16, 19:2).

Ni tokea utupu huu, ndipo naye kwa toraha ataweka utegemezi wa baraka kama msingi wa mahitaji, na shekel kusaidia mfumo wa ubadilishano sokoni (medium of exchange), chini ya mzani wa haki. Mabadilishano sasa duniani yatakuwa katika mfumo wa haki, hata isiwepo haja tena ya kulimbikiza, kwani baraka itasimama pale ilipo simama laana awali.

Kupitia baraka, Mungu atayatimilisha tena mahitaji yote ya mtu kujikimu maishani. Hivyo ni baraka na siyo pesa, zitakazo endesha maisha duniani. Kazi ya mtu au bidhaa aliyo itengeneza, au mazao aliyo yalima, ndiyo yatakuwa thamani ya ubadilishano kwa pesa au mali yenye thamani sahihi. Ni katika kutoa huduma inayo saidia watu, na siyo kuhodhi, ndiko utajiri wa kweli uliko hifadhiwa.

Kilimo kitazalisha chakula cha kutosha wote, kwani ni baraka ipelekeayo mvua kunyesha kwa wakati wake, na udongo kuwa na rutuba izalishayo mazao bora na yenye afya. Kwa jinsi hii gharama za umwagiliaji mazao (irrigation) mashambani, litakuwa jambo la kale. Hivyo malighafi za viwanda kuwepo hadi kuzidi. Kila shughuli itampatia mtu kipato cha haki tokea mzani madhubuti wa toraha. Masoko yote yatabadilisha mazao kwa bidhaa au bidhaa kwa mazao, tokea mzani wa thamani sawa wa shekeli.

Idara maalumu ya uchumi, fedha na takwimu Yerushalem, itaunda jopo la wachumi mahiri wa Dunia, chini ya usimamizi wa watakatifu wafalme walio bobea katika uchumi wa haki. Hawa ndiyo wata-thamanisha shekel kwa ajili ya mabadilishano katika soko la ndani kwa kila taifa, na hata soko la kimataifa. Kigezo cha ujira wa kutosha kumudu mahitaji yote ya mtu kwa siku, wiki, na mwezi, ndicho pia kitapelekea utambuzi wa bei za vyakula, bei za huduma, bei za bidhaa, pamoja na za mazao aina zote, na vyote vingine kwa urari wa mzani huo. Kwisha hesabu zote hizi kukamilika, uthamani wa shekel utategemea tamko la Mfalme wa wafalme, na siyo hazina ya dhahabu au chechote kile.

Hili tulilosema ni kwa noti na mifumo ya kibenki kibiashara, lakini kwa wengine wote watumiao sarafu, shekel hiyo itatokana na thamani halisi ya madini ya dhahabu, au ya fedha, au ya shaba yaliyo tumika kuitengeneza. Utengenezaji wa sarafu za shekel na hata uchapishaji wa noti (mint), itakuwa jukumu la kila taifa tokea maelekezo ya ujazo uhitajikao kwao, kwa kipimo cha ukubwa wa uchumi wao. Vibali vyake haya yote hutoka idara ya fedha, uchumi, na takwimu Yerushalem.

Tokea mzani huu wa haki ndiyo suala zima la kodi, tozo, na ushuru, nayo yatapangiwa viwango kwa vigezo vya haki katika kila taifa, na kwa mahusiano kati ya taifa na taifa. Haitakuwepo serikali ya watu asili ya Dunia, bali ya watakatifu wafalme pekee. Mahitaji yao hawa wote ni toka kwa Mungu. Kwa jinsi hizi tutathibiti urari wa fedha, mlipuko wa bei, thamani ya fedha, na haki ya bei. Uchumi hautapimwa tena kwa thamani ya uzalishaji wa bidhaa zake (GDP), au kwa soko la mabidilishano ya mitaji (stock exchange), bali kwamba wote wana ujira wa haki, na kila mtu anakizi mahitaji ya familia yake.

Kwa jinsi hii haitawezekana tena utokezo wa matajiri wa kupindukia, au maskini hohehahe wasio hata na mlo wa siku. Vilema na wajane wataweza kujikimu, sababu ya mzani wa haki sawa kwa kila mtu ufanyacho ndani ya mnyororo wa thamani (supply chain). Na halitakuwepo tena tatizo la kukosekana aidha ujira au ajira (unemployment). Hii ndiyo tafsiri ya uchumi toshelevu wa Dunia katika upendo wa mmoja kwa mwenzi wake. Yule atoaye kwa wenziwe kwanza, ndiye atasifika na kuwa maarufu hata awe mfano wa kuigwa na jamii za milenia.

Katika somo la historia ya mtu duniani, sisi tuliona mfumo wa uchumi ukianzia katika ujima (communalism), ambapo familia zote huishi pamoja na kushirikiana. Ndipo ubabiloni ukaleta ukabaila (feudalism) kwa wachache kumiliki kwa kuhodhi ardhi. Huu ulifuatiliwa na uchumi wa soko huria ulio julikana kama ubepari (capitalism), ambapo ujasiriamali wa mtu binafsi (individualism), ulionekana kama injini ya maendeleo.

Mfumo huu ulio weka ujasiriamali wa mtu binafsi mbele, ulifungua biashara na bidhaa za kila namna kumhudumia mtu, na hivyo kuleta maendeleo makubwa. Lakini katika kufanya hivyo, ulihitaji malighafi rahisi na wafanyakazi wa ujira mdogo, hata kuruhusu uozo zaidi kwa utumwa na ukoloni ndani yake. Leo hii uozo umetiwa marashi kama mwili mfu, na kujibadili jina kuwa ukoloni mamboleo (neo-colonialism). Hivyo-hivyo na utumwa, eti nao umekuwa usafirishaji wa watu (human trafficking). Nchi waathirika wa mfumo huo usio haki kwao, wameupa jina kuwa ni ubeberu (imperialism), yaani unyama, kwani beberu ni mnyama.

Maeneo mengine ujima kwa ubabiloni ulipisha ukabaila, lakini mara uliondolewa na ukomunisti ambao dola humiliki ardhi, miundombinu, viwanda, biashara, mabenki na hata raia wake. Ukomunisti nao katika sura zake tofauti duniani, ulijigeuza ubeberu (imperialism) wa aina yake, na kuchukua mataifa mengine ndani yake kama makoloni (hegomonism). Kwa glasnoti na perestroika, tuliona ukisambaratika tokea kati kwenda maeneo yote.

Kwisha mtu kupitia mifumo yote hii kwa jinsi ya uchumi zake, wote kwa pamoja (bila kujali mifumo tuliyo pitia), yaelekea tumewasili katika uchumi mpya usiojali utaifa ujulikanao kama utandawazi (globalization). Hiki ndicho kilele cha uchumi wa soko huria ambao hutegemea juhudi za mmoja (individualism) na siyo taifa zima. Mfumo huu huchukulia utaifa kuwa kikwazo, kwa sababu huthibiti mwenendo wa soko (invisible hand), na huwatoza kodi ili kusimamia maslahi ya umma mkubwa (kwa hofu ya nguvu ya kura zao). Lengo lake mfumo huu unao endeshwa na makampuni makubwa duniani (corporations), ni kuunganisha uchumi wote wa Dunia kuwa mmoja, na kuondoa mipaka, ili Dunia iwe kama kijiji kimoja (global village).

Kama ulivyoona, tokea awali ya uumbaji, lengo kamwe halikuwa kila mtu na lwake (individualism), kama ubabiloni ulivyo tuchukua katika kasi kama ya dereva mlevi miaka yote hii. Lengo lilikuwa watu wa lugha moja, au wa taifa moja waishi pamoja kusimamia maendeleo ya watu wao, pasipo kujalishwa sana na kile wenzi wao wafanyacho. Biashara kati yao ni kwa kubadilishana kwa mzani sahihi wa thamani kwa thamani, pasipo unyonyaji (ulaghai) wa aina yeyote ile. Mchuuzi wa kati, mpandisha bei, na mchochezi wa uhaba, kwa faida binafsi, huyu hakustahili kuwepo (asiye ongeza thamani asihusike na bei).

Ni fikra zetu kwamba, katika zama za milenia bei ya bidhaa itategemea gharama ya malighafi, faida kwa mtaji ulio tumika kuzalishia, kodi, usafiri, matangazo, na nguvu kazi aliyo weka mfanyakazi. Na kamwe siyo tena kwa mzani wa uhitaji kutegemea wingi, au uchache wa bidhaa hiyo sokoni (supply and demand). Hivyo kuhodhi mali, au utajiri wa hila, hauta-wezekana tena. Kwa jinsi hii hata tatizo la vijana kukimbia toka vijijini kwenda mijini litakoma.

Laana ya ardhi iliyo tolewa bustanini Eyden, itabadilishwa kuwa baraka ya mvua kwa wakati wake, na udongo wenye rutuba kuzalisha mazao bora yenye afya. Itakuwa hivi ili Adam wa Mwisho atimilishe kile Adam wa kwanza alicho shindwa. Baraka aliyo pewa Abraham na kuhifadhiwa katika toraha, itaachiwa kwao wote wanayo itii hiyo. Na hawa ni wale wote wampendao Mfalme wa wafalme Yeshua, na hivyo wanayatii maelekezo yake yote.

Tazama kwa makini mpendwa uone haliko jema katika ubabiloni, mfumo wake umeendelea kuzalisha matajiri wachache (1%), huku ukizalisha maskini wengi kuliko nyakati zote duniani. Nusu ya utajiri wa mali duniani leo hii tayari unamilikiwa na chini ya 10% ya watu duniani. Haupo usahihi, au haki katika hali hii. Wala kugawa utajiri kwa waathirika (philanthropy) hakuleti badiliko lolote, kwani watoaji huendelea kuwa hao-hao siku zote, wakati wapokeaji wakibaki hao-hao siku zote.

Na kibaya zaidi katika ubabiloni ni kwamba, adui bado huwabeza washindi wake, badala ya kuwazawadia. Hawa hutiwa sikitiko la aibu ya utajiri wao (guilty), badala ya kutosheka na kufurahi wakiwa wamejaa amani toka kuhodhi na kulimbikiza kwao huko. Ashindaye husutwa kwa mafanikio yake, na soni hiyo hupelekea kuchukia kile alicho jilimbikizia awali, akififikiri ndiyo ushindi. Sisi tunafikiri huu ndiyo mzizi wa kutoa (philanthropy) katika ubabiloni, upindishao toleo (charity) kwa toraha.

Mpendwa, katika ubabiloni halipo la kufikia furaha au utoshelevu maishani, kwani utupu ndani yako hujazwa na upendo kwa Mungu na wenzi wako pekee. Hofu na wasiwasi wa kupoteza mali hizo, huondoa amani na raha ya maisha nafsini mwako. Anasa tokea wingi huo, huwa kama mbio za kaburini. Hii siyo njia ya kuikimbiza maishani mwako mpendwa, bali ... *Baraka ya YAHWEH, hukukusanyia {ikufanyie} utajiri, na yeye haongezi huzuni {maumivu ya kazi ngumu} kwayo hiyo.* ... [Mithali 10:22].

Ustadi, umakini, ujuzi, na umahiri katika fani yako, utaleta ongezeko katika thamani na hivyo bei, na hili siyo unyonyaji. Kila mtu atafanya kazi, na wote watapokea ujira wa haki. Kama vile watakavyo kuwepo wafanyakazi watendao haki, ndivyo watakavyo kuwepo wamiliki wa viwanda watendao haki. Habari zitakuwa za kweli, na vyombo vya habari ni biashara ijiendeshayo huru katika haki. Utamu wa habari hautakuwa katika hofu tena, bali upendo. Matendo ya upendo yatakuwa mubashara (live) au habari kuu (breaking news), kama vile mauaji yalivyo leo, sababu tumeugeuza uovu wema na wema ouvu.

Tunaomba mpendwa usithubutu kuweka fikra za milenia ya Yeshua kuwa, urejeo wa zama za mawe, au zama za bustani ya Eydeni kiujima. La hasha! Kama Daniel aliona maarifa yako mbele kabisa, hivyo ndivyo milenia itakavyo kuwa. Maarifa yatakuwa mbele kuliko vizazi vyote. Kimsingi mpendwa, bado haujaona itakavyo kuwa, kwani mapinduzi kamili ya teknolojia bado kufikiwa duniani. Kwa sisi kanisa kusema hivi, je sasa unaufikiriaje ule uongo eti, ukristo wapingana na sayansi?

Hata sisi tunaafiki, utegemezi wa mafuta hususani toka nchi za Kiarabu kuamua siasa za Dunia, unakaribia kufika mwisho wake. Hivi unajua tayari teknolojia[110] ya jua (solar energy) kutengeneza umeme karibu inakuwa ya gharama ya chini kuliko teknolojia zote nyingine za nishati kama maji, nuklia, mafuta, na gesi? Na tatizo la uhifadhi wa umeme huo, tayari uvumbuzi wa betri bora kwa ajili ya gari unakimbiza maendeleo yake kwa kasi ya ajabu.

Tunaambiwa magari ya umeme yatakuwa na vifaa vinavyo tembea (movable parts) 18 tu, wakati gari la mafuta leo linavyo zaidi ya 2000. Kimsingi gharama ya mafuta itakuwa haipo tena, na gharama ya matengenezo ni karibu au sawa na bure. Na mapinduzi haya ni kwenye sekta nzima ya usafirishaji kwa treni, ndege, malori, meli, magari nakadhalika.

Tekonolojia ya gari kujiendesha (autonomous driving) mara itakapo kamilika, sababu ya umiliki wa gari itakoma. Tazama, ukimiliki gari leo takribani 90% huwa umeliegesha (parking) mahali, lakini kama linaweza kujiendesha lenyewe, likisha kushusha wewe ofisini, na watoto shuleni, linageuka teksi kumchukua ahitajie usafiri kwa malipo. Hivyo kimsingi gari linalo kuja na teknolojia hii mpya, litakuwa chanzo cha fedha (asset), na siyo tena shimo la kumimina fedha (liability) kama ilivyo leo.

Kwa jinsi hii, idadi ya magari itapungua barabarani, na hivyo mwisho wa foleni na uharibifu wa mazingira kwa kiasi fulani. Maeneo ya maegesho ya magari katika miji itabidi kupangiwa shughuli nyingine (maofisa mipango miji, na madiwani, tafadhali otesheni maua, miti na viti vya kupumzikia watu). Hali ya hewa katika miji iliyo chafuliwa na matumizi ya mafuta itasafishika na kuwa nzuri kwa afya. Je huu ndiyo mwisho wa utajiri wa mahasimu wa Yisrael? Mungu anajua.

Katika zama za milenia, kila mtu atamiliki ardhi yake binafsi. Hivyo kila mtu ataweza shiriki juhudi za kuigeuza Dunia bustani ya Eyden. Tatizo la uchafuzi wa hali ya hewa, au uharibifu wa mazingira leo litakuwa kinyume chake. Hivyo mvua zitakuja kwa majira yake, na mazao kustawi sana kama anavyo shuhudia nabii Amos 9:13 ... *Tazama siku zaja, amezungumza YAHWEH, kwamba mshika maksai {alimaye} shuruti atampita mvunaji na mponda zabibu yule apandaye mbegu; na milima shuruti itadondosha matone ya mvinyo tamu {bado kugeuka pombe, juisi ya zabibu}, na vilima vyote shuruti vitatiririsha {mvinyo kana kwamba vina-yeyuka}.* ...

Lugha iliyo tumika hapa humaanisha: kutokana na wingi wa baraka za mvua kwa majira yake, zabibu zitakuwa nyingi hata uvunaji wake kukuta walimaji wa msimu unao fuatia. Kwa kuwa nyuma ya mlimaji huwa mpandaji, basi ni sahihi kabisa kusema kwamba, mchuuzi wa zabibu atampita huyo apandaye, ili kumkuta mvunaji anunue, kwani mlimaji yuko mbele ya mvunaji tayari.

Maeneo ya kupondea zabibu mara nyingi yako karibu na shamba, au ndani ya shamba. Hivyo pale yanapo jaa kwa wingi wa zabibu, pamoja na makapi ya msimu ulio tangulia kwa jinsi ya wingi wake, pale yatakapo nyeshewa na mvua, yatapelekea kuonekana kama damu inachuruzika, au mlima unayeyuka. Na itakuwa hivi kila mahali duniani walimapo zabibu (kilevi cha mvinyo ni ishara ya furaha katika jamii).

Katika hili tumesema mengi, hata sisi kuhisi kudondoka mara kadhaa, toka ule uzi wa buibui tunao tembelea humu. Katika hilo usijalishwe sana na usahihi au upotofu wetu, jalishwa na kile ambacho udaku[111] wetu umekufikirisha wewe. Je umeweza kuona uovu wa mfumo wa babiloni kiuchumi? Je yako ambayo hata wewe utayabadili maishani mwako leo? Kama hivi ndivyo, je uko tayari kuishi kwa kadri ya toraha, ili kesho upate nafasi ya kuwa mtakatifu mfalme kuboreshe maisha ya watu asili katika milenia? Wewe mpendwa ongea na nafsi yako, na ufanyie maamuzi mambo haya.

Kijamii:

Hivi upi utakuwa utamaduni wa nyakati za milenia ya Kristo, na ustaarabu (civilization) wa wakati huo utakuwaje? Utamaduni ni mfumo mzima wa maisha ya kila siku tokea mila, desturi, dini, jadi, siasa, sanaa, elimu, falsafa ya maisha, na maendeleo ya kiuchumi, ambavyo hutambulisha ustaarabu wa jamii hiyo.

Je utakuwa utamaduni wenye ustaarabu mmoja kwa Dunia nzima? La hasha! kila taifa, lugha na watu watakuwa na utamaduni wao, wenye ustaarabu tofauti na wote wengine. Tofauti ndani ya jamii za Dunia hazita minywa ziki-kandamizwa ili ziwe sawa kama ilivyo leo. Tofauti hizo zitakuzwa na kuachwa kuongezeka. Kila jamii itaachwa kwenda mwelekeo wake wa asili, pasipo uingilio, au uzuio wa aina yeyote ile. Uzuri wa jamii za watu ni kama upinde wa mvua, hupendeza zaidi kwa utofautisho wao tokea jinsi ile Mungu alivyo waumba wawe.

Tunalipigia hili mbiu hapa, sababu jamii za leo zimetumia muda wao mwingi sana kutaka wote kuonekana wamoja na sawa. Lakini zamani za kale kabla ya uchafuzi huu kushamiri, haikuwa hivi. Katika jamii ambazo bado maisha ni ya kikabila, kama ilivyo mashariki ya kati, mbali, na baadhi ya maeneo ya Afrika; wasifu wako hutambuliwa tokea dini yako, hivyo Mungu unaye muamini, lugha unayo ongea, na mji ulio zaliwa. Pia wewe hutambulika tokea chakula unacho kula, au jinsi ukilavyo hicho, kwa jinsi ya uvaaji wako, au mwonekano wako kwa urembo au ndevu nakadhalika. Haya yote shuruti yatafsiri utamaduni wako, na hivyo aina ya ustaarabu wa jamii uliyo tokea.

Haki na upendo vitakuwa vigezo makini vya shughuli zote za kijamii. Aidha shughuli hizo ni ndoa, mashindano ya ushairi, au vitendawili, au misemo, au ngoma, au kwaya, au ngonjera, au ni burudani ya michezo, au michezo ya tarakilishi[112], au sherehe ya harusi, au ni mambo ya usanii wa muziki, au uchoraji, au uchongaji, nakadhalika. Vyote vitafanyika kwa stahifu[113], furaha, amani, na shamra-shamra zistahilizo mbele ya Mungu na Mfalme wa wafalme.

Tunasoma hivi kwa Yeshayah 65:20 ... *Hapo shuruti asiwepo tena mchanga wa siku, wala mtu mzee ambaye hajamaliza siku zake: kwani afaye mtoto ni umri wa miaka mia moja {100}; lakini mdhambi [kufikisha] umri wa miaka mia moja {100} shuruti iwe laana*[114]. ... Watu wataisha umri mrefu sana, na bado hata katika milenia watakuwepo wadhambi.

Amani siyo itakuwepo katika jamii ya watu pekee, tunajua hata wanyama walao nyama, nao watakula majani. Hii itapelekea idadi ya wanyama kuongezeka, na mamlaka ya mtu juu yao kuwa pasipo hatari tena. Vita zitakoma, na teknolojia ya vita sasa itaelekezwa katika uzalishaji wa chakula na mahitaji yote mengine ya wana-adam, hata kutosha hadi kusaza. Na pasipo mazuio ya kuzaliana, hali hizi zitapelekea mlipuko wa idadi ya watu duniani. Tusingependa hapa kurudia chechote cha yaliyo pita, kwani hata hayo huitambulisha jamii ya milenia itakavyo kuwa.

Kama kweli uko makini katika kutaka kujua jinsi jamii za milenia zitakavyo ishi na kuenenda, basi chukua biblia yako na soma vitabu 5 vya toraha vya mpatanishi Mosheh, na kisha fanya hivyo-hivyo kwa vitabu 5 vya injili vya Mpatanishi Adonai Yeshua. Kwavyo hivi 10 iko pateni yote ya maisha katika zama hizo. Yote tuliyo yasema humu yarandana na mbinu ya ufichuzi huu.

Jamii za watu asili wa zama hizo, watashangazwa sana na jinsi ya migawanyo 3 ya watakatifu wafalme. Watahusudu[115], na kutamani kila kitu cha watakatifu wafalme, watatuona tulio pendoni mwa Mfalme wa wafalme. Na kwamba sisi ndiyo raha isiyo kwisha usoni mwake pale atuonapo. Hawata uzoea mng'aro wa utukufu wa miili yetu. Wataduwaa zaidi mbele za watakatifu wafalme walio na mataji mengi zaidi vichwani mwao, hata kuteuliwa kuwa mfalme wa taifa, au mkuu wa idara za Ufalme duniani. Katika sisi, wataona hakika ya upendeleo wa Mungu YAHWEH kwao wale wampendao.

Liko jambo moja ambalo watu asili pia watatushangaa kwalo hilo, pamoja na utukufu kuuziba mwili wetu asili, lakini watatambua kwamba, watakatifu wafalme hawana tofauti ya jinsia (gender) ijapo kuwa walikuwa nazo awali. Tunafikiri tutarudishwa katika nia ya awali ya Mungu pale alipo muumba Adam, na hata pale alipo mfanya. Katika hayo mawili iko tofauti pia, mtu aliumbwa mwenye nafsi mume na mke, lakini alifanywa mwenye jinsia mume. Ni kwa sababu hii; ni Havaa pekee aliye fanyika tena, na Adam hakubadilishwa chochote.

Hivyo kama Mungu alivyo, au malaika, na kama Adam alivyo umbwa, hatutakuwa na jinsia tofauti tena, watakatifu wafalme wote tutakuwa wa jinsia moja. Hivyo kama wao, hata sisi kutakuwa hakuna kuoa au kuolewa tena. Kuthibitisha fikra hii, kumbuka simulizi ya manafeli maandikoni, ni malaika walio weza kuwaingilia binti za watu, na hakuna malaika aliye ingiliwa na mwanaume tokea watu. Na wala usipate fikra kwamba, ni kwa sababu hakuna malaika wa kike aliye fanya uasi. Ijapo kuwa pateni hapa imekaa istahilivyo, lakini hili lilichekesha sana kati ya yote ya kushangaza yaliyomo humu. Katika hili pia, sisi hatujawahi sikia mtu yeyote mahali popote akisema hivi.

9.6 Vita ya Pili ya Gog na Magog

Na pale miaka elfu {1,000} itakapo kamilika, satani {mshtaki, ibilisi} • • • shuruti ataachiwa[116] *toka gerezani mwake {Yeshayah 24:21-22}, Na shuruti atatoka nje kwenda kuwapotosha mataifa ambao wako katika pembe nne {4} za Dunia, Gog na Mogog, kuwakusanya wao pamoja kwa vita: hesabu {idadi} yao [ni] kama mchanga wa bahari. ...* Ufunuo 20:7-8[117].

Mwanzo sura ya 10, tunaona utajo wa mataifa yaliyo sambaa kuijaza Dunia. Tunaona majina 70 ya uzao wa wana wa Noakh, wale mapacha watatu (triplets); Shem, Ham, na Yehfeth. Magog ni mtoto wa pili kwa Yehfeth kama inavyo someka katika Mwanzo 9:27, 10:2 na I Kronikozi 1:5. Watoto wa Yehfeth kwenye utajo huu ni Gomer, Magog, Madai, Yawvan, Tubal, Meshekh na Tiras. Ni katika kitabu cha Yehezkel 38-39 ndiyo majina hayo mawili; Gog na Magog yanatokeza pamoja.

Gog anatajwa kama mtu tena kiongozi wa nchi ya Magog (aidha kisiwa au iko pwani), ambako mtoto wa 6 na 5 (Meshekh na Tubal) wanatajwa kuwa chini yake huyu Gog, ndani ya nchi hiyo ya Magog (Yehezkel 38:2-3, 39:1). Baadhi ya wanazuoni wa eskatoloji, wanakubaliana kuwa; neno Gog huashiri cheo cha jina la kiongozi wa sehemu hizo za Kaskazini (siyo sahihi kusema Urusi), ambako ni sawa kwa zama hizo na kusema Farao au Kaisari.

Hata miaka ya hivi karibuni, sultani wa Uturuki aliitwa kwa jina la cheo hicho. Kwa kuwa kitabu cha Yehezkel kimeandikwa katika karne ya 6BC, inasadikika uko uwezekano hili ni eneo halisi ndani ya ufalme wa Anatolia (Uturuki). Kitabu cha Jubilee ambacho kiliandikwa takribani kipindi hiki-hiki, humtaja Magog kuwa mwana wa Yehfeth ambaye alipewa ardhi, na Gog kuwa maeneo yanayo pakana na nchi hiyo. Neno 'maha' humaanisha nchi, na hivyo Magog ni nchi ya mtawala Gog (Ufunuo 20:8).

Kwa kutumia Jiographia na Historia ya leo, tunaona walitapakaa mbali kuelekea mashariki. Kabla ya kuvunjika himaya ya Urusi (USSR), ilikuwa rahisi kuwataja wao, lakini leo yako mataifa mengi yalipo kuwa makazi yao. Hata Urusi bado ni mojawapo ya sehemu hizo (Wakolosai 3:11).

Pia neno hilo huwa sahihi katika zamani za kale kuelezea taifa ambalo ni mahiri kwa farasi na wataalamu wa kutumia upinde na mishale. Hii humaanisha taifa la kivita. Pia hujulikana kama watu wakali na walio wengi ambao walikuwa wakiishi Caucasus na ziwa Maeotis ambako pia ni karibu na bahari ya Caspian ya leo. Taifa hili ambalo hujulikana kama Scythian, limetapakaa hadi pande za India. Hata mwana-historia Yosephus aliwataja Scythian, kuwa ndiyo uzao (descendants) wa Magog.

Awali nyuma kule, tuliiona Vita ya I ya Gog na Magog kwa jina la Vita ya Yehzekel 38-39 ndani ya somo la 9.1 Hekalu la III. Ni ajabu lakini ni kweli kwamba, nyuma kule tuliangalia vita hiyo kama mojawapo ya vigezo vitakavyo pelekea ujenzi wa Hekalu la III. Lakini sasa tunaiangalia kama kigezo pia cha kufikia hitimisho la Hekalu la IV duniani. Kwani mara tu itakapo kwisha vita hiyo, sote tutakusanywa kwa Mungu wakati mbingu na Dunia zikitakaswa kwa moto.

Ni fikra zetu kwamba, hizi vita za Gog na Magog ni kwa ufunuo wa unabii mmoja tu, lakini wenye ukamilisho miwili (duality of reality). Hapa tulipo tunaiona hii vita ikitajwa kwa maono ya Ufunuo, kitabu ambacho kimeshamiri ukamilifu wa nabii za Yehzekel, Daniel, na Zekariyah. Utajo wa Ufunuo ni andiko hilo hapo juu, na utajo wa Yehzekel unaanzia pale Mungu YAHWEH asemapo: ... *Mwanaadam, weka uso wako dhidi ya Gog, nchi ya Magog, kiongozi mkuu*[118] *wa Meshek na Tubal, na fanya unabii dhidi yake,* ... [Yehezkel 38:2].

Awali ulifunzwa vema kuhusu tofauti ya majirani hasimu wa Yisrael walio karibu (inner ring), na wale walio mbali (outer ring). Lengo kule lilikuwa kukuonyesha hakika ya kwamba, ghafla majirani hasimu wa karibu hawapo tena, kana kwamba wamefutika katika historia ya Dunia. Na hili ni kwa sababu hatuoni upande wanao saidia majirani hao, au athari za uwepo wao kati hapo katika vita hiyo ya Gog na Magog ya kwanza.

Kama ambavyo Hekalu la IV juu ya vilima vya Siyoni Yerushalem litakavyo vamiwa, ndivyo pia tuonavyo Yisrael ikivamiwa katika vita ya kwanza ya Gog na Magog. Itavamiwa tokea pande zote nne za dira. Yehezekel 38:5-6 anawataja wavamizi hao kuwa ni mataifa ya: Uajemi yaani Iran, Iraq, na Afghanistan za leo. Taifa la Kush ambako ni maeneo ya Ethiopia, Yemen, na Sudan za leo. Taifa la Put ambako ndipo zilipo nchi za Libya, Tunisia, na Morocco leo. Na taifa la Goma, ambako ni nchi zilizopo Ulaya ya mashariki leo. Taifa la Togarma ni nchi zote za kusini mashariki mwa bara Ulaya zilipo nchi za Uturuki, Bulgaria, Romania na zote kati yao hizi. Pia hutajwa watu wengi kuashiria wale ambao wakati wa uandishi bado kutambulika.

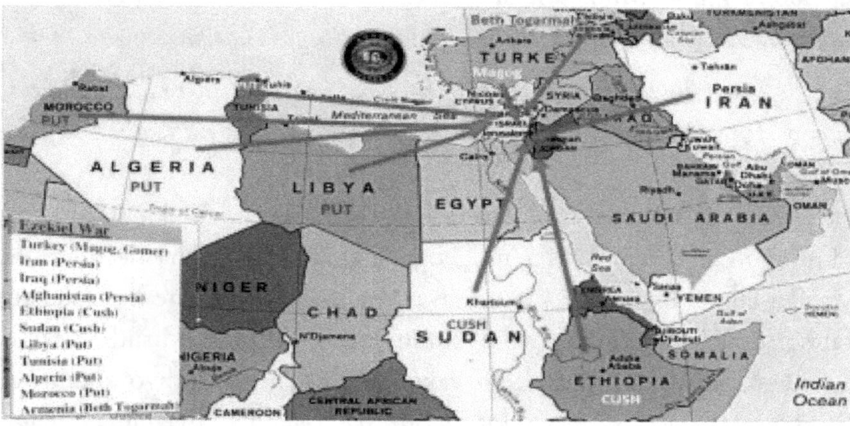

Uko usemi wa Mungu ambao awali tuliutafsiri kwa jinsi ya mazingira yale ya vita ya kwanza, na kuwa sahihi, lakini usahihi wake ni bayana zaidi katika vita hii ya pili. Tunasoma hilo kwa Yehezkel 38:4 ... *Na Mimi nitakugeuza wewe urudi, na nitaweka ndoano katika mashavu yako, na nitakutoa nje uje, na jeshi lako lote, farasi na wapanda farasi, wote wamevalishwa mavazi kamili {wemependeza, wanavutia} {ni} kundi kubwa [lenye] ngao ndogo*[119] *na ngao kubwa, wao wote wamebeba silaha: ...*

Mpendwa huu msemo (II Wafalme 19:28, Yeshayah 37:29) wa Yehezkel 38:4: "*Na Mimi nitakugeuza wewe urudi.*" Hiki ndicho kilicho mleta Yokhana kwa Ufunuo 20:7-8 naye kurudia hili. Alicho kilenga hapo ni mawili, kwamba watarudishwa, na la pili ni hiyo ndoano iwaletayo. Kurudishwa, ana rejelea ile vita ya awali waliyo kuja Yisrael (mahasimu wa mbali). Na ndoano ana maanisha ni hicho ambacho kitamtia wazimu satani lucifer, hata aje tena na jeshi kuu, kuupindua Ufalme wa Mungu duniani, ili arudishe wake.

Twende kwenye maono ya Yokhana kuelewa haya zaidi: Ufunuo 20:7-10 ... *Na pale miaka elfu {1,000} itakapo kamilika, satani {mshtaki wa uongo, ibilisi} shuruti ataachiwa toka gerezani mwake {Yeshayah 24:21-22}, Na shuruti atatoka nje kwenda kuwapotosha mataifa ambao wako katika pembe nne {4} za Dunia, Gog na Mogog, kuwakusanya wao pamoja kwa vita: hesabu {ya idadi} yao [ni] kama mchanga wa bahari.*

Na wao walikwea katika marefu {na mapana} ya ardhi, na kuizunguka kambi yote ya watakatifu, na mji mpendwa: na moto ulishuka chini toka kwa Elohim nje ya Mbinguni, na kuwaangamiza wao. Na satani {mshtaki wa uongo, ibilisi} ambaye aliwapotosha wao alitupwa katika ziwa la moto na salfa[120] *{jiwe liwakalo moto mkali}, ambako mnyama {wa hatari} na nabii wa uongo [tayari wamo], na shuruti watateseka mchana na usiku kwa milele na milele. ...* Amin

Utawala wa Milenia ya Kristo umepewa kibali cha miaka 1000 kamili. Na kifungo cha satani lucifer na genge lake, kilishabihiana na muda huo wa miaka elfu. Hivyo pale utawala wa Mfalme wa wafalme na watakatifu wafalme utakapo kwisha, wote tutaitwa na Mungu kurudi hekaluni Yerushalem, kusubiria maelekezo yake. Tukiwa humo ndiyo tutamwona ibilisi satani akiachiwa toka kifungoni na kwenda kuwafanyia ulaghai mataifa, tutaona choko-choko za uasi huo zikianza. Tutashuhudia baadhi yao wakianza kujikusanya waje Yerushalem kupindua Ufalme wa Mungu duniani. Tutamshuhudia adui akirandaranda huku na huko kukusanya jeshi kuu kuliko yote. Mahasimu wote wa toraha na injili, watakuja Yerushalem kwa kusudio la kuangamiza watoto wote wa Mungu YAHWEH tokea uzao wa Adam, tulio jikusanya Yerushalem.

Hapa ndipo yalipo maarifa ya neno hilo Gog na Magog, kwa jinsi ya alivyo litumia mtume Yokhana na kueleweka katika zama hizo. Kumbuka katika zama za uandishi wake, wasifu wa jina lako hukutangulia popote uendapo. Hivyo basi, hiki ndicho alicho kuwa akikisema Yokhana akilini mwao: "mahiri kwa farasi na wataalamu wa kutumia upinde na mishale. ... watu wakali na walio wengi." Hawa ni mashujaa wa vita, ambao hakuna wanalo kusudia kulifanya, hushindikana kwao. Hii ndiyo hofu (dread) iliyo julikana kale pale uwatajapo hivyo.

Acha na sisi tuchore picha kwako kwa lugha ya leo, ya kile alicho kuwa akikionyesha Yokhana katika kale hiyo. Kumbuka ukubwa wa Hekalu la IV, na labda lipo juu ya milima pekee iliyo bakia duniani, vilima vya Siyoni.

Hii ni takribani Yerushalem nzima, imezungukwa na majeshi hasimu wenye hasira na mori wa vita pande zake zote nne. Na tena wakiwa chini ya ibilisi satani lucifer mwenyewe. Muonekano wao hawa katika kukwea kwao vilima hivyo, ni kama vile siafu wengi wapandao kichuguu kwa mori na ghazabu kuu.

Liko jambo moja dogo tunalo taka kulitamka kabla ya kuendelea mbele na vita hii ya pili ya Gog na Magog. Tokea makisio yetu yale ya idadi ya watakatifu wafalme, na uwezo wetu katika miili mipya ya utukufu, na tukiwa chini ya Mfalme wa wafalme, hakika katika kufumba na kufumbua, tungeweza wateketeza mahasimu hawa, hata mahali pao pasionekane tena duniani. Lakini hivi sivyo fikra wala pateni za Mungu, hivyo ni yeye atakaye wateketeza hao tena, kama alivyo fanya kwa vita ile ya kwanza ya Gog na Magog. Hivyo usipate picha kwamba tumejikusanya kwa Adonai tukitetemeka, bali subira, katika uvumilivu kwamba, mapenzi ya Mungu YAHWEH yatimizwe.

Lengo la ibilisi satani lucifer nyoka wa kale kwa vita hii ya Gog na Magog, ni kupigana kupindua Ufalme wa Mungu duniani. Na kumwondoa Mfalme wa wafalme Adonai Yeshua toka kiti chake cha enzi, ili satani lucifer akikalie hicho Yerushalem. Hivyo lengo lake ni kurejesha ufalme wake wa kiza duniani, kama ilivyo kuwa awali kabla ya kifungo chake. Malengo ya wanao mfuata katika ulaghai wake huo, ni kuishi pasipo toraha, na pasipo Mungu, wakitenda yampendezayo mtu moyoni mwake. Ni hiki na madaraka, ndicho alicho waahidi hao wamfuatao vitani.

Chungua maandiko uone mpendwa, safari hii siyo hata malaika majemadari wa vita walio ruhusiwa kuja katika utetezi wa kaka na dada zao hekaluni Yerushalem duniani. Unaweza kupiga picha walipo ona hili likitokea, na eneo lote la hekalu kuzingirwa hivi, na bila shaka Yisrael nao wakiruhusiwa kujificha ndani. Je kulikuwaje Mbinguni? Mashaujaa hawa walikuwa wakilipuka mioto ya mori wa vita katika utukufu, na kilio cha ukelele wa vita kilisikika kila mahali. Baba atatamalaki[121], na wivu wa watoto wake utamjia juu!

Tayari malaika mkuu wa vita shujaa Mikael na malaika mfalme (prince[122]) wa Yisrael, pamoja na majemedari wote wa vita nyuma yake, watakuwa wamesimama wima wahesabiwe mbele za YAHWEH, wakisubiria kwa hamu kuu neno la uachio wao kumaliza kufuru hiyo milele. Safari hii wataendelea kunguruma hapo, na miale ya moto wa utukufu kufukuta juu yao, lakini kibali hakitapewa kwao.

Ni Mungu Baba mwenyewe, Muumbaji wa wote na vyote, ambaye ndiye familia yake yote imezingirwa duniani (isipo kuwa hawa walio naye mbinguni), atakaye uinua mkono wake ulio nyooshwa, na kwa kasi ya kufunga macho na kufungua, kila kilicho kuwa katika kulizunguka eneo hilo, kitakuwa rundo la jivu hapo. Na hapo-hapo satani lucifer atatwaliwa, na kutoswa katika ziwa la moto wa kiberiti gehena. Huu ndiyo mwisho wa satani lucifer milele.

Na hakika ya zama za vita hii ya Gog na Magog ya II kuwa mwishoni kabisa mwa milenia, na pia kuhusu wingi wao, ni kauli hii ya Mungu kwa Yehezkel 38:16 ... *Na wewe shuruti utakwea dhidi ya watu wangu wa Yisrael, kama wingu kuifunika nchi; na shuruti itakuwa katika siku za mwisho, na Mimi nitakuleta wewe dhidi ya ardhi yangu, ili wamataifa {wapagani} waweze nijua Mimi, pale Mimi nitakapo takaswa katika wewe, Oh Gog, mbele za macho yao. ...*

Yako maneno katika unabii wa Yehezkel yanayo thibitisha vilivyo nadharia yetu ya utendeko miwili au hata mitatu kwalo hili la vita za Gog na Magog maandikoni. Tizama kauli hizi tena kuona tunacho kisema: (*ili wamataifa {wapagani} waweze nijua Mimi*). Kwa vita ile ya kwanza (Gog na Magog) na ya pili (Harmagedoni) hili ni sahihi kabisa, lakini kwa vita hii ya tatu (Gog na Magog) hapa, hili kwa kiasi halihusiki, sababu kwisha kwa vita hiyo ndiyo siku ya mwisho wa ulimwengu kama tuujuavyo.

Huu unabii wa Yehezkel 38-39 kwetu sisi unazo takribani vita 3[123] ndani mwake; iko vita ya kwanza ya Gog na Magog kama ambavyo tayari umeshaona. Pia iko vita ya Harmagedon kwa kadri ya mafundisho yetu humu, na hata kwa kitabu cha Ufunuo. Na ya mwisho ndiyo hii aliyo itaja Yokhana kwa Ufunuo. Kwa Yehezekel 38:19-20 na 39:17 lipo tetemeko la uiongio wa Adonai duniani hata milima na miinuko yote kusawazishwa, na kuta kudondoka. Na Yehezekel 39:17 ndipo ndege wa angani wanapo alikwa kula mizoga ya mashujaa waliokuja Harmagedon. Haya mawili ni matukio ambayo hata maono ya Ufunuo, huyaweka katika siku ya vita ya Harmagedoni.

Yako mambo ambayo yanatengeneza pateni, na kwa fasihi ya Yisrael, hilo jambo ni muhimu sana kulitambua kila linapo jitokeza. Katika vita ya kwanza ya Gog na Magog ni Yisrael anaye vamiwa, lakini katika vita ya pili ya Gog na Magog ni Mfalme wa wafalme na watakatifu wafalme wanao vamiwa Yerushalem (hii haimaanishi Yisrael atabaki salama kwa wingi wao hao wanao kuja). Tunajua Yokhana anaelewa hili, hata naye alifanyie kivuli kwamba; mwishoni mwa ya pili, ni mnyama (mpingaKristo) anaye tupwa gehena, na mwishoni mwa hii ya tatu, ni mnyama (satani lucifer) anaye tupwa gehena. Pia katika zote hizi mbili, ni Mungu anaye wateketeza adui za watoto wake.

Sisi tunaona lengo la uachio wa satani lucifer na genge lake toka kifungoni, ni ili wale walio zaliwa zama za milenia kuthibitisha utii wao wa toraha, na kumpenda kwao Mfalme wa wafalme Adonai Yeshua Kristo. Hawa pia hapa, watatakiwa kwa vitendo kukataa ulaghai wa satani, na kuchagua kweli ya Mfalme wa wafalme Yeshua Kristo, wakifungamana naye hadi mwisho wa dahari.

9.7 Hukumu ya Wasio Amini

Na YAHWEH alisema kwake Mosheh, Yeyote yule aliye tenda dhambi **• • •** *dhidi yangu, huyo Mimi nitamfuta atoke kwenye kitabu changu. ... Na mimi niliona wafu, wadogo kwa wakubwa, wamesimama mbele za Mungu; na vitabu vilifunguliwa: na kitabu kingine kilifunguliwa, ambacho ni cha uzima {uhai}: na wafu walihukumiwa tokea mambo hayo yaliyo andikwa ndani ya vitabu, kwa kadri ya matendo yao. ...* [Kutoka 32:33, Ufunuo 20:12].

Tokea kote tulipo toka mpaka hapa tulipo, inakuwa hakika kwetu kwamba, ziko hukumu mbili kuu maandikoni. Hukumu ya kwanza ni ya walio hai, na hukumu ya pili ni ya wafu. Hukumu ya walio hai hujulikana kama ufufuo wa kwanza, na hukumu ya wafu hujulikana kama ufufuo wa pili. Kila hukumu ya kwanza ifanyikapo, anaye hukumiwa (kwao hawa ni kupokea zawadi) huwa katika mwili mpya wa utukufu, lakini wa hukumu ya pili huwa katika roho-nafsi zao kusubiria adhabu ya gehena ya milele.

Iliandikwa hivi kwa Warumi 14:11 ... *Kwani imeandikwa {Yeshayah 45:23}, [Kadri] Mimi niishivyo, asema YAHWEH, kila goti litapigwa {sujudu} kwangu, na kila ndimi {lugha} shuruti itakiri kwake Eli. ...* Na kwa Yokhana 5:22 na Wafilipo 2:10, tunajua nafsi hii ya Mungu afanyaye hukumu, ndiye Mungu Mwana, Adonai Yeshua Kristo.

Hizi hukumu mbili pia hutofautishwa na siyo tu na aina za hao wanao hukumiwa, bali hutofautishwa pia na aina za vitabu vitumikavyo hukumuni hapo. Katika ufufuo wa kwanza, tuliona hukumu za watakatifu, ambao kitabu kitumikacho ni kile cha uzima. Kila aliye andikwa humo, huyo huishi milele. Ndipo kuhusu mgawanyo wa zawadi zao, sisi tuliona wao wakikiri matendo yao ya katika mwili (vitabu vya matendo), na kwayo kupokea zawaidi. Kipimo cha aina na wingi wa zawadi hizo, tuliona hupimwa kwa moto uteketezeao ili kutambua kama zawadi hiyo ni ya dhahabu, fedha, au manyasi. Na moto huo ndiyo utakatifu wa toraha. Na kwalo hili la toraha, ndiyo tuliona idadi ya mataji kuwa matokeo.

Tokea maandiko hayo mawili hapo juu, na hususani Ufunuo 20:12; shuruti wewe umegundua, wafu hawa ni wale ambao hawakupokea ufufuo wa kwanza, na pia ni wale walio jiunga na satani lucifer katika vita ya Gog na Magog II katika milenia. Hivyo basi, wafu wote wanao fufuliwa kwa ajili ya hukumu hii ya pili, ni wale wote ambao walikataa kumpokea, au kumkubali Adonai Yeshua Kristo kuwa ndiye Mkombozi pekee duniani. Kila anaye mpokea huyu, hufanyika mwana wa Mungu YAHWEH, kama vile yeye alivyo.

Sasa basi, hukumu ya kwanza tokea ufufuo ule wa kwanza, ilikuwa zawadi kwa watakatifu (walio mchagua Kristo Yeshua), lakini hukumu hii ya pili kwa ufufuo wa wafu (wanao mpinga Kristo Yeshua) ni adhabu ya mateso kwa moto wa gehena milele. Hukumu ya kwanza katika mstari wa wakati tunaiona mwishoni mwa wiki la 70, wakati hukumu hii ya pili ni mwishoni kabisa mwa mstari wa wakati, mwishoni mwa milenia, na tena ndani ya urudio wa milele.

Katika hukumu hii ya pili, kitabu cha uzima hakitumiki kabisa, ijapo kuwa huletwa hapo hukumuni. Tunaona wafu wa ufufuo wa pili, wakihukumiwa tokea vitabu vya matendo ya watu katika mwili. Inakuwa hivi kwao, sababu hawakupokea ukombozi kupitia mlango ule wa neema, alio ufungua Yeshua Kristo duniani.

Na ni vitabu na siyo kitabu, sababu kila tendo la kuivunja au kuitimilisha toraha hurekodiwa humo. Kila rekodi ya kuivunja toraha ni dhambi, iliyo mauti ya pili milele. Na rekodi ya utii, ijapokuwa ziwe nyingi kuliko za uvunjaji, adhabu yako bado ni gehena, sababu hukumu siyo kwa mzani wa uwiano, bali kwa kuishi pasipo kuivunja toraha.

Kwa kuwa kila mtu hutenda dhambi, na hukumu ya dhambi ni mauti (Warumi 6:23), na wao hawa waliikataa neema, basi hukumu inayo bakia kwao hawa, ni mauti ya milele katika mateso ya moto wa gehena. Tokea uelewa huu, hukumu itatendeka kwa kila mmoja wao tokea msingi ule wa Warumi 2:12 kwamba; wewe uishiye nje ya toraha, utahukumiwa kuwa nje ya toraha, na aishiye chini ya toraha, huyo naye atahukumiwa kwa kadri ya toraha.

Kila hukumu ili iwe ya haki, ni lazima itumie kigezo kimoja pekee kilicho wekwa na mkuu wa jamii hiyo. Katika jamii za watu duniani, kigezo hicho ni toraha pekee, iliyo wekwa na Muumbaji wao Mungu YAHWEH. Kwa kuwa kigezo kilikuwa kitakatifu, na chenye ubora wa juu kushinda njia zao, yeye alifungua mlango wa ukombozi kwa neema, kupitia matendo makamilifu ya toraha aliyo yatenda Mwana wake Adonai Yeshua Kristo. Kwa jinsi hii, toraha hutumika pale ambapo neema haiku-pokelewa.

Toraha ilikuwa ni urefusho wa jinsi ya kuishi maisha ya upendo duniani. Na upendo huo kwanza ni kwa Mungu YAHWEH na ndipo wenzi[124] wako. Na ili kuelewa tafsiri yake hili, kwa sauti ya Mungu YAHWEH mwenyewe, mtu alipewa utambuzi kupitia Maneno 10. Na haya yalifupisha mizvoti 613 katika tanakh. Biblia iko bayana, hakuna mwana wa Adam kimwili awezaye kuitii hiyo pasipo kuvunja mojawapo ya mitzpah zake. Kwa sababu hii, maandiko kwa Warumi 3:23 yalituhukumu sote tumetenda dhambi, na hivyo kupungukiwa ufukufu wa Mungu.

Sasa kumbuka ile taarifa ya Kutoka 32:33 Mungu YAHWEH aliyo mfunulia Mosheh mwanzoni kabisa, wakati wa uanzisho wa mfumo wa ukombozi wa mtu duniani: *Yeyote yule aliye tenda dhambi dhidi yangu, huyo Mimi nitamfuta atoke kwenye kitabu changu.* ... Kwa jinsi hii pasipo ule mlango wa neema alio ufungua kupitia ukamilifu wa Mwanawe kuhamia kwetu, pale tunapo ingia katika mahusiano naye, kwa hakika wote tungefutwa!

Na hakika ya injili hii yetu ni maandiko haya elekezi: Mwanzo 6:12, I Wafalme 8:46, Mhubiri 7:20, Zaburi 14:3, Matityahu 7:11, Marko 1:1, 12:32, Matendo 4:12, Yokhana 1:4,7, 3:14-19, 14:6, Warumi 3:9-10, 4:1-24, 5:1-21,8:1-16, Wagalatia 3:22, Waefeso 2:8, Wakolosai 2:13-14, Waebrania 4:15, na I Petros 2:21-22.

Katika maandiko hayo juu, halipo tulilo lificha kwako, kwamba; Mungu Muumbaji ni YAHWEH, na Mkombozi pekee duniani ni Adonai Yeshua Kristo. Huu ndiyo ushahidi tunao ushuhudia kwao wote wanao zungumza Kiswahili. Na wewe sasa, tena mahali hapa pasipo ujalifu wa aidha dini yako au rangi ya ngozi yako; chagua ni hukumu ipi wataka kuhudhuria – chagua hukumu ya ufufuo wa kwanza. Na kwa ajili ya hili, tunakusihi sana ufungue mwanzoni mwa kitabu chako hiki, na ufanye Sala ya Ukombozi kwako, na kwa wote wa mji wako, kwani majira yamekaribia sana.

Hukumu

Na mimi niliona kiti kikuu cha enzi cheupe, na yule ambaye amekaa juu • • • yake, tokea uso {utokezo wa uwepo} wake Dunia na mbingu zilikimbia mbali, na hapo hapa-kupatikana mahali zilipo. ... Mimi siwezi kwa jinsi yangu binafsi kufanya lolote lile: kama nisikiavyo, Mimi uhukumu: na hukumu yangu ni ya haki; sababu Mimi siitafuti nia yangu mwenyewe, bali nia ya Baba {Mungu} ambaye alinituma Mimi. ... [Ufunuo 20:11, Yokhana 5:30].

Tulisha pewa andiko awali ndani ya Yokhana 5:18-30, ambalo lilionyesha Mungu Baba amekabidhi hukumu zote kwa Mungu Mwana, yaani Adonai Yeshua Kristo. Na katika mafundisho hayo, Yeshua alifunua kuwa, yeye amepewa mamlaka hayo ya kutekeleza hukumu (Matendo 10:42), sababu yeye ndiye Mwana wa Mtu (Daniel 7:13, Matendo 17:31, Ufunuo 5:2-14, 1:13, 14:14).

Andiko la Ufunuo 20:11 juu, linaonyesha uwepo wa Baba Mungu katika siku hiyo ya hukumu. Tena kwisha Dunia na mbingu kuondolewa, hivyo hukumu hizi hufanyika ndani ya Mungu, kule ambako uumbaji wetu ulifanyikia (Waefeso 1:10). Sasa tunajua, kile anacho ongea Yeshua Hakimu Mkuu, ndicho nia ya Baba Mungu. Hivyo YAHWEH katika utatu wake, hufanya hukumu hizi kupitia nafsi Mwana atamkaye Neno la Mungu hapo (Yokhana 8:16, Warumi 2:16).

Katika wingi wa maandiko ya biblia, sisi tumeona uwepo wa hukumu za aina 3 siku hiyo mbele za Mungu YAHWEH: -

1. Hukumu ya malaika wote waasi kwa pamoja, sababu wote hushiriki kosa la uasi wa kuacha mahali pao (Yudas 1:6, II Petros 2:4), kutesa watu kwa laana (Matityahu 12:43-45), na ulaghai kwa wana wa Mungu (Ufunuo 12:9, 20:8, II Yokhana 1:7, I Timotheo 2:14).
2. Hukumu ya mtu mmoja-mmoja kati yao wasio muamini Mwana wa Mungu (ufufuo wa pili), Adonai Yeshua Kristo tokea vizazi vyote mpaka hiki cha milenia (Luka 24:47, Yokhana 12:48, Matendo 2:38, 10:43).
3. Kwisha ukamilifu wa hukumu hizo, ndipo sasa kadamnasi ya watu wote waliopo hapo, itagawanywa katika makundi mawili; wote

walio mkubali Adonai Kristo Yeshua, wataitwa mataifa kondoo, na kuwekwa mkono wake wa kuume. Na wale wote walio mkataa Kristo Yeshua, tokea mataifa yote duniani, hao watakusanywa mkono wake wa kushoto wakiitwa mataifa mbuzi. Ndipo Adonai atasema kwa wale walio mkono wake wa kuume: ... *Njooni, nyie mlio barikiwa na Baba yangu, urithini ufalme ulio andaliwa kwa ajili yenu tokea kuwekwa kwa misingi ya ulimwengu.* Na kwa wale wa mkono wa kushoto atasema: ... *ondokeni kwangu, nyie mlio laaniwa, mwende kwenye moto wa milele, ulio andaliwa kwa ajili ya ibilisi na malaika zake* (Matityahu 25:31-34,41-46).

Kwisha kutambua haya yote muhimu, hebu sasa tugeuke na kuyatazama mazingira ya utokeaji wake haya yote. Ni fikra zetu kwamba, hapa walipo kusanywa, ndipo pale-pale uumbaji na ufanywaji wa ulimwengu ulipo anzia, hata itamkwe maandikoni, ulimwengu na vyote vimo ndani yake. Kama hivi ndivyo, basi mduara wa mzunguko wote sasa umekamilika, kwani tumerudia pale tulipo anzia (Wakolosai 1:15-19, 2:9, Waefeso 1:10, I Yokhana 3:24, 4:13,15).

Pia tumekusanywa hapa kwe sababu Dunia (earth) na mbingu (universe), zimeshapita kwa ukelele mkuu wa uteketezo wazo. Ukelele huo watokana na viasilia vyao kuyeyuka kwa joto kali, hata kazi zote zilizo fanyika juu yazo, ziungue kwa moto. Hivyo kwa jinsi hii zitateketea, hata mahali pao pasiweze kuonekana tena (II Petros 3:10-12).

Hivyo katika siku hii kuu ya hukumu kuu, Baba Mungu atakalia kiti cha enzi kikuu cheupe, na katika ukamilifu wote wa viumbe wale, na wazee wale, na malaika zake wakuu, na jeshi lote la malaika, ndani yake watakuwa upande wa juu zaidi. Na chini yao ndiyo kiti cha enzi cha Mfalme wa wafalme Adonai Yeshua kitakuwepo, na hicho kitazungukwa na viti vya enzi vya sisi watakatifu wafalme wake (I Wakorintho 6:2-3, Luka 8:17, I Wakorintho 4:5, I Timotheo 5:24).

Mara hukumu hizi zikisha kamilika, ndipo hata roho-tendo kifo na roho-mahali kuzimu, nao watahukumiwa kwa kadri ya Ufunuo 20:14 ... *Na kifo na sheoli walitupwa katika ziwa la moto {gehena}. Hiki ndicho kifo cha pili.* ... Huu ndiyo mwisho wa uwepo wa kuzimu na kifo.

Tokea hukumu ile ya mataifa mbuzi, tulisoma kauli hizi: *ondokeni kwangu*, na *mtupeni mtumishi asiye faida katika giza la nje*, haya hujitafsiri kwa *ondokeni kwangu, nyie mlio laaniwa, mwende kwenye moto wa milele*. Hebu fikiri nasi kidogo, tayari tulisha taja wapi hapo tulipo, kuwa tupo ndani ya Mungu, sasa ni wapi huko kwingine lilipo giza la nje (yake?) na ndiko moto wa milele (gehena) uliko? Tunauliza hivi kwa sababu, hapa tulipo Dunia na mbingu zote tayari hazipo tena, tokea moto ule wa uyeyusho wa viasili vyake vyote, hata kurudia hali yake ile ya kabla ya uumbaji – kutokuwepo.

Anacho kisema hapo Kristo Yeshua chapatikana tokea kina cha uelewa wa injili yake. Pale anapo sema ondekeni kwangu, humaanisha anawakana hao kuwa siyo wake. Na kinyume chake hili ni pale anapo tuita sisi watakatifu wake, tuende kwake kuurithi Ufalme (wa Mungu). Tizama, ufalme wa Mungu ndipo nuru ilipo, basi kinyume chake ndiyo wao kwenda kwenye giza la milele gehena, yalipo mateso na moto wa milele. Sasa basi, kwa uzungumzaji wanamna hiyo; ndani yake ni pendoni mwake, ambalo ndiyo Ufalme wa Mungu, na nje mwake, ndiko nje ya pendo lake, yaani kule gehena, lilipo chukizo lake.

Tumesema haya yote kwa sababu ni itikadi ya kitabu chako hiki kama ifunzwavyo ndani humu kuwa; uumbaji wote uko ndani ya YAHWEH mmoja tu, tena hana mwenzeke labda iwezekane huko ndiko kuwe nje yake. Yeye yuko mwenyewe pekee na binafsi yake, wala mwingine kama yeye hayupo. Wala kamwe haitawezekana kuwepo mwingine, kwani yeye siyo mtu kwamba aumbwe, au azaliwe. Ni katika yeye pekee ipo nafasi (sehemu/ mahali), na wala nje yake kwa jinsi ya fikra za mtu haiwezekaniki kuwepo.

Kama hivi ndivyo, basi gehena ni wapi huko hata itamkwe kuwa nje yake, na tena aseme hili ndani ya milele. Tunajua kwa mafundisho kadhaa ndani humu, kuzimu (sheoli) kabla ya utupo wake huu kwenye gehena ilikuwepo chini ya Dunia (ama ndani ya Dunia kilipo kiini chake). Lakini gehena iko katika daimesheni ya sahau, iliyo nje ya pendo la Mungu. Ni fikra zetu kwamba, ndani mwake ziko daimesheni, na kama alivyo taja mwenyewe miaka ya hivi karibuni, alisema ziko 7 (kumaanisha zimekamilika). Hivyo basi, ni fikra zetu kwamba, gehena iko ndani ya daimesheni hiyo iliyo tengwa na uumbaji wote, kama daimesheni Mbinguni ilivyo tengwa na hii ya wakati.

Ni fikra zetu kwamba, hapa tulipo ndani mwake, ndiyo daimesheni Mbinguni. Kwa kusema hivi tunahitimisha uelewa wetu kuwa, Mbinguni siyo sayari, na siyo nyota, na wala siyo galaksi. Na pia kwa kusema hivi tunakiri kuzijua daimesheni 3 tu mpaka leo hii; daimesheni ulimwengu (universe) hii ya kimwili sayari Dunia na sisi tulimo ndani yake. Ya pili ni daimesheni Mbinguni ambayo kwa mafundisho yote humu unaijua kama ndipo YHWH alipo chagua udhihiriko wake kuwepo, Na ya tatu ndiyo hiyo daimesheni sahau tuliyo itaja mara kuwa ndimo gehena ilimo. Hata katika milele, kama ilivyo kuwa katika wakati kuhusu Mbinguni, haitakuwepo ruhusa au jinsi ya yeyote kuifikia daimesheni sahau.

Tokea utambuzi huu, sisi huona daimesheni iliyo juu ya hii ya kimwili (ulimwengu) hata katika uumbaji mpya ni ya Mbinguni. Tunasema hivi sababu imeandikwa; Yerushalem Mpya itashuka toka juu Mbinguni kuingia katika Dunia mpya ijayo. Tunakisia daimesheni Mbinguni ni ya kwanza juu, ikifuatiwa na daimesheni ulimwengu (ilimo Dunia mpya), na ndipo mahali fulani (kama siyo mwishoni) ndiko iko daimesheni sahau. Kwa sasa hatujui chechote kuzihusu daimesheni 4 nyingine zilizo bakia.

Na kama jina la huko gehena ilipo kuwa ni sahau, na ni nje ya pendo lake, basi huko ndiko jalala la milele kwa vyote visivyo hitajika tena. Tunafikiri ni sahihi kuwa hivi, sababu hakupo nje yake, ijapo kuwa kuko nje ya daimesheni Mbinguni na Ulimwengu. Kigezo cha kuwa nje ya pendo lake ni cha ujalifu, kwani bado daimesheni sahau iko ndani ya uumbaji wake, na hivyo ndani mwake.

Tizama mpendwa, ulimwengu wote uko ndani yake, hivyo uuumbaji wote uko ndani mwake. Na yeye pia yumo ndani ya uumbaji wake wote, kiasi kwamba mahali na nafasi ya uumbaji hakika ndiyo yeye. Mpendwa, asicho umba na kuwa ndani yake au chake, hakipo. Hivyo hakuna nje yake, kama ilivyo ndani na nje ya nyumba kwa mazoea ya fikra za watu.

Huku kutupwa gehena ndiyo mauti ya pili, ambako ndiyo ukatiko wa muunganisho wa mdhambi na Mungu YAHWEH, sababu yeye ndiye Pendo. Katika hali hii, ndiyo uteketezi (apollyim) wa mtu toka uwepo mpaka ufutiko wake milele hutokea (Yokhana 3:16). Gehena ilifanywa maalumu, ili kuweza kukata muunganisho huu wa Pendo kiroho. Na ijapo kuwa gehena iko ndani yake Mungu YAHWEH, lakini siyo katika ulimwengu huu, kwani imefichwa katika daimesheni nyingine.

Tumesema haya yote ili kuthibitisha kwako kuwa, gehena ni mahali halisi. Tokea agano jipya la mwisho, sisi uhukumu gehena ni mahali pa mateso ya moto wa milele, utesao roho-nafsi pasipo mwisho au kuuzoea. Na kwa kadri ya Yokhana 3:16, hili huendelea hivi mpaka malipizi ya dhambi ulizo hukumiwa yakamilike. Ndipo sasa uteketezi wako mdhambi (nafsi) hutokea, hata usiwepo tena milele. Kama nishati ilivyo, uwepo wa roho haukomi, bali hubadilika toka ijulikanayo (roho-nafsi) kuwa roho itesekayo milele pasipo ujulikano (Matityahu 18:8, 25:41, Ufunuo 14:10-11, 19:20, 20:10, 21:8).

Tokea hapa, turuhusu sisi wapendwa wako tukuletea ubunifu maridhawa, ili angalau upate picha kichwani mwako ya jinsi inavyo wezekana kwa mambo haya kuwa, katika siku hiyo ya hukumu kuu. Huu ubunifu ni ujalizo usio kuwepo katika maandiko tutumiayo. Hivyo ni mtiririko huru wa fikra zetu, ili wewe uweze tembelea hapo, na kugeuka kutizama yanayo endelea, na hata kugusa nyaraka, au kujionea hisia nyusoni mwa wahusika mbali-mbali hapo:

Hati ya Hukumu ya Mwana-Adam

JINA: Mimi Nisiye Kombolewa.
TUKIO: Siku ya Hukumu Kuu ya Wafu.
TAREHE: Milele.
MAHALI: Ndani ya Mungu YAHWEH.

Imeandikwa:

Kwa Yeshayah 45:23, Wafilipo 2:10, na Warumi 14:11 ... *Mimi nimeapa kwa binafsi yangu, neno limetoka nje ya mdomo wangu [katika] haki, na shuruti lisirudi {pasipo kukamilisha nilicho liachia kwacho}, Kwamba kwangu kila goti litapigwa, kila ndimi {lugha} shuruti iape. ... Kwamba katika jina la Yeshua kila goti lazima litapigwa {sujudu}, ya [wale] walio Mbinguni, na [wale] walio duniani, na [wale] chini ya Dunia {Ufunuo 5:1-14}; ... Kwani imeandikwa {Yeshayah 45:23}, [Kadri] Mimi niishivyo, asema YAHWEH, kila goti litapigwa {sujudu} kwangu, na kila ndimi {lugha} shuruti itakiri kwake Eli. ...*

Viumbe wote wanainuka, wanapiga magoti, na kumsujudia Mungu YAHWEH, wakisema: sifa, ukuu, na enzi, na mamlaka, vina wewe milele na milele - Ufunuo 5:1-14.

Hati ya Mashtaka:

Wewe .... (usiye amini kwake Kristo Yeshua weka jina lako hapa) umekutwa na dhambi ya kuivunja toraha ya Mungu, na kwa hiari yako, kuchagua kwa ridhaa ya moyo wako kutoipokea neema ya Mungu YAHWEH. Neema hiyo ingekufutia dhambi zako zote, kama tu ungempokea Mwana wa Mungu, Adonai Yeshua Kristo, na kuiamini injili aliyo pewa na Baba Mungu kuileta kwako.

Tokea rekodi za masijala, na ushahidi wako, wewe ulipatiwa nafasi .... za kuisikia na kuiamini injili hiyo, tokea mahubiri ya wahudumu mbalimbali wa Mungu YAHWEH. Pia kupitia vyombo mbalimbali vya mawasiliano, injili hiyo ilifikishwa kwako, na wewe ulichagua kwa ridhaa ya nafsi yako kutoipokea, wala kuiamini kweli hiyo.

Uamuzi wa chaguzi zako hizi ni batili, na unakiuka maandiko matakatifu kwa kadri ya injili ya Luka 24:47, na ufafanuzi wake kwa Ruak HaKodeshi kupitia Warumi 10:9-18 kwako. Hivyo wewe .... (taja jina lako tena hapa usiye amini): -

1. Jina lako halipo katika kitabu cha Uzima cha Mwanakondoo – kwa sababu hauku-mpokea Adonai Yeshua Kristo.
2. Ruak HaKodeshi hayupo ndani yako – kwa sababu hauku-mpokea Adonai Yeshua Kristo.
3. Kronikozi za nafsini mwako zathibitisha wewe umeshaisikia injili. Tazama (una-onyeshwa kumbukumbu zako kwa video zenye ubora wa hali ya juu, kila nafasi uliyo pewa kuikubali injili, na kumpokea Adonai Yeshua Kristo, na jinsi ulivyo puuza, kwa fikra zako kusikika kama mtu aongeaye bila kufungua mdomo).

Maelezo ya Shitaka Hili Moja:

Kwa Yule Asiye Wahi Kumpokea Adonai:

Unashtakiwa kwa kosa la kukataa kuamini katika jina la Adonai Yeshua Kristo, na hivyo kushindwa kuamini katika injili yake ya neema aliyo ileta duniani. Na kwa sababu hii, haukutubu dhambi zako kwa Mungu Baba katika jina la Adonai Yeshua Kristo. Hivyo wewe haukubatizwa aidha kwa maji, au kwa moto, wala wewe haukuzaliwa mara ya pili kama ilivyo agizwa na Mungu YAHWEH.

Kwa Yule Aliye Ipoteza Imani Yake:

Unashtakiwa kwa kosa la kuiacha imani yako katika jina la Adonai Yeshua Kristo, na hivyo kushindwa kuamini katika injili yake ya neema, aliyo ileta duniani [Marko 13:16. Wagalatia 4:9, II Petros 2:21].

Maelezo yanaendelea:

Pasipo mahusiano na Adonai Yeshua Kristo, Roho wa Mungu hayumo ndani mwako. Hivyo wewe hauna usafisho wa maji hai ya Adonai Yeshua Kristo, na wala utakaso wa dhambi zako kupitia damu yake takatifu. Haupo upatanisho kati yako na Mungu YAHWEH, hivyo wewe siyo mwenye haki, na siyo mtakatifu wake, na wewe siyo mtoto wake.

Maandiko matakatifu yako bayana kuwa; huyu (akielekeza mkono wake kwa Adonai Yeshua Kristo) aliye Hakimu Mkuu wa Haki leo, ndiye pia Wakili Mtetezi pekee wa wote walio mkiri na kumfuata yeye maishani mwao, walipo kuwa katika mwili duniani. Kwa kuwa wewe siyo wake, basi unakaribishwa mbele ya Hakimu Mkuu wa Haki kufanya utetezi wako binafsi.

Tokea maelezo haya, Adonai Yeshua Kristo, anakana hadharani kutomfanyia utetezi huyo, mbele ya Baba Mungu, na malaika zake, na watakatifu wote walio hapo kama alivyoa ahidi: ... *Na ndipo Mimi nitakiri kwao, Mimi sijawahi kukujua wewe: ondokeni kwangu, nyie mtendao uvunjaji wa toraha.*[125]

Taratibu za Mahakama

Kwa kuwa utetezi wa zawadi ya neema kwa imani, umeondolewa katika taratibu za mahakama tokea maelezo hayo, basi taratibu za toraha zinasimikwa rasmi. Hivyo wewe oredhesha sasa utiifu wako pasipo uvunjaji wa mitzvah yeyote maishani mwako (Yahkob 2:11, I Yokhana 3:4, Warumi 3:19-20, Wagalatia 2:21, 3:11).

Ilishuhudiwa hivi na Warumi 2:12-15 ... *Kwani kama vile wengi walivyo tenda dhambi pasipo toraha shuruti pia wateketee pasipo toraha: na kama vile wengi walivyo tenda dhambi katika toraha shuruti wahukumiwe kwa toraha; (Kwani siyo wasikilizaji {isomwapo} toraha [ndiyo] wenye haki mbele za Elohim, bali wale wanayo itenda toraha shuruti wahesabiwe haki.*

Kwani pale Wamataifa {wapagani}, ambao hawana toraha, watendapo kwa asili mambo yaliyomo katika toraha, hawa, wakiwa pasipo toraha, wao wenyewe huwa toraha kwao: Ambao huonyesha kazi ya toraha iliyo andikwa akilini {mioyoni} mwao, dhamira zao pia huwafanyia ushahidi, na fikra [zao] ndiyo njia ya kujituhumu au vinginevyo kujitetea kati ya moja {mmoja} na nyingine {mwingine};) ...

Utetezi:

Njoo mbele pamoja na wakili wako wa utetezi, ushahidi wa kronikozi ya kazi na matendo yako yote duniani katika mwili, zitapatikana kwa kadri ya uhitaji wako kama isomekavyo toka vipengele vya Luka 8:17, Warumi 2:16, I Wakorintho 3:13, 4:5, 14:25 na I Timotheo 5:24-25.

Wakili wa Utetezi:

Kwa kuwa wakili pekee wa utetezi ni Adonai Yeshua Kristo, ambaye amesha jitoa juu yako, na kwa kuwa ibilisi satani lucifer mshtaki wako, pia hayuko (alishatupwa gehena); una amriwa sasa kuja mbele kufanya utetezi binafsi dhidi ya matendo yako kabla ya hukumu.

Utetezi Binafsi wa Mimi Nisiye Kombolewa:

Kabla ya kusema lolote natanguliza toba na ombi langu la msamaha mbele yako Hakimu Mkuu wa Haki Adonai Yeshua Kristo (anapiga magoti ya unyenyekevu, akiinamisha uso chini mpaka sakafuni kusujudu).

Nakiri kuchagua kwa hiari yangu kutoamini habari njema za injili. Nimeona ushahidi wake haya tokea kumbukumbu ndani yangu nilizo onyeshwa mara, na wakati nilipo kuwa kule kuzimu, baada ya kufariki mauti ya kwanza, niliafiki uongo na ulaghai ulio sambazwa na adui yangu lucifer ibilisi satani. Nimegundua mengi sana humo, na nimesikitika sana kulaghaiwa hivi.

Naomba Baba Mungu, umsihi Mwanao Yeshua, Mfalme Mkuu wa ulimwengu; anisamehe makosa yangu yote. Natamani sana kurejelea wakati ule wa mafundisho ya injili mabarabarani, viwanjani, redioni, kwenye televisheni, masinagogini, toka rafiki zangu, toka Wakristo, toka wahubiri, na walimu wa injili; ili mimi nami niamini. Natamani sana! (anadondosha machozi kwa huzuni kuu, huku kichwa amekiinamisha akisononeka nafsini).

Naomba msamaha kwa ujinga wangu, na dharau zangu zote za awali, naomba nisamahe YAHWEH Mungu Muumbaji wangu, Yeshua Kristo, Mwanakondoo wa Mungu YAHWEH, naomba mnisamahe ndugu zangu watakatifu, mlio katika viti vya enzi vya utukufu na fahari kuu ya milele. Nataka kuwa kama nyiye milele, na siyo umilele katika ziwa la moto (anaangua kilio kwa ukelele mkuu, na wote wanabaki kimya wakimtizama). Naombeni sana ndugu zangu, niombeni kwa Baba Mungu wetu katika jina la Yeshua Kristo. Huu ndiyo utetezi wangu.

Naomba msamaha kwa huzuni hii kuu, na machozi haya, kwani dhamira yangu inadhihirika kwako Hakimu Mkuu wa Haki (msisimko wa ukimya unakithiri hapo, hata ukidondosha sindano isikike kwa mlio wa nyundo).

Hukumu:

Kwa kadri ya mashtaka, na kwa kipimo cha ushahidi wako, haupo utetezi bali ombolezo kwa kilio cha msamaha. Kwa kuwa wakati wa neema na huruma ya mtu umepita, na huu ni wakati wa malipizi kwa hukumu ya haki: hivyo pasipo utetezi wowote, na katika kukiri kwako kosa na hatia, wewe

.... (taja jina lako hapa pia usiye amini), **UNAHUKUMIWA MAUTI YA PILI, AMBAYO NI MATESO YA MILELE KATIKA ZIWA LA MOTO GEHENA, LILILO ANDALIWA KWA AJILI YA IBILISI SATANI NA MALAIKA ZAKE WAASI.**

Tamko Rasmi La Hukumu Kwa Mataifa Mbuzi

Walio Mkono Wake Wa Kushoto:

Kwisha hukumu za watu, ndipo ghafla wana-adam wote walio hukumuni wanakusanywa katika makundi mawili ya mataifa kondoo na mataifa mbuzi. Hukumu juu ya mataifa mbuzi inatamkwa rasmi na Hakimu Mkuu wa Haki: -

Kama nyie mlivyo nikana Mimi nafsini mwenu, na mbele za wenzi wenu, hivyo-hivyo nami (Adonai Yeshua Kristo) nawakana ninyi nafsini mwangu kutokuwa wangu, na mbele za Mungu Baba: Mimi siwajui ninyi, ondokeni kwangu ninyi walaaniwa watenda uovu waasi. Watwaeni hawa wote, mkawatupe kwenye ziwa la moto wa mateso gizani gehena milele. Huko ndipo kutakuwepo kilio na kusaga meno katika majuto ya milele.

Mtunza Nyaraka:

Hukumu imetekelezwa leo kwa milele yote dhidi ya .... (taja tena kwa mara ya mwisho jina lako hapa pia wewe usiye amini) ambaye tokea leo, siyo sehemu ya YAHWEH. Hukumu imekamilika. YAHWEH mmoja, hukumu moja na hati moja, milele yote. Amin Amin Amin.

Tunajua wewe mpendwa usiye amini unatarajia kwisha sisi kufunua kweli ya kitisho hicho kikuu, tukutie moyo kwa upendo, kwani ndiyo desturi ya Kanisa, hivyo tuseme kitu kama: hili siyo lengo letu uingie hofu na kutishika hivi, bali tunataka uafiki injili hii na bla bla bla ... Hapana! Hatusemi hayo hapa, kwani huu ni mfano wa kubuni wa siku ya hukumu yako, hivyo tishika sana, tena taharuki[126] upate tahayari[127] ukitetemeka mpaka mtima wa roho yako!

Tazama, haliko tena bembelezo la wewe kukata shauri la kumpokea Adonai Yeshua Kristo katika hatua hii, kwani majira yamekwenda sana, na mwisho umekaribia. Mwenye Yeshua na mkamate sana katika mahusiano. Na usiye naye, jiandae kwa haya yote uliyo maliza kujisomea mwenyewe. Ndugu; haipo shuruti katika Kristo Yeshua (kwani tumesha kubembeleza vya kutosha), hivyo tunakutakia gehena ya mateso matupu, na kwaheri ya milele!

Gehena

Gehena ni eneo maalumu ambalo lilitengenezwa na Mungu kwa ajili ya satani ibilisi lucifer na malaika zake waasi. Uasi wao huo ulitokea katika milele, kabla ya usimiko wa wakati. Katika milele hiyo, Mungu aliifanya gehena nje ya ulimwengu huu, na tena katika daimesheni ya kiza (hoshek) tofauti na hii tuliyopo au ile Mbinguni ilimo. Kwa kuwa daimesheni zote ziko ndani ya Mungu YAHWEH, basi hata gehena imo ndani mwake.

Neno gehena au jehenamu la Kiswahili linatokana na neno 'gehinom' la Kiebrania, ambako ni eneo la mateso ya walaaniwa, mara baada ya kufikia mwisho wa Dunia na hukumu kufanyika. Neno 'ge' humaanisha bonde, na neno 'hinom' ndilo jina lake, yaani bonde la hinom. Awali bonde hili lilikuwa magharibi na kusini mwa Yerushalem. Humo ndimo kafara za watoto ziliko chomwa kwa mungu wa Waamoni waliye mpa jina la molek. Baadaye eneo hili lilifanywa shimo la taka.

Ni kivuli chake hiki cha kuchoma wana-Adam kilicho pelekea eneo hilo Mungu alilolifanya awali, kuitwa kwa jina lake hili, na kueleweka kwa urahisi katika eskatoloji ya nyakati za mwisho Yisrael. Hivyo katika Talmud ya kimapokezi Yisrael, walitumia neno hilo kumaanisha eneo la utakaso ambalo kwisha malipizi kukamilika, mtu huachiwa toka humo. Lakini katika Matityahu, Marko, Luka, na Yahkob, hilo ni eneo ambalo moto utawatesa milele waovu. Na neno lilotumika zaidi katika maandishi ya agano jipya la mwisho ni lile la Kigiriki gehena, litokanalo na hili la Kiebrania gehinom.

Jehenamu (gehena) ni tofauti na kuzimu kuliko tambulishwa kwa Kigiriki kama hediz, au sheoli kwa Kiebrania. Kuzimu awali ya msalaba kulikuwa ni gereza la kusubiria hukumu kwisha mauti ya kwanza kumfika mtu, lakini baada ya msalaba, ni eneo la kuhifadhi waovu kusubiria hukumu kuu ya wafu mbele ya kiti cha enzi kikuu cheupe.

Gehena palitengenezwa kuwa mahali pa mateso, pale ambapo utenganisho wa malaika au mtu na pendo la Mungu utaweza kukatiliwa mbali. Na wana-adam wote wanao hukumiwa gehena, hujulikana pia kupokea mauti ya pili, tendo ambalo huwatoa katika uwepo wa jumuiya ya viumbe hai wanao endelea kuishi milele. Kwa malaika, haya kwao huwa mauti ya kwanza na ya mwisho milele.

Pamoja na maandiko kutaja Dunia na mbingu mpya, hatuna mahali tunaona uumbaji au utengenezaji wa gehena mpya, bali ile-ile moja iliyo fanywa katika milele. Hivyo hili lathibitisha nadharia yetu kuwa, gehena iko nje ya ulimwengu huu, na hivyo imo katika daimesheni tofauti na hii ya kimwili itakayo fanywa upya tena ndani ya milele. Kitambo kidogo juu tulisha ipatia jina la daimesheni ya sahau, ambayo imekithiri kwa kitisho cha kiza la hosheki, yaani uovu. Kimsingi hii ni kinyume cha daimesheni Mbinguni iliyo nuruni.

Pia tazama hili, katika safari ya sirini wewe toka ndani mwako, huweza ku-uingia ulimwengu (universe) wote wa daimesheni yetu hii yaani mbingu (heavens) na hata Mbinguni (heaven). Lakini hakuna awezaye kuitoka daimesheni hii tuliyopo sasa, hata afike gehena. Wako kati yetu wanao ona daimesheni ni hizi 3 tu; daimesheni ya nuru (Mbinguni), daimesheni ya Ulimwengu huu (universe), na daimesheni ya saTokea unabii ule wa zama hizi, sisi tunafikiri ziko daimesheni 7 tu.

Awali tulipo sema: "gehena ni mahali pa mateso ya moto wa milele, utesao roho na nafsi pasipo mwisho au kuuzoea. Na hili huendelea hivi mpaka malipizi ya dhambi ulizo hukumiwa kwazo yakamilike. Ndipo sasa uteketezi wake mdhambi utokee" yatokana na alicho kisema Adonai Yeshua Kristo kwa Yokhana 3:16 ... *Kwa jinsi hii Mungu aliupenda ulimwengu, hata akamtoa Mwana wake wa pekee wa kiume, ili kila amwaminiye asipotee*[128]*, bali awe na uzima wa milele. ...*

Alicho kisema hapa ni uwepo wa hali mbili katika milele, wenye haki watapokea uzima wa milele, na waovu watapokea uteketezi wa milele. Tuangalie hili la uteketezi wa milele, kwanza ukisema hivyo linapoteza maana, kwani haiwezekani uendelee kuteketea milele, ama sivyo neno kuteketea hapo lilisimama mahali pa moto, yaani unachomwa milele. Tunajua matokeo ya moto ni uteketezi[129], hivyo ukisema wanachomwa milele pasipo kuteketea, wewe wapingana na Kauli ya Adonai, sababu yeye alitumia neno kuteketea (apollymi).

Hili neno la Kigiriki 'apollymi' limetafsiriwa katika biblia[130] mara 33 kama kuteketea (perish), mara 26 kama kuharibu hadi kisiwepo (destroy), mara 22 kutokuwepo tena (lose), mara 5 hali ya kupotea (be lost), na mara 4 kupotea (lost). Je tunakubaliana sasa maana ya neno hilo kuwa ni uteketezo wao waovu hata wasiwepo tena? Ndiyo.

Adhabu ya kosa (fault), au kushindwa (failure), au dhambi (sin) katika toraha iliwekwa na Mungu kwa kipimo cha uvunjaji, na siyo mvunjaji. Hivyo kila kosa/ kushindwa/ dhambi, kwa uzito wake na jinsi yake huadhibiwa. Pia ziko dhambi za kukusudia, na zile za kuto-kusudia. Zile za kukusudia zote ni kifo, na zile za kutokusudia, ndiyo toraha huziadhibu kwa mzani wa haki.

Sasa tuseme labda mtu tokea dhambi zile za kukusudia amehukumiwa kufa mara 6,004, na kwa adhabu ya zile za kuto kukusudia anapatilizwa mara 90,638. Hivyo ni kwa uzito huu ndiyo kipindi cha adhabu yako kwa uchomo wa moto matesoni kitajulikana kabla ya uteketezo kutokea. Vipi mateso ya moto yatatumika pasipo uwepo wa muda, au zitahesabiwa idadi za uchomo huo? Hii ndiyo sababu unaitwa moto wa milele, kwani upo katika milele na siyo katika wakati.

Hata mpaka sasa bado lile tatizo la vipi roho iishiyo milele itaweza teketezwa lasimama. Je hiki ndicho kinacho pelekea maandiko kurudia tena na tena takribani kwa kila andiko kwamba; adhabu ya gehena ni kwa mateso ya moto milele? Vipi kuhusu ile nadharia yetu kwamba, ndiyo, mtu muovu huadhibiwa hadi kipimo chake kikamilike, lakini haupo uachio wa roho hiyo toka humo, bali ujulikano wake unabadilika, toka aliyepo mpaka asiye kuwepo, na hivyo kujulikana kama aliye teketea ijapo kuwa bado yuko motoni humo-humo milele?

Ni dhana ya baadhi yetu kwamba; maisha katika ziwa la moto yatakuwa pasipo muda bali milele kwa adhabu ya mateso iendeleayo. Tena ikiendelea katika urudio wa adhabu na mateso hayo-hayo hadi kifo, kwa mzunguko wa vifo hivyo, na kwa jinsi hizo pasipo kuzoea hadi utimilfu wa adhabu ukamilike. Mara tu ukamilifu wake adhabu za mateso kwa hukumu ufikapo, ndipo mtu huteketea, akifariki mauti ya pili, hata asiwepo tena. Hii dhana yagongana na hiyo hapo juu, pia na maandiko kadhaa.

Kama unafikiri hatuwezi unda nadharia kwa ushahidi wa andiko moja, fikiri tena. Hili laonekana tena katika Luka 13:3, Yokhana 3:15, 10:28, na II Wathesalonike 2:10. Hata Adonai Yeshua Kristo alisema tena mahali pengine hivi ... *Na usiwaogope wale wanao ua mwili, lakini hawana uwezo wa kuua nafsi: bali mwogope zaidi yeye ambaye anaweza kuteketeza {apollymi} kwa pamoja nafsi na mwili gehinom {gehena}. ...* [Matityahu 10:28].

Tokea kauli hizi 2 za Adonai, sasa inakuwa bayana kwetu kwamba, mauti ya kwanza duniani ni ukomo wa uwepo wako kimwili, ijapo kuwa uwepo wako huendelea kiroho-nafsi. Hivyo basi, na mauti ya pili gehena, shuruti yawe ukomo wako wa kiroho na kinafsi (awali tulisema nafsi pekee, ili kuondoa utambuliko kwako na kwa wote wengine hadi usiwepo tena). Na mauti haya ya pili hukufika mara tu ukisha maliza kufanya malipizi ya hukumu zako zote. Kama hivi sivyo, basi hukumu hizi za siku hii kuu ya hukumu, na zile za kwenye toraha, ni kwa lengo lipi?

Kama katika hili tuko sahihi, basi kuko mahali ndani ya milele, ambako uteketezi wa gehena utakuwa umekamilika. Watetezi wa fikra hii hupendelea kudai; gehena itageuzwa jalala la taka za ulimwengu ujao, kama vile gehinom ilivyo kuwa. Pia tokea vivuli hivyo vya awali, iko fikra kwamba, kama sheoli ilivyo teketea humo gehena, basi ndivyo navyo gehena nayo kwisha kumaliza kazi zake, itajiteketeza yenyewe (self destruct).

Hizi zote ni fikra hafifu za sisi; tokea uelewa kwa mahali pale tulipo leo katika mstari wa wakati, tuandikapo haya. Wajukuu wa wajukuu wetu, mtaona vema, na hivyo mtahukumu vema zaidi yetu, kama Kristo atachelewa kurudi. Pamoja na uchambuzi wote huu, bado maandiko kuhusu suala hili kwa Ufunuo 20:10 yanabaki yakisema ... *na wao watateswa mchana na usiku milele na milele. ...* Amin

---

[1] Jina mama yake alilomwita, na yeye kuitika, alipo kuwa duniani.

[2] Mungu YAHWEH wa Majeshi

[3] Wengine hutafsiri neno hili 'pater' (father) lililo 'mambo ya Baba yangu' kuwa 'nyumbani mwa Baba yangu' ili liendane na mtiririko wa maelezo ya kwamba walimkuta hekaluni. Pia ni sahihi humo ndimo shughuli za Baba yake zilimo fanyikia (kabla ya miili yetu kufanyika hekalu).

[4] Wayehudah wa Yudea – Yeshua alikuwa Myehudah wa Galilaya

[5] http://en.wikipedia.org/wiki/Arch_of_Titus

[6] https://en.wikipedia.org/wiki/Muhammad_ibn_al-Hanafiyyah;

[7] Kutoka 40:34-35, Walawi 16:2, Yokhana 4:21-23, Yirmiyah 31:33, Yeshayah 51:7, Warumi 2:15, na Waebrania 8:8-10, 10:14-19

[8] https://en.wikipedia.org/wiki/Lumpenproletariat

[9] http://en.wikipedia.org/wiki/Mahmoud_Ahmadinejad_and_Yisrael#.22Wiped_off_the_map.22_controversy[1]

[10] Ziko tafsiri zitajazo neno hili kuwa Rosh na hivyo mojawapo ya nchi zake hizo. Sisi tunaona alipo twaa nchi hizi mbili ndiyo alifanyika mkuu {chief)wazo, yaani rosh

[11] Uko mgawanyiko kati yetu kwamba, neno Babiloni kama lilivyo tumika zama za kitabu cha Ufunuo lilifumbia Rumi kuogopa karipio au kifo. Pia ziko nabii mathubuti zionyeshazo Babiloni itarejea tena nyakati za mwisho siyo kwa uasili wake wa dini zote za kale, bali kama kivuli cha mfumo wa uchumi wa satani nyakati za mwisho.

[12] Buckler (sinna) – vingao vidogo, ngao kubwa – sisi hatuna hakika, sababu neno linalo fuatia ni ngao (magen)

[13] Neno sahihi hapa ni 'kwao' na siyo hili 'toka' tafsiri nyingine ziliondoa mbele neno 'am' limaanishalo 'Wayisrael' na kuchomeka 'goy' limaanishalo mataifa lakini hapo halipo kabisa. Hivyo tofauti yetu inarejesha nchi iliyoletwa mbele {Yisrael} kwao watu [Wayisrael]. Pamoja na kujua hili bado hatuwezi gusa maandiko, hivyo sasa na wewe umetambua.

[14] Wivu wa mapenzi unatokana na aidha umpendaye ana mktaka mwingine au ana takiwa na mwingine, hapa ni hilo la mwisho.

[15] Huyu ni jina kivuli tu kwao wote watakao tenda hivyo baada yake mpaka ukamilifu wake haya ufike

[16] Je watakuwepo wanao muamini Yeshua nje ya Yerushalem, na kati ya watu asili walio bakia duniani?

[17] Integrity of His word

[18] Lugha hii yaeleweka zaidi kwa wanao lima nafaka hata huku kwetu – ngano, ulezi, mpunga, (hata mahindi kuyatoa kwenye gunzi) na yote mengine kama shayiri nakadhalika.

[19] Unapofanya mlinganisho na II Shemuel 24:24 utagundua bei kule inatajwa ni shekel 50 tu za fedha kwa ajili ya uwanja (eneo) na fahali, lakini hapa inatajwa shekel 600 za dhahabu. Wasomi wanafikiri shekel 50 za fedha (silver) ni kwa ajili ya fahali, vifaa vilivyo fanywa kuni, na ngano, hivyo bei ya kilele cha mlima Moriyah wote kuwa shekel hizi 600 zilizo rekodiwa hapa. Hizi ni fikra tu, maandiko yametaja yalicho kitaja.

[20] Chungua nabii zilengazo zama hizi uone (II Shamuel 8:17, 15:24-29, I Wafalme 1:8,34-39, Yehzek 40:46, 43:19, 44:15, 48:11), uhudumu bado uko na makuhani wa Kilawi tokea mbari ya Sadok

[21] Muonekano, muundo wake, jinsi ilivyo

[22] vessels

[23] furniture

[24] Mtu hodari au stadi wa fani au taaluma fulani

1. http://en.wikipedia.org/wiki/Mahmoud_Ahmadinejad_and_Israel#.22Wiped_off_the_map.22_controversy

[25] Neno la Kiebrania 'asal' ni kuunganisha au kutenganisha (katika kugawanya) na siyo kuchukua kana kwamba Mosheh alibaki pasipo Roho wa Mungu

[26] http://www.vatican.va/archive/hist_councils/ii_vatican_council/documents/vat-ii_decl_19651028_nostra-aetate_en.html

[27] https://en.wikipedia.org/wiki/Martin_Luther_and_antisemitism

[28] YAHWEH wa Majeshi

[29] Hakikisho la kweli ya jambo au kitu – a proof of genuine article

[30] moat

[31] http://www.breakingisraelnews.com/17303/holy-cow-red-heifer-born-us/#eH2FtSjAgHlhUrXt.97; https://www.youtube.com/watch?v=byAoFbA6cr8

[32] http://www.breakingisraelnews.com/45326/cattleman-raising-historic-herd-red-heifers-israel-jewish-world/#DWe3ggqpCCrtJOFg.99

[33] Ugwe wa kamba au ngozi unaofungwa lijamu ya kumwongoza farasi au punda

[34] World English Bible wanapiga hesabu stadia 1,600 = 296 kms au 184 miles – sisi tumeendelea kuita umbali huu maili 200

[35] scepter

[36] Kwa lugha na uelewa wa zama zake

[37] Hili andiko kimantiki hurejelea kabila 12 za Yisrael.

[38] Nchi ya Yisrael.

[39] Sasa unajua kwa nini Yeshua Kristo alipewa jina hili.

[40] Vengeance siyo revenge, sababu mzizi wa neno hilo ni avenge (fanya malipizi sahihi) na vindicate (hakikisho la kutokuwepo lalamiko dhidi ya dhuluma kwani hukumu ya haki imetendeka).

[41] Katika zama hizi makusanyiko haya ya waumini kimsingi yalikuwa ni masinagogi ya Kiyehudah ambayo yamemkubali Yeshua kuwa Mashiah. Neno kanisa halikutumika wala kuwepo kati ya waumini wa zama hizi (kutumia neno kanisa hhapa ni kusoma historia kwa lugha ya leo).

[42] Andiko hili shuruti livunjilie mbali dhana nzima ya ukisha kombolewa hata ufanye nini hauwezi ondolewa ukombozi huo. Hapa unaona tena dhambi, ambayo ni uvunjaji wa toraha (I Yokhana 3:4) ikitajwa kuweza kukuondolea ukombozi huo ama sivyo unazitubu (kwa dhati) yaani unaziacha dhambi hizo.

[43] Sulphur

[44] Kwa uhariri wa 4th Novemba, 2018

[45] Mwana wa Mungu Adonai Yeshua Mashiah wa Yisrael ni wa nyumba ya David katika mwili duniani.

[46] Yachungue maandiko uone, sisi tunafikiri ndani humu, huu pia ni mojawapo ya mionekano ya Elohim.

[47] Walimchoma pale walipo mpigilia misumari msalabani.

[48] Upepeo unao zunguka kwa kasi sana na hususani hutokea baharini kuingia nchi kavu

[49] Mfalme (monarchy) hufuata sheria za watangulizi wake na za kwake, lakini Despoti neno lake ndiyo sheria, anayo mamlaka yote na hakuna kilicho juu yake (hata sheria iko chini ya ridhaa yake). Dhana hii kale kabla ya ujio wa demokrasi ilikuwa sahihi, na haikuhusinishwa na uovu wa udikteta kama ilivyo leo.

[50] Zaburi 41:13

[51] Pepo mchafu

[52] Opposite position

[53] Wanyama jamii ya mbwa mwitu kama mbwa hubweka kila alfajiri, je andiko hili linamwita mwana wa mbwa kuendana na wasifu wa mpingaKristo wake na genge lake watakapo hamia Yisrael katika wiki 7 za mwisho kabla ya siku kuu ya YAHWEH (ujio wa Kristo, au siku ya vita vya Harmagedoni). Au ni tulivyo tafsiri kumaanisha kilio cha wana-adam tokea uovu wake kila kunapo kucha?

[54] Calvin & Luther walifikiri hivi zama za uandishi wao.

[55] Chanzo cha ugomvi, uchochezi, shari, matatizo

[56] Irenaeus, Tertullian, Justin Mfia Kristo, Cyprian, Augustine (envy of humanity)

[57] Yudas 1:9, Daniel 10:13-21

[58] Kwa kadri ya Yeshayah 24:21-22 baada tu ya vita ya Armagedoni, ni satani pamoja na malaika wake waasi (ibilisi0 wote ndiyo wanao tiwa katika kifungo cha miaka elfu na kisha kuachiwa baada ya hiyo kukamilika.

[59] Utafiti umefanyika, ila ufupisho wake umeleta njia muafaka ya kufikisha yaliyopo maandikoni kwako.

[60] Be, not art

[61] Kwa magonjwa na ufukara.

[62] Kupeleka ukombozi wa Kristo kwao wote wanao zungumza Kiswahili.

[63] Usihambulie wewe malango ya kuzimu, wewe unao ufunguo na mamlaka humo, ingia na wakomboe nduguzo.

[64] https://en.wikipedia.org/wiki/Classification_of_demons ; https://www.scribd.com/document/343746350/Classification-of-Demons

[65] Atahukumu watu wote, malaika waasi wote, Dunia, na ulimwengu wote.

[66] Katika zama za kale, watu wenye umri mkubwa waliheshimiwa sana ndani ya jamii, nywele zao nyeupe (Daniel 7:9) ziliwafanya kuonekana wa kale walio ishi siku nyingi,

wakiwepo tokea zamani za kale na hivyo kupelekea wawe tamanio la kila mtu kuishi kipindi kirefu hivyo. Tabia zao zilikuwa mfano, waliojaa hekima, maarifa na kila tamanio jema ndani ya jumuiya (venerable). Huu ndiyo wasifu Daniel anao uona kwa Mungu Baba siku hiyo.

[67] Humu duniani

[68] Kanisa au/na Ruak Hakodeshi

[69] uchukuo

[70] Ufunuo 17:12

[71] Ufunuo 13:5

[72] TUKI English-Swahili dictionary – ukurasa wa 886

[73] Eneo mashariki ya mto Yordani. Dan alipokea urithi wake eneo hili nje ya nchi ya ahadi ijapokuwa walisogea baadaye ndani hata kuishia upande wa kaskazini.

[74] https://en.wikipedia.org/wiki/Jewish_eschatology; http://www.jewfaq.org/mashiach.htm; http://www.contenderministries.org/prophecy/eschatology.php; https://en.wikipedia.org/wiki/Messiah_in_Judaism;

[75] Ni kusanyiko la sheria na kanuni za maisha ya kila siku na kila kitu kwa Myahudi tokea mapokezi yaliyo andikwa (toraha) na yale ya simulizi (Talmud)

[76] Jina la mhusika mjanja katika hadithi za masimulizi - TUKI

[77] muongo

[78] kahaba

[79] Hofu ni kinyume cha imani, au imani iliyo pindishwa kwenda isipo stahili – kile unacho kiofia, unaamini kinaweza kwako hicho ukihofiacho.

[80] A device that generates an intense beam of coherent monochromatic light (or other electromagnetic radiation) by stimulated emission of protons from excited atoms or molecules. Laser are already used on drilling and cutting, and in surgery, the optical properties are exploited in holography.

[81] A blunt-ended surgical instrument used for exploring a wound or part of the body.

[82] Jani la mmea linalo tumika kusuka kili za kushonea, au vijiti vya kupigia tofali za udongo.

[83] Tenda dhambi

[84] Kata shingo

[85] Ufufuo wa kwanza ni wa Yeshua, ndipo huja ufufuo wa awali kwao watakatifu walio kuwa wafu, na kisha ufufuo wa mwisho kabla ya siku kuu ya hukumu kwao wenye dhambi kwisha miaka elfu (1,000) kukamilika.

[86] jurisdiction

[87] Makuhani katika huduma za kuitawala himaya ya Ufalme wa Mungu na siyo hekaluni katika milenia ya Kristo, sababu wa uzao wa kuhani Tsadok tayari wame-shatajwa kutenda hilo katika Yehzekel 44:15,43:19,12

[88] Wako kati yetu wanao fikiria hili la jiwe jeupe na jina jipya, laja katika karamu ya harusi ndani ya Yerushalem mpya katika mwanzo wa maisha ya milele rasmi.

[89] Wako kati yetu wanao fikiria hili pia laja katika karamu ya harusi ndani ya Yerushalem mpya katika mwanzo wa maisha ya milele rasmi.

[90] Mathayo 16:27

[91] Ufunuo 22:12

[92] Neno la Kikaldii (Babiloni, Iran) 'sholtan' ndilo lilotumika (matumizi haya yanatangulia utumiaji wa neno sultani kutawala himaya za kidini ulio kuja baadaye sana.

[93] Yisrael na Kanisa ndiyo tunaye mhudumia

[94] her

[95] Neno la Kikaldii (Babiloni, Iran) 'sholtan' ndilo lilotumika (matumizi haya yanatangulia utumiaji wa neno sultani kutawala himaya za kidini ulio kuja baadaye sana.

[96] Kata shingo

[97] jurisdiction

[98] Makuhani katika huduma za kuitawala himaya ya Ufalme wa Mungu na siyo hekaluni katika milenia ya Kristo, sababu wa uzao wa kuhani Tsadok tayari wame-shatajwa kutenda hilo katika Yehzekel 44:15,43:19,12

[99] 27th Jan 2021, 11:40AM

[100] Kiwanda cha kutengeneza mikate au keki kibiashara (iko mikate na keki siku hizi inayo tengenezwa pasipo tanuri la kuokea, hivyo wakati umefika tuhamie jina bekari linalo tumika zaidi).

[101] Mwanzo 1:2

[102] Hekalu + kasri la ufalme wa milenia?

[103] Kukata matawi ya mti ili kuongeza mzunguko wa hewa, na kuongeza uzalishaji wa matunda ya mti – pruning hook

[104] Ni njia iliyo tumiwa na marabai walio kubuhu kutafsiri maana halisia ya maandiko, katika maeneo ambayo kuna-onekana upo mgongano wa maana, au uelewa. Na toka maelezo hayo, hufunua njia mpya zilizo na maana bora zaidi kuliko ile iliyo kuwa iki-julikana awali.

[105] Juu ya milima ndipo walipo kuwa wakifanyia kafara kwa miungu sanamu

[106] Anaendelea kuita hekalu hili jipya la mwisho nyumbani mwake (zama za milenia)

[107] Hekalu lili-gawanyika sehemu 3; ukumbi (katika milenia ni Yisrael yote), mahali patakatifu (wanaingia makuhani pekee – Yerushalem), na patakatifu pa patakatifu alipo kuwa anaingia kuhani mkuu pekee (hekaluni)

[108] Nyakati za mwisho

[109] Ni fikra zetu kama ilivyo kwa Yokhana 2:21, kinacho zungumziwa hapa ni mwili wa Kristo na siyo hekalu la milenia – hivyo ulinganifu ni kwa mwili wa Adam wa kwanza na siyo tabanako la Mosheh.

[110] https://tonyseba.com/

[111] Kutaka kujua yasiyo kuhusu

[112] Computer/video games

[113] Heshima, adabu

[114] Katika zama hizi za Milenia ya Kristo, yeye Mfalme wa wafalme ata-itimiliza adhabu ya kifo kama ilivyo katika toraha. Ni kwa jinsi hii kwa mdhambi kufikisha miaka 100 pasipo kuacha dhambi itakuwa haiwezekani. Kutenda dhambi na kuwa mdhambi ni vitu viwili tofauti. Mdhambi amelowea (lifestyle), na adhabu ya dhambi ya kukusudia kwa kadri ya toraha ni mauti.

[115] Penda mno

[116] Kwa kadri ya Yeshayah 24:21-22 baada tu ya vita ya Armagedoni, ni satani pamoja na malaika wake waasi (ibilisi0 wote ndiyo wanao tiwa katika kifungo cha miaka elfu na kisha kuachiwa baada ya hiyo kukamilika.

[117] https://www.studylight.org/commentary/revelation/20-8.html

[118] Ziko tafsiri zitajazo neno hili kuwa Rosh na hivyo mojawapo ya nchi zake hizo. Sisi tunaona alipo twaa nchi hizi mbili ndiyo alifanyika mkuu {chief)wazo, yaani rosh

[119] Buckler (sinna) – vingao vidogo, ngao kubwa – sisi hatuna hakika, sababu neno linalo fuatia ni ngao (magen)

[120] Salfa ni 'sulphur kwa Kiingereza cha sasa au 'brimstone' kwa kile cha kale, ambache kilimaanisha 'jiwe liwakalo.' Matumizi ya salfa na moto na hususani ule wa gehena ilikusudia kuonyesha mwali wake mkali mpaka unakuwa rangi ya bluu na moto wake hudumu kipindi.

[121] Yehzekel 38:18-19

[122] Daniel 10:13,20, 12:1 – old mirroring hierachy

[123] Hapa tunatumia kanuni ya zizi kukuepusha mpendwa na malumbano yasiyo mwisho.

[124] Mlolongo wa mtiririko wa ngazi za upendo kwa wenzi wako: mzazi-mume/mke-mtoto wako-watoto wote-ndugu-rafiki/adui-jirani-wana-adam/walimwengu.

[125] Mathayo 7:23 – Tafsiri ya Youngs Literal Translation. Pia ni 10:32-33, Luka 12:8

[126] Kuondokewa amani

[127] Ona haya ukijawa soni kwa kujitendea jambo la fedheha

[128] Neno hili limetumika kwenye biblia (King James Version) kama kuteketea hadi kutokuwepo tena (perish) mara 33, mara 26 kama kufikisha ukomo wa uwepo wa kitu kwa uangamizo (destroy), mara 22 kama kupotea kwa kutokuwepo tena, na mara 5 na 4 katika mahusiano na upotevu.

[129] Kichaka mbele ya Mosheh kule mlimani hakikuteketea

[130] KJV – Strong's

Don't miss out!

Visit the website below and you can sign up to receive emails whenever Shannel S Silwimba publishes a new book. There's no charge and no obligation.

https://books2read.com/r/B-A-OGCW-KCNFC

BOOKS 2 READ

Connecting independent readers to independent writers.

Also by Shannel S Silwimba

Chuo cha Tatu

Mwana-Adam ni Nani Naye ni Nini Mungu Amkomboe

Standalone

Historia & Maisha ya Yeshua Kristo

Jinsi ya Kusali & Kuongea na Yahweh

Mafundisho ya Utajiri

Utatu Mtakatifu

Mafundisho ya Ndoa

Ufufuo & Uchukuo

Ujio wa Pili wa Yesu Kristo

Yisrael

About the Author

Amehitimu elimu ya chuo kikuu, na amehudumu kwa takribani miaka 25 ya kazi kusaidia wengine wafanikiwe akiwa katika nafasi ya mkuu wa idara. Katika kipindi hiki amehudumu kwenye makampuni matatu ya kimataifa. Hivyo anao uzoefu katika sekta ya kilimo biashara na usindikaji kwa miaka 7, wa kuzalisha vyakula na usambazaji kwa miaka 8, na uagizaji na uuzaji wa mafuta kwa takribani miaka 10. Kwa sasa ni mhudumu katika biashara ya kilimo cha matunda, na usambazaji huu wa vitabu.

www.ingramcontent.com/pod-product-compliance
Lightning Source LLC
LaVergne TN
LVHW050637051026
849532LV00002B/423